21ஆம் நூற்றாண்டுச் சிறுகதைகள்

பதினேழு நவீன தமிழ்ச் சிறுகதை ஆசிரியர்களின் படைப்புகள்

21ஆம் நூற்றாண்டுச் சிறுகதைகள்

பதினேழு நவீன தமிழ்ச் சிறுகதை ஆசிரியர்களின் படைப்புகள்

தொகுப்பாசிரியர்
கீரனூர் ஜாகிர்ராஜா

எழுத்து
பிரசுரம்

21ஆம் நூற்றாண்டுச் சிறுகதைகள்

First Edition: 2012
First Edition by Ezutthu Prachuram: January 2020
(An imprint of Zero Degree Publishing)
ISBN: 978-93-88860-55-0
Title No. EP: 94

Zero Degree Publishing
No. 55(7), R Block, 6th Avenue,
Anna Nagar,
Chennai - 600 040

Website : www.zerodegreepublishing.com
E Mail : zerodegreepublishing@gmail.com
Phone : 98400 65000

Cover Art: Iyal
Layout: Creative Studio

கவிஞர் நட. சிவக்குமாருக்கு...

பதினேழு கதைகளின் வழியே...

இந்தக் கதைகளைத் தொகுத்துப் பார்க்கையில் பரவசமான மனநிலையுடன் திருப்தியும் கொண்டேன். சிறுகதைகளைத் தொகுக்கும் பணி தமிழிலக்கியச் சூழலில் தொடர்ந்து நடைபெற்று வருகின்ற ஒன்றாகும். பல்வேரு காரணங்களுக்காக அவை தொகுக்கப்படுகின்றன. அண்மையில் சாகித்திய அகெதமி வெளியிட்ட 'பாகிஸ்தான் சிறுகதைகள்' தொகுப்பை முழுமையாக வாசித்து முடித்தேன். இந்திஜார் ஹுசேனும், ஆஸிப் ஃபரூக்கியும் அக்கதைகளைத் தேர்வு செய்திருந்தனர். உருது மொழியிலிருந்து எம். அஸதுத்தீன் என்பவர் ஆங்கிலத்திற்கு மொழியாக்கம் செய்திருந்தார். எழில் முதல்வன் தமிழ்ப்படுத்தியிருந்தார். பிரிவினைக்குப் பிறகான பாகிஸ்தானின் ஆன்மாவை இக்கதைகளின் வாயிலாக நெருங்கிப் பார்த்ததாகவே வாசித்து முடிக்கையில் உணர்ந்தேன். இது ஒரு முக்கியமான பணி. இத்தொகுப்பில் பாகிஸ்தானின் பிராதன மொழியான உருது மற்றும் அந்நாட்டின் இதர சிறுபான்மை மொழிகளாகிய சிந்தி, பஞ்சாபி, சரைக்கி, புஷ்டோ , பலூச்சி மொழிக் கதைகளும் இடம் பெற்றிருந்தது கூடுதல் சிறப்பு. இதேபோன்று, இந்தியா போரிட்டு பாகிஸ்தானிலிருந்து பிரித்துத் தந்த வங்காள தேசம் விடுதலையடைந்து 40 ஆண்டுகள் கழிந்த நிலையில் வங்கதேசச் சிறுகதைகளையும் மொழிபெயர்த்தால் அது ஆகச் சிறந்த பணியாக அமையக்கூடும். வங்கத்திலிருந்து எழுதிவரும் தஸ்லீமா நஸ்ரீன் ஒரு மாறுபட்ட எழுத்தை முன் வைக்கிற வேளையில், நாம் வங்க மொழிக்கதைகளை மேலும் வேறு பல தளங்களிலிருந்து எதிர்பார்க்கிறவர்களாக உள்ளோம்.

இந்தியாவில், குறிப்பாக தமிழ்நாட்டில் இஸ்லாம் சமூகத்தைப் பிற சமுதாயத்தைச் சார்ந்த எழுத்தாளர்கள் எவ்வாறு அணுகியுள்ளனர் என்பதை, நான் ஆழிக்காகத் தொகுத்த 'காஃபிர்களின் கதைகள்' தொகுப்பு வெளிக் கொணர்ந்தது. எனக்கும் பதிப்பாளருக்கும் மிகுந்த

மனநிறைவைத் தந்த பணியாக அது அமைந்தது. அத்தொகுப்பு வெளிவரும் வரை தமிழகத்தில் அதுபோன்ற முயற்சி எதுவும் செய்யப்படவில்லை. இப்போதும் அத்தொகுப்பை வாசித்துவிட்டு எங்கிருந்தேனும் அறிமுகமில்லாத வாசகர் ஒருவர் என்னை அழைத்துப் பேசுவது திருப்தியளிக்கிறது. காஃபிர்களின் கதைகள் இரண்டாவது பாகத்தில் இந்தியாவின் அனைத்துப் பிரதான மொழி எழுத்தாளர்களும் பங்களிப்பு செய்யும் விதமாகத் தொகுக்கவுள்ளேன். முதல் கதையாக மிகச் சிறந்த கதையைத் தெரிவு செய்து வைத்துள்ளேன். இது ஒரு நீண்ட காலப் பணியாக அமையக்கூடும்.

தமிழில் தொகுப்பு முயற்சிகள் 90களில் ஒருவித ஈடுபாட்டுடன் தொடங்கின. மாவட்ட, மண்டல வாரியாகக் கதைகள் தொகுக்கப்பட்டன. தலித் கதைகள், பெண்ணியக் கதைகள், சென்னை சிறுகதைகள், கரிசல், கொங்குக் கதைகள் இவற்றுடன் தற்போது திருநங்கைகளைக் குறித்த மூன்றாம் பாலினத்தினரின் வாழ்க்கையைப் பிரதிபலிக்கிற கதைகளும் தொகுக்கப்பட்டுள்ளன. இத்தொகுப்புகளின் முன்னுரைகள் பெரும்பாலும் தமிழ்ச் சிறுகதைகளின் பூர்வ வரலாற்றைப் பேசுவனவாக இருந்தன. வரலாறு முக்கியமே, எனினும் குளத்தங்கரை அரசமரம் தமிழின் முதல் நவீன சிறுகதை முயற்சி என்பதை இன்னும் எவ்வளவு காலத்திற்கு பேசிக்கொண்டிருக்கப் போகிறோம்? இதுபோன்ற தொகுப்புகளைத் தரும்போது, தமிழிலும் இந்திய அளவிலும் நடந்து வருகின்ற தொகுப்பு முயற்சிகள் அவற்றின் பயன்பாடு, இன்னுமின்னும் எவையெல்லாம் தொகுக்கப்பட வேண்டியுள்ளது என்பது குறித்தும், குறைந்தபட்சம் படிக்க பிரிதொரு தொகுப்பைக் குறித்தும் நமது உரையாடல் நிகழுமேயானால் அது சற்று ஆரோக்கியமாக இருக்கும் என்று கருதுகிறேன்.

இந்தத் தொகுப்பைப் பொறுத்தவரை, 2000க்குப் பிறகு தமிழ்சிறுகதைத் தளத்தில் எழுத வந்த இளைய படைப்பாளிகளைப் பிரதிநிதித்துவப் படுத்தவும், புதிய போக்குகளை, தமிழ்ச்சிறுகதை அடைந்துள்ள பரிணாமத்தை கருத்தில் கொள்ளவும், அது குறித்த விவாதங்களை உருவாக்கவும் நான் மேற்கொண்ட சிறு முயற்சி என்று கொள்ளலாம். என்னால் இயன்ற வரை இந்தத் தொகுப்புக்குள் 17 எழுத்தாளர்களை ஒருங்கிணைக்க முடிந்தது. இவர்களில் 15 பேருடன் நான் தொடர்பில் இருக்கிறேன். தொடர்பு எல்லைக்கு வெளியிலுள்ள எழுத்தாளர்கள் ராகவன் மற்றும் ஏ. தேவராஜன். ராகவன் இலங்கையிலும், தேவராஜன் மலேஷியாவிலும் இருப்பதால் அவர்களுடன் நான் நேரடியாகத் தொடர்பு கொண்டு கதைகளைத் தொகுப்பில் சேர்த்துக் கொள்ள அனுமதி பெறமுடியவில்லை. ஆனால் இவர்களின் இரண்டு கதைகளும் 'உயிர் எழுத்து' இதழில் வெளிவந்தவை. உயிர் எழுத்து ஆசிரியர் கவிஞர் சுதீர் செந்திலுடன் எனக்கு நெருக்கமான தோழமை

உண்டு. இது குறித்து அவருடன் “இரண்டு கதைகளும் ஒவ்வொரு விதத்தில் முக்கியத்துவமுள்ளதாக இருப்பதால்...” என்று நான் பேசத் தொடங்கும்போதே, “தொகுப்பில் இரண்டு கதைகளையும் சேர்த்துக்கொள்ளுங்கள். நான் வாய்க்கும்போது அவர்களுடன் பேசிக்கொள்கிறேன்” என்று சொன்னார். இத்தொகுப்புப் பணி நிறைவடைவதற்குள் அவர்களைத் தொடர்பு கொண்டுவிட முடியும் என்று நம்புகிறேன். அவ்வாறில்லாவிட்டாலும் ஒரு நல்ல முயற்சிக்கு அவர்கள் மானசீகமாக ஒப்புதல் கொடுத்ததாக எண்ணிக்கொள்வேன்.

தமிழ்ச் சிறுகதை இன்றைக்கு அடைந்துள்ள மாற்றங்கள் என கவனிக்கையில், வடிவச் சிதைவைப் பிரதானமாகக் குறிப்பிடலாம். இந்த வடிவத்தைச் சிதைப்பதானது 80களின் மத்தியில் தொடங்கி 90 களில் உச்சத்தை அடைந்தது. தமிழில் சிறுகதை நாவல் உள்ளிட்ட எல்லாவற்றிலும் பின்நவீனத்துவக் கூறுகள் தென்பட்டன. இன்றைக்கு கட்டுரை வடிவத்தையுமே சிதைத்துப் பரீட்சார்த்தம் செய்து பார்க்குமொரு துணிச்சலான நிலையை நாம் அடைந்துள்ளோம். மரபார்ந்த பழமைவாதிகளுக்கு இது உவப்பளிக்கக் கூடியதாக இல்லாவிட்டாலும் இம்மாறுதல் என்பது தவிர்க்க முடியாதது.

சிறுகதைகளின் உள்ளடக்கம் குறித்து அவதானிக்கையில், காமம் விரிவாகப் பேசப்படுவதும், நுட்பமான அந்தரங்க உணர்வுகளையும், அவசங்களையும் ஒருவித கவித்துவமான மொழியில் கதைத்துச் சொல்வதும், கட்டுடைப்பு, அங்கதம் என அவை விஸ்தாரங்கொள்வதும் கூர்ந்து நோக்கத் தக்கன. விளிம்பு நிலை வாழ்க்கையைக் கதையாளர்கள் சொல்லுகிற பாணியும் கவனிக்கத்தக்கது. தனிமனிதன் என்பவன் இச்சமூகத்தின் பிரஜை, அவன் சமூகத்துடன் இரண்டறக் கலந்தவன். சமூக அக்கறை என்பது இப்படியான தனி நபர்களின் அவசங்களோடு தொடர்புடையவைதாம். எனவே இவர்களின் கதைகளில் வெளிப்படும் அல்லது பேசப்படும் பிரச்சனைகளை தனிமனித அவசங்கள், அல்லது அக மன சஞ்சாரம் என்று மட்டுமே ஒதுக்கிவிட முடியாது.

17 கதைகளில் எந்தக் கதையும் ஒற்றைத் தன்மையுடன் இல்லை. ஒவ்வொன்றும் பன்முகத்தன்மை கொண்டவையாக வாசிப்பில் விரிவடைகின்றன. இந்த அம்சம் சிறுகதைக்கான இலக்கணத்தை உடைத்துச் சிதறடிக்கிறது. அதே சமயத்தில் ஒவ்வொரு கதையும் அதனதன் தனித்தன்மையுடன் வாழ்க்கையை அலசிப் பார்த்து விமர்சிக்கிறது. ஏற்கனவே நம் பொதுப்புத்தியில் உறைந்து போனவற்றை பகடி செய்து உருகி வெளியோடச் செய்கிறது.

போருக்குப் பிறகான ஈழத்தை, நம் தமிழ் எழுத்தாளர்கள் எழுதத் தவறிய பக்கத்தை, தொகுப்பே வெளிவராத புதிய எழுத்தாளர் சசி எழுதிப் பார்த்திருக்கிறார். ஈழத்தைச் சேர்ந்த ராகவன் எழுதியுள்ள கதை

இலங்கை ராணுவத்தினர் தமிழ்ப் பெண்களை வன்புணர்ச்சிக்குள்ளாக்கிய கொடூரங்களைச் சித்தரிக்கிறது. ஈழம் சார்ந்த பிரச்சனைகளை உள்ளடக்கமாகக் கொண்டிருப்பதால் இந்த இரண்டு கதைகளையும் குறிப்பிட்டுக் காட்டவேண்டியிருந்தது.

ஒவ்வொரு கதையும் மொழி, உள்ளடக்கம், வடிவம் என தனிச்சிறப்புடன் விளங்குகிறது. இக்கதைகளைத் தொகுக்கையில் நண்பர்கள் ஆங்கரை பைரவி, கணேசகுமாரன், கே.ஜே. அசோக்குமார் ஆகியோர் செய்த உதவிகள் முக்கியமானவை. தோழி ராஜி எப்போதும் போல இத்தொகுப்புக்கான பணிகளில் ஆர்வத்துடன் ஈடுபட்டதைக் குறிப்பிட்டுச் சொல்லவேண்டும்.

சில நண்பர்களின் கதைகளைத் தொகுப்புக்குள் கொண்டுவர முடியாமல் போனதைத் தவிர்க்கமுடியவில்லை.

கீரனூர் ஜாகிர்ராஜா
பேச: 9789581656
மின்னஞ்சல்: Keeranur1@gmail.com
Blog : Jakirraja.blogspot.com

உள்ளே

வனம்

சசி

அவன் தனக்கு முற்றிலும் பழக்கமில்லாத பாதையில் சென்று கொண்டிருந்தான். அந்தப் பாதை முன்பு சாதாரணமாகப் புழங்கிக் கொண்டிருந்த சாலையாக இருந்திருக்கும் என்றே அவனுக்குத் தோன்றியது. செடி கொடிகள் முழங்காலுக்குக் கொஞ்சம் கீழான உயரத்தில் நெருக்கமாக வளர்ந்து நடப்பதற்குச் சிரமமாக இருந்தது. வேறு ஏதேனும் நல்ல சாலை தென்படுகிறதாவெனக் கண்களைக் கூர்மையாக்கிச் சாத்தியப்பட்ட தூரம்வரை பார்த்தான்.

நாலா பக்கமும் செடிகொடிகளும் ஓங்கி உயர்ந்த மரங்களும் சூழ்ந்து அந்தப் பிரதேசமே அதுவரை அவன் அறிந்திராத நிசப்தத்தை உணர்த்திக் கொண்டிருந்தது. தான் எங்கிருந்து நடக்கத் தொடங்கினோம் என்னும் சிந்தனை அவனை வாட்டிக்கொண்டிருந்தது. எப்பொழுது இந்த வனத்திற்குள் நுழைந்தோம் என்று தொடர்ந்து யோசித்துக் கொண்டிருந்தான். தான் என்ன நோக்கத்தில் இங்கே நடந்துகொண்டிருக்கிறோம், எதை நோக்கிப் பயணப்பட்டிருக்கிறோம் எனத் தனக்குத் தானே பலமுறை கேட்டு எதற்கும் விடையறியாது தடுமாறினான். நடக்கத் தொடங்கியதிலிருந்து கடந்துவந்த காலம் நாட்களிலா அல்லது வருடங்களிலா என யோசித்தபடியே நடந்து கொண்டிருந்தான். வனம் என்றால் ஒரு பறவையாவது இருக்க வேண்டுமே? வனத்தில் புகும் காற்று ஏற்படுத்தும் ஓசை, மிருகங்களின் ஒலி என்று ஏதாவது கேட்டிருக்க வேண்டுமல்லவா? இவ்வளவு நேரம் அப்படி எந்தச் சப்தமும் ஏன் கேட்கவில்லை? ஒருவேளை தான் கேட்கும் சக்தியை இழந்து விட்டோமா எனக் குழப்பமாயிருந்தது. மெதுவாகக் கைதட்டிப் பார்த்தான். ஓசை கேட்டது. பலமாக... இன்னும் வேகமாகச் கைவலிக்கத் தட்டியபோது ஓசை நன்றாகக் கேட்டது. இவனுக்குச் சற்று நிம்மதி ஏற்பட்டது. கொஞ்சம் தூரம் தொடர்ந்த நடையில் அதிர்ந்தான். சற்று முன் கூர்ந்து பார்த்தபோதுகூடக்

கண்ணுக்கெட்டிய தூரம்வரையில் செடிகளும் ஒருபாகம் மரங்களுமாய் இருந்த பிரதேசம் இப்போது வெட்ட வெளியாய் மண்மேடு போலத் தென்பட்டது. எதையும் புரிந்துகொள்ள முடியவில்லை. தனக்கு என்ன நேர்ந்தது என்று மறுபடியும் யோசனையில் மூழ்கினான். முன்பே இதுபோன்ற மண்மேடுகளையும் வனங்களையும் கடந்து வந்தது போல நினைவிலிருந்தது. அல்லது இதெல்லாம் கற்பனையாக இருக்குமோ எனக்கூடத் தோன்றியது. சுற்றுமுற்றும் பார்த்தபடியே நடந்தான். கற்பனைக்கான சாத்தியம் அதிகமிருப்பதாக யூகித்தான். தனிமையின் ஒவ்வொரு நொடியையும் அதன் பேரானந்தத்தையும் அனுபவிக்கச் சொல்லித் தான் எழுதிய கவிதைகள் முழுக்கவும் அபத்தமாகவும் பொய்யாகவும் இருப்பதாக இப்போது நம்பத் தொடங்கினான். ஓரிடத்தில் நின்று ஆசுவாசமாக மூச்சிரைத்தபோதுதான் மற்றொன்றை கவனித்தான். நடக்கத் தொடங்கியதிலிருந்து இப்போதுவரை எந்தவொரு மணத்தையும் நுகரவேயில்லை. வனமென்றால் ஏதாவது மரத்தின் செடிகொடிகளின் வாசம் நிச்சயம் இருக்கும்தானே? மூச்சிரைக்கச் சுற்றுமுற்றும் பார்த்தபடி குழம்பிய மனநிலையில் நடையில் வேகம் கூட்டியபோது மண்ணில் கால்கள் நடுங்கிக் குறுக்கே கிடந்த ஏதோ ஒன்றில் மோதித் தடுமாறி விழுந்தான்.

அவன் எழுந்தபோது அதுவரை கண்டிருந்த காட்சிகள் எல்லாம் மாறி யிருந்தன. திரும்பிப் பார்த்தபோது வனம் இருந்ததற்கான அறிகுறியே இல்லை. ஏதோ ஒரு மாயவலைக்குள் சிக்கிக்கொண்டதான எண்ணத்தில் எதுவும் செய்யாமல் அப்படியே சில நிமிடங்கள் உறைந்து காலத்தைப் பின்னோக்கித் தொடர முயன்றான். வெகுநேர முயற்சிக்குப் பிறகு புகைமூட்டமாய் இருந்த நினைவுகள் துல்லியம் நோக்கி நகர்ந்தன. மெல்ல மெல்லத் தன்னுடைய அறை நினைவுக்கு வந்தது. அதற்குள் அவன் நண்பன் தொடர்ந்து பேசியபடியே இருந்தான். தன் கனவுகள் பற்றியும் மேற்கொண்டிருக்கும் ஆய்வுகள் குறித்தும் விளக்கிக்கொண்டிருந்தான். வார்த்தைகள் தெளிவாகக் கேட்டன. ஆழ்மனத்தில் எங்கோ ஒரு புள்ளியில் உருமாறிப் பதிந்திருக்கும் படிமமொன்று அதன் உண்மையான உருவிலும் வெவ்வேறு வடிவங்களிலும் மாறி மாறிச் சபிக்கப்பட்ட நொடியொன்றில் சட்டென்று நூலறுந்துவிட்டது. அறுபட்ட நூல் மேகத்தில் பறப்பது போல் அந்த நண்பன் மறைந்து கொண்டிருந்தான்.

அப்போது அவன் ஏதோ சொன்னான். அவன் என்ன சொன்னான் என்பது இப்போது துல்லியமாக நினைவில் இல்லாதது நடுக்கத்தை வரவழைத்தது. இந்த நிமிடம் நிச்சயமற்று அலைந்து கொண்டிருக்கும் தான், அந்த அறை நண்பன் தொடர்ந்து சொன்ன வார்த்தைகளைச் சரியாகக் கண்டடைந்தால் தன் குழப்பங்கள் எல்லாம் தெளிவாகும் என்னும் நம்பிக்கை தீவிரமடைந்தது.

இப்போது அவனது வார்த்தைகளைத் துரத்துவதா அல்லது மேற்கொண்டு நடப்பதா எனத் தெரியாமல் தான் இடறி விழுந்த பொருளைப் பார்த்தான். மரக்கட்டைப்போல் எதுவோ கொஞ்சம் வெளியே துருத்தி மீதி மண்ணில் புதைந்திருந்தது. மெல்ல மெல்ல மண்ணைக் கிளறி அதை வெளியே எடுத்துப் பார்த்தபோது மூச்சு நின்றுவிட்டது. சில நொடிகள்தாம். மறந்துபோன திசைகளைத் தேடுபவன் போல எல்லாத் திசைகளையும் சுற்றிச்சுற்றிப் பார்த்தான். முழுக்கவும் அதை வெளியே எடுத்த போதுதான் தெரிந்தது அது பாதம் சிதைந்து தீய்ந்துபோன மனிதனின் கால் என்பது. ஆனால் வலது காலா இடது காலா எனப் புரியவில்லை. அது இப்போது முக்கியமாகவும் தோன்றவில்லை. நிச்சயம் இங்கே யாரோ இருக்கிறார்கள். அல்லது ஒரு மனிதக்கூட்டம் இருக்கிறது. இதுவரை பயம் மட்டுமே ஆக்கிரமித்திருந்த இடத்தில் கொஞ்சம் ஆசுவாசமும் சேர்ந்து கொண்டது. எங்கென்று தீர்மானமாகக் கணிக்காமல் உடலைத் தேடி வெகுதூரம் மண்ணைக் கிளறியபடியே நகர்ந்து கொண்டிருந்தான். உடல் கிடைத்துவிட்டால் தன் எல்லாக் குழப்பத்திற்கும் விடை கிடைத்துவிடுமென நம்பினான். நம்ப முடியாத தூரம் கடந்து வந்திருந்ததை மறுபடியும் உணரத் தொடங்கினான்.

இனி எதையும் யோசித்துக் கொண்டிருப்பதில் அர்த்தமில்லையென முடிவு செய்து, என்ன நடந்தாலும் ஒருகை பார்க்கலாமெனத் தீர்மானித்து எழுந்து மீண்டும் விறுவிறுவென்று நடக்கத் தொடங்கினான். அந்த இடம் வெட்டவெளியாக இருந்தது. தொண்டை வறண்டு மெல்ல மெல்ல கண்கள் இருண்டு வரக் கால்கள் நிலைகொள்ளாது அந்த இடத்திலேயே விழுந்தான்.

அவன் விழித்தபோது மிகவும் தாகமாக இருந்தது. அங்கே தண்ணீர் கிடைக்குமென அவனுக்குத் தோன்றவில்லை. மண்ணைத் தொட்டுப்பார்த்தபோது ஈரத்தன்மையோடு இருந்தது. கவிழ்ந்து படுத்திருந்த நிலையில் கைகளாலேயே தோண்ட ஆரம்பித்தான். வலுவற்ற கைகளின் இயக்கம் மிக நிதானகதியில் இருந்தது. கொஞ்சம் ஆழம் தோண்டியதும் விரல்களில் பிசுபிசுப்பான திரவம் தட்டுப்பட்டது. மூன்று விரலளவு எடுத்துக் குடித்தான். பின் எச்சிலைச் சேர்த்து விழுங்கினான். கொஞ்சம் ஆசுவாசமாக இருந்தது. சுவாசம் சீராயிற்று. வாய் திறந்து காற்றை உள்வாங்கியபடி படுத்திருந்தான். வாய் முழுக்கக் கரித்தது. இன்னும் கொஞ்சம் எடுத்துக் குடித்தான். மேலும் மேலும் எடுத்துக் குடித்தான். குடித்துக் கொண்டிருந்தபோதே ஏதோ பொறிதட்டக் காறித்துப்பிவிட்டு வெறித்தனமாகத் தோண்டினான். கைகள் இயந்திரத்தின் வேகத்தோடு செயல்பட்டன. நேரம் கூடக்கூட அவன் தோண்டிக் கொண்டிருந்த குழியிலிருந்து சட்டெனச் செந்நிற ஊற்று அவன் முகத்தில் பீய்ச்சியடித்தது.

மனம் கொஞ்சம் கொஞ்சமாகக் கோளாறாகிக் கொண்டிருந்ததாகத் தோன்றியது. இந்த மண்வெளியில் எங்கே போய் நண்பனைத் தேடுவது? அவனால் மட்டுமே தனக்கு ஏற்பட்டிருக்கும் குழப்பத்தைச் சரிசெய்ய முடியுமென்றே மீண்டும் மீண்டும் உணர்ந்தான். அவன் வெறுமனே அறை நண்பனாக மட்டுமே இருந்திருக்கக் கூடாதா? ஏன் தன்னிடம் நெருங்கிப் பழக வேண்டும்?

கானல் நீர் பளபளத்த நெடுஞ்சாலையோரம் இருந்த ஓட்டலில் உணவருந்திக் கொண்டிருக்கையில் அறிமுகமானான் அவன். முழுப்பெயர் சரவண சாந்தன் என்றும் எல்லோரும் கூப்பிடுவதுபோல 'சரவணன்' என்றே தன்னைக் கூப்பிடுமாறு சொன்னான். ஒரு வருடம் மட்டும் தங்குவதற்குத் தனக்கு உடனடியாக அறை வேண்டுமெனக் கேட்டான். தான் தேடி வந்ததே இவனைத்தான் என்றான். தான் பிஹெச்டி செய்து கொண்டிருப்பதாகவும் அதை வெறுமனே பட்டத்திற்காக மட்டுமல்லாது பெரிய ஆய்வாகவும் மேற்கொள்ளத் திட்டமிட்டிருப்பதாகவும் சொன்னான். இருவருக்கும் பொதுவான வேறொரு நண்பனின் பெயரைச் சொல்லி அவன் ஆலோசனையைத் தொடர்ந்தே இவனைத் தேடி வந்ததாகச் சொன்னதும் மிகுந்த யோசனைக்குப் பின் அந்தப் பொது நண்பனோடு மொபைலில் பேசிய பிறகு அவன் தன்னோடு தங்கிக்கொள்ள ஒப்புக்கொண்டான்.

"உங்களப் பேரச் சொல்லிக் கூப்பிடலாமா இல்லை சார்ங்கிற மாதிரி ஏதாவது எதிர்பாக்கறீங்களா?"

பெயர் சொல்லி அழைக்க அனுமதித்தான். முன்பு யாரோ உபயோகித்து இப்போது சும்மா கிடந்த கட்டிலைச் சரவணனுக்குப் படுக்கக்கொடுத்தான். ஒவ்வொரு நாளும் இரவு தூங்கப்போகும் முன்பு நேரம் போவது தெரியாமல் விவாதிப்பார்கள். சில நாட்கள் நள்ளிரவு தாண்டியும், சில நாட்கள் விடிய விடியவும் பேச்சு நீண்டு கொண்டே இருக்கும். சரவணன் பெரும்பாலும் தன் ஆய்வுகள் குறித்துப் பேசிக்கொண்டிருப்பான். கேட்கக் கேட்க இவனுக்குப் பிரமிப்பாக இருக்கும். சரவணன் பரிந்துரைத்த, படிக்கக்கொடுத்த அனைத்தும் உளவியல் சார்ந்தவையாகவே இருந்தன. மிகக் கவனமாக சரவணனின் பேச்சை இவன் உள்வாங்கிக் கொள்வான். பிறகு அதே விதமான சிந்தனையைத் தன்னுடைய அனுபவத்தில், தன்னைப் பாதித்த விஷயங்களில் பொருத்தி அவற்றின் தொடர்ச்சியான நிலைகள், மன நெருக்கடிகள், அவசங்கள் என எல்லாவற்றையும் கவிதைகளாக எழுதிப் பார்த்தான். சமீபத்தில் வெளியான இவனுடைய பெரும்பாலான கவிதைகள் இப்படிச் சரவணனோடு விவாதித்ததன் தொடர்ச்சியாக உருவானவைதாம்.

பின்னிரவு வரை நீண்ட ஒரு விவாதத்தின் போது சகபடைப்பாளிகளின் விமர்சனமாக எதிர்கொண்ட அதே கேள்வியையே சரவணனும் கேட்டான்.

"இப்ப நீங்க சமீபத்துல எழுதுன கவிதைகள்ல பாத்தீங்கன்னா மறைமுகமாகவோ நேரடியாவோ காடுங்கற விஷயம் திரும்பத் திரும்ப வந்துட்டே இருக்கு. ஏன் எழுத வேற ஒன்னும் கெடைக்கமாட்டேங்குதா?"

"தெரியல..."

புறவுலகக்கும் கனவுகளுக்குமான தொடர்பைப் பற்றி நிறைய எழுதி வைத்திருந்தான் சரவணன். அவற்றையெல்லாம் ஒருநாள் இவனிடம் கொடுத்துப் படிக்கச் சொன்னான். வாசித்தபோது வழக்கம்போல் இவனுக்கு பிரமிப்பாக இருந்தது. சில பக்கங்களைப் பலமுறை வாசித்துப் பார்த்தான். அதன் பிறகு உறக்கமற்ற, உரையாடலற்ற சில இரவுகளை இவன் எதிர்கொள்ள வேண்டியிருந்தது.

இனி எதுவும் யோசிப்பதாக இல்லை. "நான் ஏன் எதையாவது யோசிக்க வேண்டும்... நடக்கின்ற விசித்திரங்களுக்கு சாட்சியாக மட்டுமே பங்கெடுக்கப் போகிறேன்" எனத் தீர்மானித்து நடந்துகொண்டிருந்தான் அவன். மண்மேடுகளை மட்டுமே கொண்டிருந்த பகுதி அது. கடந்துவந்த வனம் நினைவுக்கு அவனுக்கு வந்தது. வனமற்ற பகுதியைச் சுற்றுமுற்றும் பார்த்தபோது உடலும் மனமும் ஒருசேர வலித்தன. ஒரு மேட்டில் ஏற ஏற ஏதோ புதுவித நெடி நாசியைத் தொட்டது. மேட்டின் உச்சியை நெருங்கியபோது வந்த நாற்றத்தைச் சகித்துக்கொள்ள முடியவில்லை. ஏறி நின்று பார்த்தபோது கண்ணுக்கெட்டிய தூரம்வரை சவங்களின் குவியல் கருகியும் கருகாமலும் இறைந்துகிடந்ததைக் கண்டபோது தொடர்ந்த நிமிடங்களில் தன்வசமிழந்து கொண்டிருந்தான். மொத்த உடலும் அதிர்ந்துகொண்டேயிருந்தது. மூத்திரம் முட்டிக் குறிவெடித்துவிடுவது போன்றிருந்தது. அடிவயிற்றில் சுரந்த திரவம் அதுவரை அவன் உண்ட அனைத்தையும் ஒன்றாக்கி வேகமாய் வெளித்தள்ளியபோது குடலும் தொண்டையும் கிழிக்கப்பட்டதைப் போலிருந்தது. ஆங்காங்கே எடுத்த மொத்த வாந்தியும் மஞ்சள் ஆறாய் உருமாறிக் கொண்டிருந்ததைக் கண்டதும் தன்னுடலின் எடை குறைந்துகொண்டே வந்ததை உணர்ந்தான். மொத்தக் காட்சியும் சுழன்றபடியிருந்தது. சவங்களும் உடல் பாகங்களும் மண் புழுதியும் மிதந்தும் பறந்தும் சுற்றிக்கொண்டிருந்தன. தளர்ந்து நடுங்கிய கால்கள் மடங்கிச் சவங்களின் மேல் உருண்டு விழுந்தான்.

விவாகரத்தின் இறுதி எல்லையில் தான் நடந்து கொண்டிருந்ததாகத் தோன்றியது. இது மரணத்திற்கு முந்தைய புள்ளி. மிச்சமிருக்கும். ஒரேயொரு உண்மை அடுத்த மேடு ஏறினால் தானும் மரணத்தைத்

தரிசிக்கப் போகிறோம் என்பதாக இருந்தது அவன் நம்பிக்கை. கண்களை இடுக்கி ஒவ்வொரு உடலையும் கூர்மையாகக் கவனித்தபடியே இருந்தான். தலை வெடித்து மூளை உடலுக்கு அருகிலேயே சிதறிக்கிடந்தது. கூழான தலையில் மண்டை ஓடும் சதையும் நசுங்கிய அலுமினியப் பாத்திரத்தை நினைவுபடுத்தின. அடுத்து வயிற்றுக்கு மேல் உடலே இல்லை. ஒன்றில் மார்புக்கு மேல் பிய்த்தெடுத்தது போல் கொஞ்சம் சதை மட்டும் ஒட்டிக்கொண்டிருந்தது. கழுத்தும் தலையுமற்றுக் கிடந்தது. அடுத்துச் சில உடல்களில் யானைக்கால் போன்று கருகி வீங்கிய கைகால்களில் அரை அடிக்கும் கொஞ்சம் குறைவான ஆழத்துக்குத் துளை விழுந்திருந்தது. கால்களைச் சுற்றியும் கருஞ்சிவப்பில் ரத்தம் உறைந்திருந்தது. வேறொன்றில் குடல் கருகி வெளியே சரிந்திருந்தது. பல உடல்கள் முழுக்கவும் எரிந்து சிதைந்து கரிக்கட்டைகளாக இருந்தன. கருகிய பஞ்சு போன்று சிதைந்திருந்த பல உடல்களில் ஒரு பெண்ணுடலில் இடுப்புப் பாகம் கிழிந்து ஒரு சிசுவின் உடல் மார்புவரை எரிந்த நிலையில் பாதி உள்ளேயும் மீதி வெளியிலும் நீண்டிருந்தது. அவள் நிறைமாதமாய் இருந்திருக்க வேண்டும். நிறைய உடல்கள் நிர்வாணமாக இருந்தன. குழந்தைகளின் உடல்கள் பொரிக்கப்பட்ட கருவாடு போலவும் தோலுரிக்கப்பட்ட கோழிகள் போலவும் கிடந்தன. பெரும்பாலான உடல்களின் முகங்கள் வேட்டை மிருகங்களால் அரைகுறையாகக் கடித்துக் குதறப்பட்டவை போலிருந்தன. பெண்ணுடல்களின் குறிகள் குறுக்கு நெடுக்காக அறுபட்டதுபோலக் கிழிக்கப்பட்டிருந்தன. பல உடல்களில் கண்கள் கொத்தப்பட்டிருந்தன. பல உடல்கள் நெடுக்கே பிளந்திருந்தன. அவற்றில் உள்ளுறுப்புகள் எல்லாம் தீய்ந்து வெளியே தெரிந்தன.

தொடர்ந்து பார்த்துக்கொண்டே நடந்து சென்றான். சற்று முன்பு கண்டதைவிடச் சவங்கள் பெருகிக் கொண்டிருந்ததாக உணர்ந்தான். கண்ணுக்குப் புலனாகாத ஏதோ ஒன்று இவன் கால்களை இவனையும் மீறி முன்னோக்கி இழுத்தது. மெல்ல மெல்லக் கடும் பிரயத்தனத்தில் மண்மேட்டின் அருகில் நகர்த்தப்பட்டிருந்தான். தன்னிச்சையாய்க் கால்கள் மேல் நோக்கி நீண்டதைப் பார்த்தபடியேயிருந்தான். காலம் அசுரப்பசியோடு அவனுக்காக மண்மேட்டின் அந்தப் பக்கம் நெடுங்காலமாகக் காத்துக் கொண்டிருப்பதை அவன் உள்மனம் எச்சரித்துக்கொண்டேயிருந்தது. ஒரு மரத்தை வேரோடு பிடுங்கும் முயற்சியில் கால்களை இழுத்து எதிர்த் திசையில் புழுதி பறக்கக் குதித்தோடியபோது சவங்கள் மிதிபட்டதாவென உணரும் நிலையில் அவன் இல்லை . இவ்வளவு தூரம் ஓடிவந்தபோதும் அந்தக் குவியல் முடிந்தபாடில்லை. நின்று நிதானித்தபோது அங்கே ஓரமாய்க் கிடந்த சவத்தில் பார்வை நிலைகுத்தி நின்றது. எல்லாச் சவங்களையும் போல மிச்ச பாகங்கள் அழுகிய நிலையிலிருந்த அதன் முகத்தைக்

கூர்ந்து நோக்கிய போது அது சரவணன் தான் என்பதை நம்பும் திராணியற்றிருந்தான்.

பைத்தியம் பிடித்தது போன்று அந்தத் தலையை உலுக்கிப் பேசச் சொன்னான். அதன் உதடு ஏதோ முணுமுணுத்ததைப் போன்றிருந்தது. இல்லை. அந்தத் தலை எந்த அசைவுமற்று அப்படியேதான் இருந்தது. தனக்குள்ளிருந்து மற்றொரு குரல் பேசியதைக் கேட்டான். குரல் மட்டும் தொடர்ந்து கேட்டதால் கண்மூடித் தனக்குள்ளேயே கவனிக்கத் தொடங்கினான்.

"இங்கொரு பெரும் வனம் இருந்தது. குளிர்ச்சியூட்டும் மரங்கள் எங்கும் பரவியிருந்தன. இங்கே மனிதர்கள் இருந்தார்கள். ஆடு, மாடு, குதிரை என சகல உயிரினங்களும் இருந்தன. பட்டாம்பூச்சிகளும் பறவைகளும் இருந்தன. வேண்டிய போது மழை பொழிந்த வனம் இது. ஒரு விலங்கின் தலையைக் கிரீடமாகத் தரித்திருந்தவர் அவர்களுக்குக் குருவாக இருந்தார். அவர் சொல்படியே வாழ்ந்து கொண்டிருந்தார்கள் அம்மனிதர்கள். ஆதி மனிதனின் சுதந்திரத்தோடு சுற்றித் திரிந்தவர்கள் இங்கிருந்தவர்கள். பிறை தேய்ந்து கொண்டிருந்த ஒரு நாளில் இங்கே மற்றொரு மனிதக் கூட்டம் வந்திறங்கியது. அவர்களின் குருவானவரும் ஒரு விலங்கின் தலையைக் கிரீடமாகத் தரித்திருந்தார். நம்மைப் போலன்றி அவர்கள் எல்லோர் முகங்களிலும் சிங்கப்பல் வாய்க்கு வெளியே துருத்தித் தெரிந்தது. இந்த வனத்தையொட்டி ஓடும் பெரும் நதியைக் கடந்தால் அடுத்து மற்றொரு வனம் இருப்பதாகவும் அதற்குப் போகும் வழி தவறி இங்கே நுழைந்துவிட்டதாகவும் அவர்கள் தெரிவித்தார்கள். தேய்ந்த பிறை பிறகு வளரவே..."

அறுபட்ட குரலை வெறித்தனமாகத் துரத்தினான். முன்பு நிகழ்ந்ததைப் போன்றே திசைகள் மறந்துபோயின. காற்றோடு கலக்கும் வேகத்தோடு ஓடியவன் ஆடைகள் கிழிந்து நிர்வாணமானான். அதே வேகத்தில் ஓடிக்கொண்டே மெல்ல மெல்லச் செவி, நாக்கு, இடதுகை என ஒவ்வொரு உறுப்பாகப் பிய்த்தெறிந்தவன் மல்லாந்து கிடந்த ஒரு சவத்தின் முகத்தில் தன்னைக் கண்டதும் தன் கண்களைப் பிடுங்கி மூர்ச்சையுற்று உருண்டான்.

அவன் எழுந்தபோது பழக்கப்பட்ட தன் அறையின் மணத்தை உணர்ந்தான். ஜன்னல் திறந்ததும் வந்த காற்றில் உடலின் வியர்வைத் துளிகள் கரைந்து கொண்டிருந்தன. அதே அறையில் பக்கத்துக் கட்டில் வெறுமையாக இருந்தது.

புலிப்பாணி ஜோதிடர்

காலபைரவன்

இலைக்கட்டை கொண்டுவந்து கீழே வைத்தபோது எல்லோரும் கும்பல் கும்பலாக நின்று பேசிக்கொண்டிருந்தனர். வெளியில் வெப்பம் தகித்தது. பகல் விரிவு கொள்ளத் தொடங்கியதுமே வெப்பத்தின் தாக்கம் உக்கிரமாக வெளிப்பட ஆரம்பித்து விடுகிறது. தோட்டத்தை அடைத்தபடி கொட்டாரப் பந்தல் போடப்பட்டிருந்ததால் உள்ளே அனலின் தாக்கம் மட்டுப்பட்டிருந்தது. பெரிய பெரிய அண்டாக்களில் சாதத்தை வடித்து, கீழ்க்கண்ட அறையில், வைக்கோல் மேல் பரப்பப்பட்டிருந்தத காடாத்துணி மீது கொட்டி ஆறவைத்திருந்தனர். சமையல்காரர்கள் திருபுவனத்திலிருந்து அழைத்து வரப்பட்டவர்கள். தாத்தாவிற்கு வேண்டப்பட்டவர்கள் என்பதால் அவர்களே தொடர்ந்து வரவழைக்கப்பட்டார்கள். நல்ல கைப்பக்குவம், சுவைபடச் சமைப்பதில் திறமை கூடியவர்கள். சந்தவாசலிலிருந்து பூக்கூடைகள் வந்து சேருவது வழக்கம். பூக்கட்டுபவர்கள் வேட்ட வலத்துக்காரர்கள், தண்டமாலை கட்டுகிறவர் மட்டும் தனியாக சுவாமிமலையிலிருந்து அழைத்து வரப்படுவார். அவரவர் வேலைகள் கனகச்சித்தமாக நடந்து கொண்டிருக்கும். முதல் தினமே வந்து சேரும் பூக்கூடைகளை ரோட்டிலிருந்து வீட்டிற்கு கொண்டு வருவது என்னுடைய பொறுப்பு. தீபாவளிக்கு ஊருக்கு வருபவர்கள் இருந்து சூரசம்கார விழாவைக் கண்டு களித்து விட்டுச் செல்வது வழக்கம். திருவிழா பத்து நாட்கள் வரை நீளும். நான்காவது நாள் திருவிழா தாத்தாவுடையது. வீட்டில் இந்த பத்து நாட்களும் ஒரே கூச்சல் கும்மாளம் தான். குழந்தைகள் அங்கும் இங்கும் ஓடிப்பிடித்து விளையாடியபடியிருப்பார்கள். உறவினர்கள் தவிர, தாத்தாவிற்கு தெரிந்தவர்கள் நிறையப் பேர் வருவது வழக்கம். ஒவ்வொருவரையும் உபசரிப்பதன் அவசியத்தை தாத்தாவைப் பார்த்தே நாங்கள் கற்றுக்கொண்டோம். வீடு ரெண்டு கட்டிடமாக இருக்கும். முதல் பாகம் மெத்தை கட்டிடமாகவும், அதைத் தொடர்ந்து சீமை

ஓடு வேயப்பட்டதாகவும் இருக்கும். திருவிழாவிற்கு முதல்நாள் இரவு யாரும் அனேகமாக தூங்குவது கிடையாது. சிறுவர்கள் மட்டும் உறங்கியபடியிருப்பார்கள். பெரியவர்கள் கால்களை நீட்டியபடி கதை பேசிக்கொண்டு காய்கறிகளை நறுக்கிக் கொண்டிருப்பார்கள். ஆயா ஒரு ஓரத்தில் அமர்ந்து, வெற்றிலையை மடக்கி தன் வாயில் வைத்தபடி ஏதாவது பழங்கதையைப் பேசிக்கொண்டிருப்பாள். தோட்டத்துப் பந்தலில், சமையல்காரர்கள் சிறிய ஸ்டூலில் அமர்ந்து ஜாங்கிரி பிழிந்து கொண்டிருப்பார்கள். சிவன் கோயிலில் தர்மபுரம் சுவாமிநாதனோ மழையூர் சதாசிவமோ பாடிய ஒலி நாடா ஒலித்துக் கொண்டிருக்கும்.

“டேய் அங்கயே ஏன் மாடு மாதிரி நிக்கிர” எனும் மாமாவின் குரல் என்னை பழைய நினைவுகளிலிருந்து மீளச்செய்வதாக இருந்தது. விழுப்புரத்துச் சித்தி பையன் எதையோ தூக்கிக்கொண்டு வேகமாக தெருப்பக்கம் ஓடினான். நடுக்கூடத்தைக் கடந்து நான் தோட்டத்திற்கு சென்றேன். அங்கு கிழக்கில் இருந்த கிணற்றடியில் அம்மாவும் குள்ளோண்டு ஆயாவும் பேசிக்கொண்டிருப்பதைக் கண்டு அவர்கள் அருகில் சென்றேன். நான் வருவதைக் கண்டதும் அவர்கள் பேச்சை நிறுத்திவிட்டு பாத்திரம் துலக்குவதில் மும்முரமானார்கள். நான் உளறுவாய் என்பதும், என்னிடம் எதைச் சொன்னாலும் அது தங்காது என்பதும் அம்மாவின் திடமான எண்ணம். நான் அருகில் சென்று பேச்சுக் கொடுத்தேன். “என்னம்மா எல்லோரும் கும்ப கும்பலா நின்னு பேசிக்கிறாங்க?” “ஒன்னுமில்லைடா” அதற்குள் மாமா அந்தப் பக்கமாக வர, அம்மா பாத்திரங்களைத் தண்ணீரில் அலசி எடுத்துக்கொண்டு உள்ளே சென்றுவிட்டாள். நான் குள்ளோண்டு ஆயாவைத் தொடர்ந்து நச்சரிக்கத் தொடங்கினேன். “ஆயா, நீயாவது சொல்லு” “ஒங்க தாத்தா வந்துட்டு போனாறான்டா” “யார் கனவுல” “போடா போக்கத்தவனே, கனவுல இல்லடா, நெஜத்துல” “என்ன பாட்டி ஓலர்ற” “நானா ஓலர்ரேன், அங்க போயிபாரு, உங்க தாத்தா காலடி அவ்ளோ துல்லியமா பதிஞ்சிருக்குது” “எங்க” “சமையக் கொட்டாயில” குள்ளோண்டு ஆயா கூறியதும் எனது நினைவு அடுக்குகள் மெல்ல விரிவடைய ஆரம்பித்தன. 'புலிப்பானி ஜோதிடர் இல்லம்' என முகப்பில் பொறிந்திருக்கும் வண்ணம் மங்கிய தாத்தாவின் வீடு எனது மனதில் அலையடித்தபடி இருந்தது.

தாத்தாவைப் பற்றிய மங்கலான சித்திரம் ஒன்று என் மனதில் உருக்கூடத் தொடங்கியது. அவரின் வாழ்வை ஒட்டு மொத்தமாக யோசிப்பதென்பது மலையைக் கெல்லி எலி பிடிப்பதற்கொப்பானதாகும். அந்த அளவிற்கு நீல அகலங்களைக் கொண்டது அவரது வாழ்க்கை . நான் அறிந்த வரையில் அவர் இயல்பை மீறிய வாழ்க்கையையே வாழ்ந்ததாகத் தோன்றுகிறது. நான் அது குறித்து எப்போதாவது கேட்டால், பதில்

ஏதும் அளிக்காமல் மென்மையான ஓர் சிரிப்பை மட்டும் உதிர்த்து விடுவதை வழக்கமாக்கிக் கொண்டிருந்தார். பாட்டியின் மூலமாகத்தான் அவரது இளம் வயது வாழ்க்கைச் சிக்கல்களை அறிய முடிந்தது. ஒரு பிச்சைக்காரனுக்கு ஒப்பானதொரு வாழ்க்கையை அவர் வாழ்ந்து பார்த்திருக்கிறாரென்றும், அவரது பெற்றோர்கள் இறந்தபிறகு ஒரு நாடோடியைப் போல் திரிந்திருக்கிறார் என்பதையும் உறவினர்கள் சொல்லக் கேட்டிருக்கின்றேன். பிறகு பல வீடுகளில் கூலி வேலை செய்து ஜீவனம் நடத்தி வந்ததாகவும், அப்போது கூனமுட்டு வைதேகியின் கர்ப்பத்துக்கு இவர்தான் காரணம் எனக்கூறி சிவன் கோயில் எதிரில் உள்ள கல்தூணில் கட்டிவைத்து அடித்ததாகவும் அன்று இரவே திருவிதாங்கூர் சென்றவர் மந்திரங்களைக் கற்றுக் கொண்டதாகவும் ஒரு செய்தி உலவியதாக பாட்டி கூறும்போது அவள கண்களில் நீர் திரள்வதைப் பார்க்க ஒரு மாதிரியாக இருக்கும். அப்போது அவள் கன்னங்களில் மெல்லிய கோடுகள் ஏறி இறங்குவதைக் காணமுடியும். பாட்டி எங்களிடம் கூறுவதைக் கேட்டு உணர்ச்சிவசப்படும்போதெல்லாம் தாத்தா எங்களிடம் சொல்லுவார். அப்போது அவரின் காது மடல்கள் துடிப்பதையும் விழிகள் படபடப்பதையும் காணமுடியும். "சாமி சாமின்னு இப்பதான் எழையரானுவ. சின்ன வயசுல ஒரு டம்ளர் தண்ணிக்கு நாதியத்து கிடந்தப்ப எவனும் கண்டுகினது இல்ல. வாங்க வந்து வடம்புடிச்சு குடுங்கன்னு கேக்கற இதே பாளத்தார் தான் அப்ப என்ன ஓடஓட அடிச்சு வெறட்டனாரு. செங்குறிச்சார் வீட்டு மாட்டுக் கொட்டாயில எத்தன ராத்தரி தூங்கியிருப்பேன் தெரியுமா?" தாத்தா இதுமாதிரி பேசும்போது பாட்டியின் கண்கள் குளமாகிவிடும். பெரியம்மா, சித்தி, அம்மா ஆகியோர் விசும்பத் தொடங்குவர். ஒரு இறுக்கமான சூழல் நீடித்தபடியிருக்கும். தாத்தா இடுப்பு மடிப்பில் வைத்திருக்கும் பொடி டப்பியை எடுத்து லாவகத்தோடு தட்டித் திறந்து, ஒரு சிட்டிகைப் பொடியை எடுத்துப் போட்டுக்கொண்டு தும்முவார். அவரது தும்மலை நாங்கள் எதிர்பார்த்தபடியிருப்போம். தனது தாடி மீசையைக் கோதிக்கொண்டு பேச எத்தனிக்கும் அவரை இடைமறித்து அம்மா பேசுவாள். “போதும்பா, போயி படுங்க” “நா இருக்கறப்பவே சொன்னாதான்... எனக்கு பின்னாடி எங்கதைய யார் வந்து சொல்லுவா” “உங்க பசங்களும், பேரப்பசங்களும் கண்டிப்பா சொல்லுவாங்கப்பா” “சாவாம மூச்சோட இருந்தா பாக்கத்தான போறன்” என கூறிக்கொண்டே அவர் படுக்கையை தயார் செய்யத் தொடங்கும் போது நாங்கள் தூங்க ஆரம்பித்திருப்போம். நாங்கள் தூங்கியதை உறுதி செய்த பிறகுதான் பாட்டி உறங்கச் செல்வது வழக்கம். பல்வேறுபட்ட தருணங்கள் மூலமாகத்தான் தாத்தாவின் வாழ்க்கையை உணரமுடிந்தது. எதேச்சையாக நிகழும் அவற்றை சற்று கவனத்தோடு இருந்தாலொழிய அணுகமுடியாது. நெருக்கடியான நேரங்களில், நீண்டபடியிருக்கும் இரவுகளில் தன்னந்தனியே மொட்டை மாடியில் அமர்ந்து அவர் மது

அருந்துவதைப் பார்த்திருக்கிறேன். யாரும் அது குறித்து அவரிடம் கேட்கமுடியாமல் தவித்தபோது நான் மட்டும் விளையாட்டாக கேட்க அவர் சொன்னார். "குடிக்கறது தப்பான பழக்கமான்னு தெரியல, செதைஞ்சு கிடக்கிற மனச அமைதி படுத்தறதா ஒரு நெனப்பு. அதாலதான் குடிக்க ஆரம்பிக்கிறோம். கடைசில அதோட பிடியில் சிக்க வேண்டியிருக்கு. யாரு வாழ்க்கையை முழுசா வாழ்ந்து பார்க்குறா... அவங்களுக்காக யாருமே வாழறது கெடையாது. மத்தவங்களுக்கா எவ்ளோ நாள் தான் வாழறது. ஒரே அலுப்பா இருக்குடா. எனக்கு இப்ப கெடைக்கிற மரியாதய பாத்தா ஒரு விதத்துல பயமா இருக்குது. இன்னொரு விதத்துல அது சரின்னு தான் தோணுது." "என்னால் எதையும் புரிந்துகொள்ள முடியவில்லை. அதையெல்லாம் உணரக்கூடிய வயதும் இல்லை. ஒரு புட்டியைத் திறந்து கண்ணாடிக் கோப்பையில் மெல்ல மதுவை ஊற்றுவார். அந்த புட்டியை பார்ப்பதற்கு அவ்வளவு அழகாக இருக்கும். வளைந்து நெளிந்து காணப்படும் கண்ணாடிப் புட்டியை அதுவரை நான் கண்டதில்லை. கோப்பையில் அளவாக தண்ணீர் கலந்து மெல்ல எடுத்து உறிஞ்சும்போது அவரிடம் எந்தவித பதட்டத்தையும் காணமுடியாது. ஆனால் அப்பாவும் சித்தப்பாவும் இதுமாதிரி அமைதியாகக் குடித்து நான் கண்டதில்லை. சித்திக்கு கொடுத்ததை நான் மட்டும் கவனித்துக் கொண்டிருந்தேன். அதைப்பற்றி அவ்வப்போது சித்தியிடம் கிண்டலுடன் கேட்பேன். "சித்தி நீயுந்தான் குடிச்ச" "போடா தடியா" உதட்டைக் கடித்தபடி சித்தி என்னை விரட்டுவாள். அதைக்கண்டு எல்லோரும் சிரிப்பார்கள். சிறுவர்கள் ஏதும் புரியாமல் வேடிக்கைப் பார்த்துக் கொண்டிருப்பார்கள். வாரத்தில் மூன்று நாட்கள் தாத்தா ஜோதிடம் சொல்லுவது வழக்கம். திங்கள், புதன் மற்றும் வெள்ளிக்கிழமைகளில் வீட்டில் கூட்டம் குழுமியடி இருக்கும். மிகச்சாதாரணமாக நான்கைந்து விலையுயர்ந்த கார்கள் வீட்டுமுன் நிறுத்தப்பட்டிருப்பதைக் காணமுடியும். தாத்தா ஜோதிடம் சொல்ல ஆரம்பித்தால் யாரும் அருகில் செல்லக்கூடாது. அவரது எதிரில் ஜோதிடம் பார்க்க வந்தவர்கள் மௌனமாக அமர்ந்து கொண்டிருக்க அவர், அவர்களது ஜாதகத்தைப் புரட்டியபடி இருப்பார். பின் அருகில் வைத்திருக்கும் பல்பத்தைக் கொண்டு சிமெண்ட் தரையில் வரிவரியாக எழுதிபார்ப்பதும் அழிப்பதுமாக இருப்பார். அருகில் சென்று பார்த்தால் கோபத்தோடு முறைத்துப்பார்ப்பார். பாட்டி அவ்வப்போது குடிக்கத் தண்ணீர் கொண்டு வந்து வைத்துவிட்டு சென்றுவிடுவாள். சிறிது நேரம் கண்களை மூடி, எதையோ யோசித்தபடி இருக்குமவரின் தொண்டைக்குழி ஏறி இறங்குவதைக் காணமுடியும். பிறகு சரளமாகப் பேச ஆரம்பிக்கும் அவரிடம் இருந்து அட்சர சுத்தமாக வார்த்தைகள் வந்து விழும். ஏதோ பாட்டை ஒப்பிப்பது போல இருக்கும் அதைப்பார்ப்பதற்கு. இடையிடையே எதிரில் அமர்ந்திருப்பவர்களைப்

பார்த்துக் கேட்பார். இரண்டொரு வார்த்தைகள்தான் காதில் கேட்கும். ரொம்பவும் கூர்ந்து கேட்டால் எதிரிலிருப்பவர்களின் பேச்சை புரிந்துகொள்ள முடியும். ஆனால் யாரும் அந்த பக்கமே வரமாட்டார்கள். ஒரு விளையாட்டைப்போல வெகு லாவகமாக அவர் ஈடுபாட்டுடன் ஜோதிடம் சொல்வதை பார்ப்பதற்கு எனக்கு ஆச்சரியமாக இருக்கும். வந்தவர்கள் திருப்தியோடு எழுந்து சென்று கொண்டிருக்கும்போது தாத்தா எழுதிய தரையை அழித்தபடியிருப்பார். இன்று அரசியலில் இருக்கும் முதுபெரும் தலைவர்கள், திரைப்பட நட்சத்திரங்கள் அநேகமாக தாத்தாவிடம் தங்களது ஜாதகங்களை ஏதாவதொரு சந்தர்ப்பங்களில் கணித்தவர்களாகத்தான் இருப்பார்கள். அதன் மூலம் அவர் அடையும் அனுகூலங்கள் அனைத்தையும், ஏதாவது கோயில் குளம் துப்புரவு செய்ய என்று வந்து நிற்பவர்களிடம் கொடுத்துவிடுவார். அதையும் மீறி தாத்தாவிடம் செல்வம் சேர்ந்தபடியே இருந்ததை என்னால் அறிய முடிந்தது. மாதத்தில் எப்படியும் ஒரு வாரம் பத்து நாட்கள் தாத்தா வெளியூர் சென்று விடுவார். கத்தை கத்தையாக முகவரி அட்டைகளை வைத்திருக்கும் அவர் அதிகம் படிக்காதவராக இருந்ததாலும் யாரின் துணையுமில்லாமல் இந்தியாவில் எங்கு வேண்டுமானாலும் பயணிக்கக் கூடிய திறனைப் பெற்றிருப்பதைக் காணும்போது எங்களுக்கு ஆச்சரியமாக இருக்கும். சரியான முகவரி அட்டைகளை எப்படித்தான் அடையாளம் கண்டு கொள்கிறாரென்பதை எங்களால் புரிந்து கொள்ள முடியவில்லை. ஒரு சித்திரத்தைப் பதிய வைத்துக் கொள்வதைப் போல முகவரி அட்டைகளை நினைவில் அடுக்கிக் கொள்கிறாரோ என்றும் எண்ண வேண்டியிருந்தது. வெளியூர் பயணம் செல்லுமுன்பே அதற்கான ஆயத்த வேலைகள் தொடங்கிவிடும். அடுக்கம் காட்டிலிருந்து கொண்டு வரப்பட்ட நன்கு முற்றிய சூரமுட்கள் கொண்ட குச்சிகளைக் கழுவி சிறுசிறு துண்டுகளாக நறுக்கி அவற்றில் அடர்த்தியாக மஞ்சள் பூசி பின் அவற்றில் நெருக்கமான வெள்ளை நூலை சுற்ற வேண்டும். நம்முடைய இஷ்டம் போலவும் செய்துவிட முடியாது. கூர்ந்து பார்த்தபடி இருக்கும் அவர் உரியமுறையில் சுற்றப்படுகிறதா என்பதையும் அடிக்கடி பரிசோதித்தபடி இருப்பார்.

பின்னர் அரகண்டநல்லூரில் இருந்து வாங்கி வந்த கருப்பு முடி கயிற்றை வெள்ளை நூல் மீது இறுக்கமாகச் சுற்றி, அருகிலிருக்கும் சிறுசிறு துண்டு வெள்ளை காடாத்துணியில் தெருமண், தலைமுடி, பழைய இரும்பு ஆகியவைகளைப் போட்டு முடிச்சிட்டு துண்டு துண்டாக நறுக்கப்பட்டிருக்கும் குச்சில் கட்டித் தொங்கவிட்டு பின் அவற்றில் ஆங்காங்கே சிவப்பில் பொட்டிட வேண்டும். மேலும் அதில் அவர் சிறுசிறு மாற்றங்களைச் செய்து பழைய செய்தித்தாள்களில் சுருட்டி அருகிலிருக்கும் பையில் அடுக்கிக் கொள்வார். ராமேஸ்வரத்திலிருந்து மொத்தமாக வாங்கி வரப்பட்ட வலம்புரிச்

சங்கில் சிலவற்றை எடுத்து சோதித்துப் பார்த்து தனது சூட்கேஸில் அடுக்கிக் கொண்டாரென்றால் அன்றிரவு அவர் பயணத்திற்கு தயாராகி விட்டார் என்று புரிந்து கொள்ள வேண்டும். இது போன்ற நிகழ்வுகளில் தொடர்ந்து பங்கேற்றதன் காரணத்தால் ஜோதிடத்தை என்னால் முழுவதுமாக நம்ப முடியாமல் போனது. இத்தோடு மட்டுமல்லாமல் இரண்டு மூன்று முறைகள் நான் அவரிடம் எனக்காகக் கேட்டது எதுவுமே பலிக்கவில்லை . 1992ஆம் வருஷம் உலகக்கோப்பை நடந்து கொண்டிருக்கும்போது ஆர்வ மிகுதியில் அவரிடம் கேட்டேன். “தாத்தா இந்த வேர்ல்ட் கப்ப நாம ஜெயிப்பமா?" "கண்டிப்பா நமக்குத்தான் கப்பு அதிலென்ன சந்தேகம்” ரொம்ப ஆர்வமாகத்தான் சொன்னார். ஆனால் நமக்கு வாய்ப்பில்லாமல் போனதால் எனது நண்பர்கள் மத்தியில் நான் அவமானப்பட வேண்டியிருந்தது. அடுத்து நான் பத்தாவது பரீட்சை எழுதியவுடன் அவரிடம் என்னுடைய ஜாதகத்தைக் கொடுத்துக் கேட்டேன். எனக்கு விருப்பமில்லாவிட்டாலும் அம்மாவின் பேச்சை தட்ட முடியவில்லை. தாத்தாவின் கணிப்பு கட்டாயம் பலிக்குமென்பது அவளின் நினைப்பு. “தாத்தா நான் எவ்ளோ மார்க் எடுப்பேன்”? “நானூத்தி அம்பதுக்கு மேல” “மேல்படிப்புக்கு போவனா” “கண்டிப்பா நீ டாக்டருக்கு படிப்பே” இதைக் கூறும்போது அவர் கண்களில் ஓர் பிரகாசம் தோன்றி மறைவதைக் காணமுடிந்தது. அவரின் பதில் எனக்கு அப்போது ரொம்ப மகிழ்ச்சியை ஏற்படுத்தியது. ஆனால் பிறகு தேர்வு முடிவுகள் வேறுவிதமாக அமைந்தன. நான் ஆங்கிலத்தில் தவறியிருந்தேன். குறைந்தபட்சம் என்னால் பணம் கொடுத்து ஒரு தனியார் ஐ.டி.ஐ.யில் தான் இடம்பிடிக்க முடிந்தது. மூன்றாவதாக அத்தை கருத்தரித்தபோது அவரிடம் கேட்டேன். இந்த முறை அவரை எப்படியும் முட்டாளாக்கி விடவேண்டும் என்ற தன் முனைப்பே என்னிடம் மேலோங்கி இருந்ததை உணர முடிந்தது. “அத்தைக்கு என்ன கொழந்த பொறக்கும்" "கண்டிப்பா பொண்ணுதான்" அவர் கூறியது தவறென அறிந்து கொள்ள சில மாதங்கள் காத்திருக்க வேண்டியிருந்தது. பரிசோதனை செய்து பார்த்ததில் அத்தையின் வயிற்றில் ஒரு பெரிய கட்டி வளர்ந்திருப்பது கண்டு பிடிக்கப்பட்டது. தொடர் நிகழ்வுகளால் எனக்கு அவரின் ஜோதிடம் குறித்து ஐயம் ஏற்பட்டது. ஜோதிடம் பிறருக்குத்தான் பலிக்குமோ என்றும் எண்ண வேண்டியிருந்தது. தன்னுடைய கணிப்புகள் தவறாகிக் கொண்டு வருவது குறித்து அவர் எவ்வித சமாதானத்தையும் என்னிடம் கூறாதது எனக்கு கோபத்தை ஏற்படுத்தியது. அதன் பிறகு நான் அவரிடம் எதுவும் கேட்பதில்லை. மேலும் தொடர்ந்து பரிசோதித்துப் பார்ப்பதென்பது நம்முடைய முட்டாள் தனத்தை காட்டி விடக்கூடிய வாய்ப்பும் இருக்கிறதென்பதையும் நான் உணர்ந்தேயிருந்தேன். ஆனாலும் அவர் மேலும் மேலும் ஜோதிடக்கலையின் உச்சம் நோக்கி நகர்ந்தபடியேயிருந்தது. அவரைப் பற்றிய எதிர்மறையான சிந்தனையை

என்னுள் துரிதப்படுத்தவே செய்தது. அப்போது நான் ஒரு நாள் அவரிடம் கேட்டேன். “தாத்தா நீங்க ஜாதகம் என்ற பேர்ல பொய்தான சொல்றீங்க” “உண்மை எது பொய் எதுன்னு உன்னால சொல்லமுடியுமா?” நான் மௌனமாக இருந்தேன். அவரே தொடர்ந்து பேசத் தொடங்கினார். “உண்மைக்கும் பொய்க்கும் ரொம்ப வித்தியாசம் கெடயாது. நாமதான் ரெண்டையும் எதிரெதிர் துருவங்களா நெனச்சிகுனு இருக்கோம். கஷ்டம்னு எங்கிட்ட வராங்க. நாலு வார்த்தை ஆறுதலா சொன்னா அவங்களுக்கு ஒரு திருப்தி. இதுல யாருக்கும் எதுவும் கொறஞ்சிட போறதில்ல” எனக்கு அவரை மறுக்க வேண்டும் போல இருந்தது. ஆனால் முடியவில்லை. அதன் பிறகு தாத்தாவிடம் என்னால் உணர்வுபூர்வமாக நெருங்க முடியாமல் போனது. விடுமுறைக்காலங்களில் பாட்டி வீட்டிற்கு செல்வதில் ஏற்பட்ட விருப்பம் மெல்ல குறையத் தொடங்கியது. அதன்பிறகு வெகுநாட்கள் கழித்து அவரை கடலூர் பொது மருத்துவமனையில் சென்று சந்தித்ததாக நினைவு. என்னை வாஞ்சையுடன் தடவிக் கொடுத்தவர் தின்பதற்கு உலர்ந்த ரொட்டித் துண்டுகளை எடுத்துக் கொடுத்தார். அவரது விழிகளில் இன்னும் வாழ்ந்து பார்க்காத வாழ்வின் எச்சங்கள் மிதப்பதைக் காண முடிந்தது. தாடி மீசை மழிக்கப்பட்டு, பார்ப்பதற்கு சிறு வயதுகளில் பாட்டி சொன்ன கதைகளில் வரும் சூனியக்காரனைப் போல காணப்பட்டார். அந்த நினைவுகளிலிருந்து மீள இரண்டு மூன்று நாட்கள் ஆனது. இருட்டில் உற்றுப்பார்த்தால், தாத்தா மருத்துவமனையில் படுத்தபடி என்னைப் பார்த்து சிரிப்பது போன்ற சித்தரம் தோன்றி மறைந்தபடியிருந்தது. கீழே விழுந்த பாத்திரத்தின் கர்ணகொடூரமான சத்தத்தால் தாத்தாவின் பிம்பம் மெல்ல நழுவத் தொடங்கிய போது என்னை இயல்பு நிலைக்கு அழைப்பதாக இருந்தது மாமாவின் குரல். அங்கு யாரையோ அவர் அதட்டி வேலை வாங்கிக் கொண்டிருந்தார். நான் மெல்ல நடந்து தெருப்பக்கம் வந்தேன். வீரவாகு தேவர்கள் வேலேடுத்து வரும் நேரம் நெருங்கிக் கொண்டிருந்தது. தெருவில் நீர் தெளிக்க அம்மாவும் சித்தியும் சென்றனர். சித்தப்பாவும் அப்பாவும் கூடத்தை தடுத்திருந்த மரப்பலகையை அகற்றிக் கொண்டிருந்தனர். சாமி வந்து ஆடியபடி இருக்கும் சித்தி சித்தப்பா மற்றும் அம்மா பற்றிய கடந்த கால சித்திரம் என் மனதில் தோன்றி மறைந்தது. வீரவாகு தேவர்களின் கால்களைக் கழுவ கிணற்றிலிருந்து தண்ணீரைக் கொண்டு வந்து தெருவில் வைத்தேன். தொடர்ச்சியான வேலைப்பளுவின் காரணமாக என்னில் தொய்வு ஏற்படும் போதெல்லாம், “உன்னவிட்டா இவ்ளோ கச்சிதமா யாராலடா செய்யமுடியும்?” என்று கூறும் தாத்தாவை நினைத்த நொடியில் ஊக்கம் பெற்றவனாகி விடுவதன் அர்த்தம் இன்னும் புரிந்தபாடில்லை. என்னிடம் வேலை வாங்குவதற்கு தாத்தா கையாண்ட உத்தியாகவும் அது இருந்திருக்கக்கூடும். கூடத்தில் சித்தப்பா இலைகளை நறுக்கிக் கொண்டிருந்தார். மேலே மின்விசிறி

சுழன்றபடியிருந்தது. கூடத்துச் சுவரில் மாட்டப்பட்டிருந்த புகைப்படங்களை பலர் பார்த்தபடி நின்று கொண்டிருந்தனர். ஒவ்வொரு புகைப்படத்தின் பின்பும் விஸ்தாரமானதொரு கதை ஒளிந்து கொண்டிருப்பதை நிச்சயம் அவர்களால் முழுமையாக உணர்ந்து கொள்ள முடியாது. ஒரு புகைப்படத்தைப் பற்றி மட்டும் பாட்டியிடம் கேட்டால், நீட்டி முழக்கி நாள் முழுக்க சொல்லுமளவுக்கு அவளிடம் விஷயமிருக்கும். அந்த அளவுக்கு தாத்தாவின் உலகம் பெரியது. இலைகளை நறுக்கிக் கொண்டிருக்கும் சித்தப்பா என்னை அழைத்தார். "டேய் இந்த எலைகள கட்டு கட்டி மேல கொண்டு போயி வை" நான் இலைகளைத் தரம் வாரியாகப் பிரித்து, அடுக்கிக் கொண்டிருந்தேன். கட்டுவதில் உதவியாக எதிர்வீட்டு மாமா இருந்தார். அவரைப் பார்த்து சித்தப்பா கேட்டார். "வேன் எங்க வருதுன்னு தெரியுமா?" "சந்தபேட்டை தெருவண்ட சத்தம் கேட்டிச்சி" "அப்ப கிட்ட வந்துட்டாங்க" எதிர்வீட்டு மாமா ஆமாம் என்பது போல தலையசைத்தார். அக்கம் பக்கத்து வீட்டுக்காரர்கள் வரத்தொடங்கியிருந்தனர். சாப்பாட்டு வகைகள் மெத்தைக்கு எடுத்துச் செல்லப்பட்டுக் கொண்டிருந்தன. ஷாமியானா விரிக்கப்பட்டிருந்ததால் மெத்தையில் அவ்வளவாக வெயில் தெரியவில்லை. நடுத்தெருவருகே மேளச்சத்தம் நன்கு கேட்டது. மாடி யிலிருந்து கீழிறங்கி தெருவிற்கு வந்தேன். நடுத்தெருவிலிருந்து வளைந்து, ஆயா வீட்டை நோக்கி வீரவாகு தேவர்கள் வேல்களைத் தாங்கி, கந்தர் அலங்காரத்திலிருந்து ஒரு பாடலை உச்சஸ்தாயியில் பாடியபடி வந்து கொண்டிருந்தனர். மேளமும், தாளமும் நுட்பமாக என்னுடம்பில் சிலிர்ப்பை ஏற்படுத்தின. மெல்ல என் உடம்பு நடுங்குவதை உணர முடிந்தது. வீடிற்கு எதிரே வந்த வீரவாகு தேவர்கள் இரண்டு வரிசையாக நின்றனர். முதலில் ஒரு குடத்து நீரால் அம்மா அவர்களின் கால்களைக் கழுவி சுத்தப்படுத்தினாள். தொடர்ந்து பக்கத்து வீட்டு உண்ணாமலை அக்கா, அவர்களின் கால்களில் மஞ்சளைத் தடவியபடி சென்றாள். அவளைத் தொடர்ந்து விழுப்புரத்து சித்தி மஞ்சள் தடவிய இடங்களில் சிவப்பு கொண்டு பொட்டிட்டு, அட்சதையை வைத்தபடி சென்றாள். பெரிய மாமா எல்லோரையும் அழைத்துக் கொண்டு துண்டை எடுத்து இடுப்பில் கட்டியபடி வீரவாகு தேவர்களை சுற்றி வந்தார். பின் தொடர்ந்து நாங்கள் எல்லோரும் சுற்றி வந்து அவர்களது கால்களில் விழுந்து வணங்கினோம். அக்கம்பக்கத்து வீட்டுக்காரர்கள் வைத்தகண் வாங்காமல் பார்த்துக் கொண்டிருந்தனர். நேர் மேலே கருடன் மெல்ல வட்டமிட்டபடி இருந்ததைக் கண்ட கூட்டம் ஆர்ப்பரித்தது. மேளமும் தாளச்சத்தமும் விண் அதிர எழுந்தது. "முருகனுக்கு அரோகரா", "கந்தனுக்கு அரோகரா", வேல் வேல் வெற்றிவேல் என எல்லோரும் பெருங்குரலெடுத்துக் கூவினர். தளராத வேகத்தில் மேளக்காரர் வாசித்துக் கொண்டிருந்தார். உள்ளிருந்து, வேக வேகமாக சாமியாடியபடி சித்தப்பா வீதிக்கு வந்தார். அவரது கண்கள் ரத்தச் சிவப்பாக இருந்தன.

முகம் இறுகிக் காணப்பட்டது. வீதிகளில் மக்கள் கூட்டம் சிதறிக் கிடந்தது. மேளத்திலிருந்து பீறிட்டெழும் இசைக்கேற்ப சித்தப்பா ஆடியபடியிருந்தார். சித்தி இருந்த இடத்திலிருந்தே மெல்ல ஆடத்தொடங்கினாள். சன்னியாசி மாமா மேளக்காரர்களை வேகமாக வாசிக்கும்படி சைகை மூலம் தெரிவித்தார். மேளச்சத்தம் கூடியது. சித்தியும் சித்தப்பாவும் உக்கிரமாக ஆடிக்கொண்டிருந்தனர். எனக்கு உடல் முறுக்கேறிக் கொண்டு வந்தது. நா வறண்டு போவது போல் இருந்தது. பின் வீரவாகு தேவர்கள் அதிவேகத்துடன் உள்ளே நுழைந்தனர். தாண்டவராயன் மாமா ஆடிக்கொண்டிருக்கும் இருவரையும் உள்ளே அழைத்துச் சென்றார். பூஜை அறையில் வீரவாகு தேவர்கள் தாங்கள் கொண்டு வந்த வேல்களை இறக்கி வைத்து விட்டு, தங்களது இடைத்துணிகளை சீர்செய்து கொண்டனர். அதிகமான கூட்டத்தால் அறையில் ஒருவித நெடி பரவியது. சித்தப்பாவும் சித்தியும் இன்னும் ஆடிக்கொண்டிருந்தனர். தாண்டவராய மாமா அவர்களைப் பார்த்து பேச ஆரம்பித்தார். "படைக்கிற நேரமும் நெருங்கிச்சி, வந்திருக்கிற நீங்க யாருன்னு சொன்னா சௌகரியமாக இருக்கும்" "மலையனூரு ஆத்தா வந்திருக்கேண்டா" "ரொம்ப ரொம்ப சந்தோஷம் தாயி, ஏதாவது குத்தம் கொறை உண்டா " "ரெண்டு வருஷமா நான் கேட்பாரு இல்லாம கெடக்கறேன்டா" இதைக்கேட்டதும், அம்மா கன்னத்தில் போட்டுக்கொண்டாள். தாண்டவராயன் மாமா அப்பாவிடம் விசாரித்தார். "ரெண்டு வருஷமா குலதெய்வத்துக்கு பொங்க வக்கிலியா?" இல்லை எனும் விதமாக அப்பா தலையசைத்தார். பின் தாண்டவராய மாமா ஆடிக்கொண்டிருக்கும் சித்தியிடம் பேசினார். "இந்த வருஷம் கண்டிப்பா குடும்பத்தோட வரோம் ஆத்தா" "நெஜந்தானடா" "நெஜந்தான் ஆத்தா" தாண்டவராய மாமா இதைக் கூறியதும் சித்தி பிரசாதம் வாங்குவதைப்போல கைகளை நீட்டினாள். கற்பூரத்தை ஏற்றி அவள் கையில் வைத்ததும் அதை வாயில் போட்டுக்கொண்டு மயங்கிச் சரிந்தாள். எதிர்வீட்டு மாமா அவளை இழுத்து, சுவற்றின் ஓரமாக சாத்தினார். சித்தி குடிக்கத் தண்ணீர் வேண்டுமென மெல்லிய குரலில் கேட்டாள். சன்னியாசி மாமா கொண்டு வந்து கொடுக்க அவள் குடித்துவிட்டு அங்கேயே ஒருக்களித்துப் படுத்துக்கொண்டாள். பின் ஆடிக்கொண்டிருந்த சித்தப்பாவை நோக்கி மாமா பேசினார். "நேரம் கடந்துகுனு இருக்குது, வந்திருக்கிறது யாருன்னு சொல்லலையே" "அடய் நான் புலிப்பானி வந்திருக்கேன்டா" அவர் கூறிய பெயரைக் கேட்டதும் கூட்டம் உணர்ச்சி வசப்பட்டது. சத்தம் மெல்ல அடங்கி நிசப்தமானது. சித்தப்பாவின் சுவாசம் பீதியூட்டுவதாக இருந்தது. கூடத்திலிருந்து பாட்டி ஓடி வந்து மாமாவைக் கூப்பிட்டு ஏதோ கூறினாள். அவளது விழிகள் ஆச்சரியத்தால் விரிந்திருப்பதைக் கவனிக்க முடிந்தது. ஓடி வந்ததன் காரணமாக அவளது சிவப்புக்கல் அரக்குத்தோடு ஆடியபடியே இருந்தபோது மாமா, சித்தப்பாவிடம்

பேசினார். "ஏதாவது கொறையுண்டோ ?" "செத்து நாலு வருஷமாச்சி, நா மூச்சிவுட்ட எடத்த யாராவது வந்து தீட்டு கழிச்சீங்களாடா?" கூட்டம் ஒருவரையொருவர் பார்த்துக் கொண்டது. அம்மா, அப்பாவைப் பார்த்தார். தாத்தா இறந்த போது நடந்த நிகழ்வுகள் பின்னலிட்டபடி மெல்ல எனது மனத்திரையிலோடியது. அன்று பகல் பன்னிரண்டு மணியிருக்கும். நான் பணிபுரியும் நிறுவனத்திற்கு, தாத்தா மரணப்படுக்கையில் இருப்பதாகத் தகவல் வந்தது. எனக்குத் தலை சுற்றியது. மெல்ல ஆசுவாசப்படுத்திக் கொண்டு புறப்பட்டேன். வழிநெடுக தாத்தாவின் பிம்பம் என் நினைவுகளில் ஓணான் கொடியைப் போல சுருண்டபடியிருந்தது. தாத்தா படுக்கையில் சிறு துரும்படை போல கிடந்தார். கண்கள் உள்ளிழுத்துக் கிடந்தன. நெஞ்சுக்கூடு மேலெழுந்து காணப்பட்டது. கடைவாயில் நீர் ஒழுகியபடி இருந்தது. மேல்மூச்சு கீழ்மூச்சு விடத் தொடங்கியிருந்தார். அருகில் வைத்திருந்த தம்ளரிலிருந்த பாலை எடுத்து அவரது வாயில் ஊற்றினேன். விழிகளில் இருந்த கருப்பு மணிகள் மெல்ல அசைந்தன. கண்களைத் திறக்க முயன்றவர் இயலாமல் மீண்டும் மூடிக்கொண்டார். பாட்டி தரையில் சிறிதளவு நீரைத் தெளித்து கைகளால் தரையை இழைத்து திரண்டு வரும் அந்தச் சாந்தை எடுத்து அவர் வாயில் வைத்தாள். தொண்டைக்குழியில் மெல்லிய அசைவு தோன்றி மறைந்தது. பிறகு நான் உள்ளே சென்று ஆடைகளைக் களைந்து விட்டு, சாப்பிடுவதற்கு அமர்ந்தேன். கூட்டத்திலிருந்து "அப்பா போயிட்டீங்களா" எனும் அம்மாவின் அழுகைச் சத்தம் கேட்க கூடத்திற்கு வந்து பார்த்தேன். எல்லோரும் மாரில் அடித்துக்கொண்டு அழுது கொண்டிருந்தனர். தாத்தாவின் முகம் எந்தச் சலனமுமற்று தெளிந்த நீரைப் போல இருந்தது. ஓயாத தாளச்சப்தம் என்து நினைவிழைகளை மெல்ல அறுத்தெறிந்த போது பூஜை அறை சப்தத்தால் நிரம்பி வழிந்தது. வீரவாகு தேவர்கள் கைகளை குறுக்காகக் கட்டிக்கொண்டு சுவற்றில் சாத்தப்பட்டிருந்த வேல்களைப் பார்த்தபடி நின்றிருந்தனர். படையல் தயாராக இருந்தது. உக்கிரத்தோடு ஆடிக்கொண்டிருந்த சித்தப்பாவிடம் மீண்டும் மாமா பேசினார். "சரி, சாமி கண்டிப்பா தீட்ட கழிச்சிடறோம்" "ஒவ்வொரு வருஷமும் சொல்றதோட சரி, அப்புறம் யாரும்கிட்ட வர்றது கிடையாது." "தப்புதான் சாமி. இனிமே அப்படி நடக்காது." "ம்" "கடைசியா ஒன்னு கேக்கலாமா?" சித்தப்பா விழிகளை உருட்டியபடி தலையாட்டினார். பின் மாமா கேட்டார். "காலையில சமையக்கூடத்துக்கு வந்தது நீங்க தானா சாமி?" "அதல என்னடா சந்தேகம்?" மேல்மூச்சு கீழ்மூச்சு வாங்கியபடி சித்தப்பா கூறியதும் கூட்டத்தில் சலசலப்பு பெருகியது. அம்மா வேகமாக ஓடிவந்து சித்தப்பாவைப் பார்த்துக் கேட்டாள். "சாமி இந்த வருஷமாவது என் சின்ன புள்ளைக்கு வேல வந்துருமா?" இல்லை எனும்விதமாக அவர் கைகளை ஆட்டியது அம்மாவை மௌனத்தில் ஆழ்த்தியது. பின் வேப்பிலையை நறநறவென

மென்றபடியே பேசினார். "அப்ப நான் மலையேறட்டுமா?" தாண்டவராய மாமா கற்பூரத்தைக் கொளுத்தி சித்தப்பாவின் கைகளில் வைத்தார். அவர் அதை வாயில் போட்டு கண்களை மூடியபடி தளர்ந்து சரிந்தார். கூட்டம் பலவிதமாகப் பேசிக்கொண்டது. தென்னண்ட வீட்டு ராமசாமி மாமா, எல்லோருக்கும் கேட்கும் படியாகவே சொன்னார். "ஓடா உழைச்ச மனுஷனை கொஞ்சத்துல மறந்திட்டீங்களேடா பசங்களா" வீரவாகு தேவர்கள் சாமிக்குப் படைத்து விட்டு, விரதம் செய்ய மாடிக்குச் சென்றனர். சிறுவர்கள் அனைவரும் மாடிக்குச் சென்று விட்டிருந்தனர். வீட்டில் இன்னும் இயல்புநிலை திரும்பியிருக்கவில்லை. நாங்கள் மட்டுமே பூஜை அறையில் இருந்தோம். சித்தப்பா மெல்ல கண் விழித்துப் பார்த்தார். பாட்டி அவருக்கு குடிக்கத் தண்ணீர் கொடுத்தாள். குடித்தபின் மெல்ல எழுந்த அவர், பாட்டியிடம் கேட்டார். "யாரு வந்தது?" "உங்க மாமா தான் வந்தாரு" "இன்னா சொன்னாரு" "அவர மறந்துட்டமாம். மூச்சுவிட்ட எடம் இன்னும் தீட்டு கழிக்காம கெடக்காம்" "அப்புறம் ஏதாவது சொன்னாரா?" "காலம்பற வந்தது கூட அவருதானாம்." "நாந்தான் அப்பவே சொன்னேனே" இருவருக்குமான உரையாடல் முடிந்த போது பாட்டியின் கண்களில் நீர் கோர்த்தபடியிருந்ததைக் காணமுடிந்தது. அம்மா அவளைத் தேற்றினாள். சித்தி மிகவும் களைப்படைந்தவளாக காணப்பட்டாள். சித்தப்பாவின் கண்கள் இன்னும் ரத்தச் சிவப்பாகவே காணப்பட்டன. பாட்டி புலம்பியபடி கூடத்துக்கு வந்தாள். மின்விசிறிக்கு கீழே சித்தியும், சித்தப்பாவும் அமர்ந்து கொண்டனர். தோட்டத்திலிருந்து விழுப்புரத்து சித்தி பையன் கையில் அப்பளத்தைத் தூக்கிக்கொண்டு தெருவைப் பார்த்து ஓடினான். மேலே பந்தி பரிமாறும் சப்தம் கேட்டது. எப்போதுமே பந்தியை கவனித்துக் கொள்ளும் பொறுப்பு அப்பாவினுடையதாக இருந்தது. மிகவும் கச்சிதமாக முடித்து விடுவார். இலைகளில் அதிகம் எதுவும் மீந்து விடாதபடிக்கு ஆட்களை வேலை வாங்குவார். ஒவ்வொருவரிடமும் உணவு குறித்து விசாரித்து அதன் நிறை குறைகளை அறிந்து கொள்வதில் சமர்த்தர். வானத்தில் பறவைகள் வட்டமிட்டுக் கொண்டிருப்பதை கூடத்து ஜன்னல் வழியாக காணமுடிந்தது. தோட்டத்து முருங்கை மரத்திலிருந்த காகம் கத்தியபடி யிருந்தது. வீரவாகு தேவர்கள் சாப்பிட்டு விட்டு, படுக்க மடத்திற்கு சென்ற பிறகு நாங்கள் சாப்பிடுவதற்கு மாடிக்குச் சென்றோம். பந்தி தயாராக இருந்தது. என் தம்பி பக்கத்தில், ரிஷிவந்தியத்து அத்தை அமர்ந்து கொண்டாள். தொனதொனவென்று பேசும் அவள் அவனிடம் பேச்சு கொடுத்தாள். "உங்க அம்மாவுக்கு ஏன்டா சாமி வரல" "அம்மாவுக்கு குடும்பக்கட்டுப்பாடு ஆபரேஷன் செஞ்சிருக்குது" "அதுக்கு என்னடா" "சாமி வந்து ஆடுனா தைலு பிரிஞ்சுடும், ஆட கூடாதுன்னு அப்பா சொல்லிட்டாரு" அவன் சொன்னதைக் கேட்டதும் கூட்டம்

கொல்லென சிரித்தது. அம்மா அவனைப் பார்த்து நாக்கைக் கடித்தாள். அப்பா கீழே பார்த்தபடி சிரித்துக் கொண்டிருந்தார். நான் ருசித்து சாப்பிட்டுக் கொண்டிருந்தேன். அப்போது சித்தியின் அய்ந்து வயது மகன் வந்து கேட்டான். "அம்மா காலையில் வந்தது யாரும்மா?" "உனக்கு எப்படிடா தெரியும்?" அந்த கேள்விக்கு அவன் பதில் சொல்லாமல் மீண்டும் கேட்டான். "யாரும்மா வந்தது" "உங்க தாத்தாடா" "நீங்க பார்த்தீங்களா" இந்தக் கேள்வியை யாரும் எதிர்பார்க்கவில்லை. ஒருவர் முகத்தை ஒருவர் பார்த்துக் கொண்டனர். சூழல் அமைதியானது. சித்தி அவனுக்கு பதில் ஏதும் சொல்லவில்லை. எல்லோரும் இறுக்கத்தில் இருந்தனர். அவர்களால் எதையும் உறுதியாகக் கூறமுடியாது என்பது எனக்கு மட்டும்தான் தெரியும். ஏனெனில் தாத்தா வந்ததாக சொல்லப்படும் போது நான்தான் அந்த அறையில் இருந்தேன். ஒரு எருமை மாட்டைத்தவிர வேறு யாரும் எதுவும் அங்கு வரவேயில்லை என்பதை எப்படிச் சொல்லி அவர்களுக்கு விளங்கவைப்பதென எனக்குப் புரியவில்லை. எருமையின் சேற்றுக்குளம்புகள் பதிந்த இடத்தை எனக்குப் பிறகு பார்த்த தாண்டவராய மாமாதான், மனிதனின் காலடித்தடம் போன்று அவைகள் இருப்பதாக என்னிடம் கூறினார். உண்மையில் யோசித்துப் பார்த்தால் எல்லாக் கதைகளுமே இவ்வாறாகத்தான் முதலில் ஆரம்பிக்கின்றன.

பின் குறிப்புகள்:

1. சுப்பு எனும் தாத்தாவின் நிஜப்பெயர் முற்றிலுமாக மறைந்து விட்டிருந்தது. தாத்தாவிற்கு புலிப்பானி எனும் பெயர் ஏன் ஏற்பட்டது எனத் தெரியவில்லை . பல அகராதிகள், நிகண்டுகள் ஆகியவற்றைப் பரிசீலித்துப் பார்த்தும் ஒப்பிட்டும் எந்த முடிவுக்கும் வரமுடியவில்லை. அந்த பெயர் எப்போது வந்தது என்பதை உறவினர்கள் யாராலும் உறுதிசெய்ய முடியவில்லை. ஆனால் தாத்தாவின் லட்டர்பேடில் மட்டும் கொட்டை எழுத்தில் 'ஜோதிட சூறாவளி, புலிப்பானி ஜோதிடர்' என அச்சிட்டிருப்பதைப் பார்க்கும் போதெல்லாம் இயலாமை என்னைப் பிடுங்கித் தின்றபடியிருக்கும். அதே சிந்தனையில் உழன்று கொண்டிருந்த போதுதான் தற்செயலாக கணக்குப்பிள்ளை ஆசிரியரை சந்திக்க நேர்ந்தது. சில காலங்கள் தாத்தாவுடன் அவரும் பல்வேறு இடங்களுக்கு பயணித்தவர் என்ற முறையிலும் நெருக்கடிகளில் கூட இருந்தவர் என்ற முறையிலும் பெயர் குறித்த ரகசியத்தை அவரிடமே கேட்டுத் தெரிந்து கொள்வதென தீர்மானித்தேன். "தாத்தாவுக்கு புலிப்பானின்னு ஏன் பேர் வந்துச்சு?" "சின்ன வயசுல உம்பாட்டன் எல்லா வீட்லிருந்தும்

புலிச்ச பான தண்ணிய எடுத்துட்டு வந்து கோயில் பக்கத்திலிருந்த மாட்டுப்பட்டியில் இருந்த தொட்டியில ஊத்துவான். அதனால அவன எல்லாரும் புலிச்சபானன்னு கூப்பிடுவாங்க. அது மெல்ல மாறி இப்படி ஆயிருக்கும்"

2. தாத்தாவிற்கு எண்ணற்ற பெண்களிடம் தொடர்பு உண்டெனவும் வேங்கிக்காலிலும், மதுரை அருகே ஆரப்பாளையத்திலும் இரு மனைவியும் பிள்ளைகளும் இன்னும் இருக்கிறார்கள் என்பதும் அவரது மறைவிற்கு பின்பு தெரியவந்தது. என்னைத்தவிர மற்ற அனைவரையும் அதிர்ச்சியடைய செய்தது. மேலும் தாத்தா இருமுறை விபச்சார ரெய்டில் சிக்கி கைது செய்யப்பட்டிருக்கிறார் என்பது என்னைத்தவிர வீட்டில் வேறு யாருக்கும் தெரிந்திருக்க வாய்ப்பில்லை என நான் நினைத்துக் கொண்டிருந்ததை கடைசியில் மாற்றிக்கொள்ள வேண்டியிருந்தது.

3. நான் சிறுவனாக இருந்த காலத்தில் தாத்தா என்னுடன் பேசிக்கொண்டிருக்கும் போது அடிக்கடி அவரது வலது தொடையைக் காட்டி, "இதுல தாண்டா பச்சிலையை வச்சிருக்கேன், அதனாலதான் என் வாக்கு பலிக்கிது. இந்த தொடையில் யாராவது கை வைக்கிறப்ப கட்டாயம் நான் இறந்திருப்பேன்" என கூறியவரின் வலதுகாலை முற்றிலுமாக சர்க்கரை நோயின் கடுமை காரணமாக பத்து ஆண்டுகளுக்கு முன்பு சென்னை விஜயா மருத்துவமனையில் அகற்ற வேண்டி வந்தது. அதன் பிறகும் அவர் நன்றாகத்தான் இருந்தார்.

அணைப்பட்டி வெற்றிலை சுவாமிகளின் சரிதம்

எஸ். செந்தில்குமார்

அவனுக்கு கல்லறையின் அருகாமையில் நிற்பதற்கு மனமில்லை. துயரத்தின் கண்கள் தன்னைத் தீண்டுவதுபோல உணர்ந்தான். யாருடைய கண்கள் என்பது அவனுக்குத் தெரிந்திருந்தது. நிச்சயமாக சுவாமிகளின் கண்கள் தான் அவை என்று உறுதியாகச் சொல்ல அவனுக்குத் தயக்கமே இல்லை. மயானத்தின் சிதிலமடைந்த சமாதி கட்டடத்தின் செங்கற்கள் தெரியத் தொடங்கியிருந்தன. பெயர் அழிந்திருந்த அந்தச் சமாதிக்கு தீபம் ஏற்றிவைத்தான். அதிகாலை நேரத்தில் நெல்லையப்பனைத் தவிர வேறுயாரும் அங்கு இல்லை. வேப்பமரத்தில் இருந்த காகங்கள் அவன் ஏற்றிவைத்திருந்த தீபத்தின் வெளிச்சத்தைப் பார்த்தபடி இருந்தன. அவன் அருகாமையிலிருந்த கருநிறப் பளிங்குக் கல்லறையில் ஏறி உட்கார்ந்து கொண்டான். சற்றுமுன் யாரோ அங்கு வந்து சென்றிருக்கிறார்கள் என்பதை ஊதுபத்தியின் நறுமணத்தைக் கொண்டு அவனால் உணரமுடிந்தது. வெற்றிலை சுவாமிகள் சமாதிக்கு நூற்றியிருபது வயதைத் தாண்டியிருக்கும். ஏன் தன்னிடம் இன்னும் சுவாமிகளின் நினைவு இருக்கிறது என அறியாதவனாக சிகரெட்டை எடுத்துக்கொண்டான். பிறகு அவன் வேப்பமரத்தையே பார்த்தான். மரத்திலிருந்த காகங்களை விரட்டிவிட மனமில்லை. ஒரு வில்ஸ் சிகரெட் மட்டும்தான் அவனிடமிருந்த சிகரெட் பாக்கெட்டில் இருந்தது. காலையிலிருந்து சிகரெட்டுகளை குடித்துக்கொண்டேதான் இருக்கிறான். பசியெடுக்கவில்லை அவனுக்கு, தேநீரும் சிகரெட்டுகளும் போதுமானதாக இருந்தன. கையிலிருந்த ஜோல்னா பையிலிருந்து தண்ணீர் பாட்டிலை எடுத்துக் குடித்தான். மயானத்தில் மரங்களில் மேலும் சில காகங்கள் கரையத் தொடங்கிய சப்தம் அவனை அமைதியிழக்கச் செய்தது. நகரத்திற்கு செல்லும் பிரதானமான தார்ச் சாலையில் நடந்தபோது, விடிகாலைப் பொழுதின் காற்றும் வெளிச்சமும் கிழக்குப் பக்கமிருந்து வந்து கொண்டிருந்தது.

சாலையில் தூரத்தில் தெரிந்த பெட்டிக்கடையில் சிகரெட் பாக்கெட் வாங்கிக்கொண்டான். இனி நிம்மதியாக எங்காவது உட்கார்ந்து கொள்ளலாமென்று கையில் புகைந்து கொண்டிருந்த சிகரெட்டை கடைசியாக புகைத்துவிட்டுத் தூரமாக எறிந்தான். வெற்றிலை சுவாமிகளைப் பற்றிய குறிப்புகளைத் தற்செயலாக ஒரு புத்தகத்தில் படிக்க நேர்ந்ததும் அவனுக்கு மேலும் சுவாமிகள் மேல் மோகம் கூடியது. வைத்தியசிகாமணி குண்டுமுத்துகணபதி ஆசாரியின் வீட்டில் அந்தப் புத்தகத்தைப் படித்ததும் வெற்றிலை சுவாமிகளைப் பற்றி மேலும் தெரிந்துகொள்ள அலையத் தொடங்கினான்.

கீழ்மங்கலத்திலிருந்த வயதான சுதந்திரப் போராட்டத் தியாகி ஒருவரை சந்தித்துவிட்டுத் திரும்பியபோது, நடந்த சம்பவந்தான் நெல்லையப்பனை மேலும் அவர்பால் ஈர்ப்புக் கொள்ளச் செய்தது. கீழமங்கலத்தை விட்டு வெளியேறியபோது நடுப்பகலைத் தாண்டி இருந்தது. நகரத்திற்கு செல்லும் பேருந்து வந்ததும் ஏறி உட்கார்ந்து கொண்டான். அந்தப் பேருந்தில் பிச்சைக்காரன் ஒருவன் தனது மனைவியோடும் பிள்ளைகளோடும் கடைசி இருக்கையில் உட்கார்ந்திருந்தான். அவனைச் சுற்றி ஈயப்பாத்திரங்களும், துணி மூட்டைகளுமாக இருந்தது. பஸ்ஸில் ஏறியவர்கள் யாரும் அவர்கள் உட்கார்ந்திருந்த இடத்தைத் திரும்பிக்கூட பார்க்காமல் வேறுபக்கமாக இடம் பார்த்து அமர்ந்தனர். அவர்கள் எந்தக கவலையுமின்றி பழைய பாடல்களைப் பாடிக்கொண்டும் குழந்தைகளோடு கும்மாளமிட்டுக்கொண்டும் வந்தார்கள். பயணிகளை அவர்கள் பொருட்படுத்தவே இல்லை. பிச்சைக்காரனின் பிள்ளைகளில் ஒன்று உற்சாகத்தோடு எழுந்து நெல்லையப்பனிடம் போய் கை நீட்டியது. அவனுக்கு என்ன செய்வது என்றே தெரியவில்லை. பரட்டைத்தலையும், மேலும் கீழும் மாறிமாறி மாட்டியிருந்த சட்டைப் பித்தான்களுமாக அந்தச் சிறுமி அவனது தோள்பட்டையைத் தட்டித்தட்டி கையை நீட்டினாள். பேருந்தில் வேறு யாரிடமும் கைநீட்டாமல் நேராக அவனிடம் வந்து நின்றாள். நெல்லையப்பன் பாக்கெட்டிலிருந்து இரண்டு ரூபாய்த் தாளை எடுத்துக் கொடுத்தான். அவள் ரூபாய்த் தாளை மடக்கி வைத்துக்கொண்டு தனது தந்தையிடம் தந்தாள். ஓடும் பேருந்தில் அவள் எவ்வித பயமுமின்றி நடப்பதும், எழுவதும் உட்கார்வதுமாக இருந்தாள். பேருந்து நகரத்துக்குள் நுழைந்ததும் முதல் நிறுத்தத்தில் அவர்கள் இறங்கிக்கொண்டார்கள்.

நகரத்தில் மதிய உணவுக்கென ஹோட்டலில் அமர்ந்திருந்தபோதுதான் பாக்கெட்டின் கணம் உணர்ந்து தடவிப்பார்த்தான். நெல்லையப்பனின் தட்டை ஜோப்பில் நூறு ரூபாய் நோட்டுக்கட்டு ஒன்று இரண்டாக மடித்து வைக்கப்பட்டிருந்தது. தன்னிடம் ஏது இவ்வளவு பணம் என்று யோசித்தவனாக, குழப்பத்தை வெளியே காட்டிக்கொள்ளாமல்

சாப்பாட்டை சாப்பிட்டு முடித்தான். பணம் வந்ததன் காரணத்தைத்தான் அவனால் அறியமுடியவில்லை. வேறுவழியின்றி பணத்தைப் பிரித்து செலவு செய்யலாம் என நினைத்தபோது, பிச்சைக்காரர்களின் கூட்டம் ரூபாய் தீரும் வரை எங்கிருந்து, எங்கிருந்தோ அவனிடம் வந்து கைநீட்டி நின்றதும் பணத்தை வாங்கிச் சென்றதும் அவனுக்கு ஆச்சர்யமாக இருந்தது. பிச்சைக்காரர்களுக்காகத்தான், யாரோ ரூபாயைத் தன் பாக்கெட்டில் தனக்கே தெரியாமல் வைத்துவிட்டுச் சென்றிருக்கிறார்கள் என்று நம்பத் தொடங்கினான். அதில் கடைசியாக இருந்த நூறு ரூபாயை மாற்றிக் கொண்டு சிகரெட் வாங்கிக்கொள்ளலாம் என்று நினைத்தபோதுகூட அந்தப் பணம் பிச்சைக்காரர்களுக்கே செலவிட நேர்ந்தது அவனுக்கு ஆச்சர்யத்தை உண்டாக்கியது. தற்செயலாகத்தான் இது நடந்து முடிந்தது என்று அவன் நினைத்திருந்தான். அவனிடம் நிச்சயமாக அவ்வளவு பணம் இல்லை. தன்னிடம் இவ்வளவு பணம் இல்லாதபோது யார் தனக்குப் பணத்தைத் தந்து அந்தப் பணம் தீரும்வரை அதற்கு செலவுகளையும் நிகழ்த்தியிருப்பார்கள் என்று குழம்பிக்கொண்டிருந்தான். யாருடைய பணமோ தன்மூலமாக பிச்சைக்காரர்களுக்கு போய்சேர வேண்டுமென்று இருந்திருக்கிறது என்று நினைத்துக் கொண்டான். இது ஒரு கனவுதான் என சிலநாட்கள் நினைத்தான். கனவில்லை; இது வெற்றிலைசுவாமிகளின் செயலாக ஒருவேளை இருக்கக்கூடுமென்று நினைக்கத் தொடங்கியபோதுதான் அவனுக்கு சுவாமிகளைப் பற்றியப் புத்தகம் கிடைத்தது. அந்தப் புத்தகம் *1946*ஆம் ஆண்டு ஜூன் மாதம் வெளியிடப்பட்டிருந்தது.

மங்கம்மாள் சத்திரத்து பிளாட்பாரத்தில் மேல் ஏறி நடந்தான். காலை ஏறுவெயில் வெப்பத்தோடு இருந்தது. காலை வெயிலில் நடப்பதற்கு அசதியாக இருந்தது. தன்னை நம்பியிருக்கும் குடும்பத்தை விட்டுவிட்டு இப்படியாக ஊர் ஊராக அலைந்து திரிகிறோமே என்ற வேதனையோடு நடந்தான். சாமியார்களைத் தேடி அலைவது என்பது அவனுக்கு மட்டுமல்ல, அவனது குடும்பத்தினர் அனைவருக்குமே ஈடுபாடாக இருந்து வருகிறது. அவனது சகோதரர்கள் இடையே பிணக்கு ஏற்பட்டு ஊரிலிருந்து அனைத்து சொத்துக்களையும் பாகவஸ்த்திரம் செய்வதற்கு ஏற்பாடு செய்யப்பட்டிருந்தது. மூத்தவர் மருதுபாண்டியரின் பிடிவாதம்தான் சொத்துப் பிரச்சினைக்கு மூலகாரணமாக இருந்தது. மிருதங்கம் வாசித்து அன்றாட வாழ்வின் பொழுதைக் கழித்துக்கொண்டிருந்த அவர்களது தந்தை பெரிய நாச்சியப்பன் எதையும் கண்டுகொள்ளாமல் வெற்றிலையும் புகையிலையுமாக வீட்டுத்திண்ணையில் அமர்ந்திருந்தார். மேல்மச்சுக் கொட்டத்து அரண்மனையின் நடுவே சுவர் எழுப்பிவிட்டார்கள். பின்பாகத்திலிருந்த கொட்டத்தை மூத்தவர் எடுத்துக்கொண்டார். ஊருக்குள் இருந்த வயலும் மாடுகளும் அவருக்கு என்றும் கொட்டாகுடி ஆற்றோரமுள்ள

மாந்தோப்பு நெல்லையப்பனுக்கு என்றும் பேசிமுடித்தார்கள். நெல்லையப்பனுக்கு விவசாயம் பற்றியெல்லாம் ஒன்றும் தெரியாது. அவன் கனவுகளின் பாதையில் நடந்து கொண்டிருப்பவன். கனவுகள் தான் அவனை வழிநடத்திக்கொண்டிருந்தன. வரலாற்றுத் துறையில் முதுகலைப்பட்டம் பெற்று விட்டு வீட்டில் புத்தகங்களோடு மட்டுமே பேசிக்கொண்டிருந்தான். அவனுக்கு அரண்மனை தான் படித்த சரித்திரத்தில் மற்றொரு சரித்திரமாகவே இருந்தது. அவனது வீட்டார்களைப் போல குடும்பமாகத் தெரியவில்லை. தானும் தனது குடும்பமும் அச்சரித்திரத்தில் இருக்கிறோம் என்பதை அவன் மறந்திருந்தான், சரித்திரத்தின் வெளியேயிருந்து தன் குடும்பத்தின் கதையை வாசித்துக்கொண்டிருந்தான். அவனுக்கு அணைப்பட்டி வெற்றிலை சுவாமிகள் சரித்திரத்தின் தொடர்ச்சியாகவே இருந்தார். அந்த சீசனில் மாந்தோப்பில் காசாவும், செந்தூரமும் காய்ப்பு அதிகமாகவே இருந்தது. மாங்காய்களை மாட்டுவண்டியில் ஏற்றிவிட வேலையாட்கள் வந்திருந்தனர். காய்களைப் பெண்கள் கூடையில் அள்ளிக்கொண்டிருந்தனர். அவன் அன்றுதான் தோப்புப்பக்கம் வந்திருக்கிறான். அவனது உலகத்திலிருந்து யாரோ கட்டாயமாக இழுத்துவந்திருப்பது போல மரத்தின் நிழலில் நின்றான். மாடு மேய்ச்சலுக்கு வந்தவர்கள் மந்தையைத் தோப்பிற்கு அருகே நிறுத்திவிட்டு கைகழுவுவதற்கெனத் தண்ணிதொட்டிக்கு வந்தனர். கை, கால், முகம் கழுவி விட்டு அவர்கள் திரும்பியபோது, ஒரு பெண் மேய்த்து வந்த சினைப்பசு திசைமாறிப்போனது தாமதமாகத் தெரியவந்தது. எப்படி நடந்தது என்றே தெரியவில்லை . அவர்கள் மந்தையை ஒன்றாக்கி வந்திருந்தவர்களில் இரண்டுபேரை காவலுக்கு நிறுத்தினார்கள். மாட்டைத் தோப்பிற்குள் நிறுத்தினால் பாதுகாப்பாக இருக்கும் என அவனிடம் அனுமதி கேட்டனர். நெல்லையப்பனும் சரி என்றான். மாட்டைத் தேடிச் சென்றவர்கள் வெறும் கையோடுதான் திரும்ப முடிந்தது. மதியப்பொழுதினைக் கடந்து மசங்கும் வேளையும் வந்து விட்டது. கன்று ஈனும் காலத்தில் இருந்த பசுவைத் தவறவிட்டு விட்டோமே என்று அப்பெண் அழுதாள். நெல்லையப்பனுக்கு தன் அருகே யாரோ நின்று 'கூழாங்கல் ஆற்றுப்பாலத்தில் மாடு நின்றிருக்கிறது' என்று சொல்லிவிட்டு செல்வதுபோல உணர்ந்தான். நெல்லையப்பன் அப்பெண்ணிடம் சென்று, “மாடு தோப்பைக்கடந்து மேட்டில் இருக்கும் கூழாங்கல் ஆற்றில் இருந்தாலும் இருக்கும் போய் தேடிப்பாருங்கள்” என்று சொன்னான். அவர்களும் கூழாங்கல் ஆற்றுக்குச் சென்று மாட்டைப் பிடித்துக்கொண்டு வந்தார்கள். மாட்டைக் கண்ட பெண் அவனது காலில் விழுந்துவிட்டாள். அவர்களில் வயதான பெண்ணொருத்தி, தனது முன்னோர்களது காலத்தில் இது போலத்தான் சினைப்பசு தொலைந்துவிட்டதாகவும்,

ஆற்றில் ஈன்று நின்றிருந்த பசுவை ஒரு சாமியார் கண்டுபிடித்துத் தந்ததாகவும், அந்தப் பரதேசியின் பெயர் வெற்றிலை சுவாமி என்றும் சொன்னாள். சுவாமி தனக்குப் பிடித்தமானவர்களின் மூலமாக வந்து கஷ்டப்படுகிறவர்களுக்கு உதவி செய்வார் என்று ஒரு நம்பிக்கை இருக்கிறது என அவர்கள் நெல்லையப்பனிடம் சொன்னதும் அவனுக்கு அப்போதே வெற்றிலை சுவாமியைப் பற்றி தெரிந்துகொள்ள வேண்டுமென்ற விருப்பம் உண்டானது. தனது கொட்டத்தில் வயதான காவல்காரர் ஒருவரிடம் அன்றிரவு முழுக்க சுவாமிகளைப் பற்றி பேசினான். கொட்டத்துக் காவக்காரர், 'வெற்றிலை சுவாமிகளின் சமாதி மதுரையில் இருக்கிறது என்றும், அவர் பால்ய வயதில் இந்த ஊரில்தான் வாழ்ந்திருக்கிறார் என்றும், கொட்டத்து அரண்மனைக்கும் அவருக்கும் ஏதோ வகையில் உறவு இருந்திருக்கிறது என்றும், ஒருவகையில் அவர் நெல்லையப்பனுக்கு உறவினர்தான் என்றும் கூறினார். வெற்றிலை சுவாமியின் பெயர்கூட எனக்கு நினைவில் இல்லை. ஆனால் எனது தாத்தா சொல்லியிருக்கிறார் என்று நினைவு கொண்டவர், சுவாமிகளின் பெயரும் நெல்லையப்பனாகக்கூட இருந்திருக்கலாம். சுவாமிகள் இந்த ஊரிலிருந்து எங்கோ வெளியேறிப்போனது அவரது தந்தை இறந்து கிடக்கும் சமயம்தான். அவருக்கு ஏதோ மனதில் தோன்றியிருக்கிறது' என்று தனக்குத் தெரிந்த தகவல்களை அவர் சொன்னார்.

வெற்றிலை சுவாமிகள் சரிதத்தில் இருந்து ஒரு பகுதி:

1890ஆம் ஆண்டு சித்திரை பௌர்ணமி நாளில் அணைப்பட்டி ஆற்றங்கரையில் புதர்போல ஓங்கி வளர்ந்திருந்த அருகம்புற்கள் ஊடே தட்டானும் குருவிகளும் கணக்கில்லாமல் பறந்தலைந்து கொண்டிருந்தன. காட்டுக்குருவிகளை வேட்டையாடித் தின்பதற்கென சிறார்களும் ஊர் பேர் தெரியாத பண்டாரப் பரதேசிகளும் கவட்டையும் கல்லுமாக புதர்களின் ஊடே நின்றிருந்தனர். குருவிகள் பொட் பொட்டென்று கல்லடிபட்டு வீழ்கிற சத்தம் துணுக்காகக் கேட்கத் தொடங்கியதும், மாடு மேய்க்கும் சிறுவர்களும் பெண்களும் குருவிக்கறிக்கு ஆசைப்பட்டு மந்தையை விட்டுவிட்டு கவட்டைக்காரர்களிடம் கை கட்டி நின்றனர். குருவிகள் கீழே விழ விழ, எங்கிருந்துதான் எப்படித்தான் வருகிறதோ கருப்பும் வெள்ளையுமாக படைபடையாக பறந்து பறந்து வருகிறது. குருவிகள் பறக்கும் சத்தம் பனை ஓலையில் விசிறி செய்து காற்றில் விசிறுவது போலிருக்கிறது.

பெண்களில் இளம் வயதினளான மங்கம்மா தனக்குக் கிடைத்த குருவிகளையெல்லாம் நாரில் கட்டிக்கொண்டு தனது மந்தையை அழைத்துக் கொண்டு வீட்டிற்குப் போனாள். தொழுவத்தில் மாடுகளையும் கன்றுகளையும் அடைத்துவிட்டு உப்பையும் மிளகாயையும் எடுப்பதற்கென வீட்டிற்குள் வந்தாள். மங்கம்மாவின்

புருஷன், பாண்டியண்ணன், துவரங்காய்களை குட்டி சாக்குப்பை நிறைய கொண்டுவந்து வீட்டின் முன்பாகக் கொட்டினான். காய்கள் விழுந்த சத்தத்தில் உப்பை அள்ளிய கையோடு வாசலுக்கு வந்து எட்டிப்பார்த்தாள் மங்கம்மா. “ஏ மாமா இ வேளனேப் போயீ தன்ட்டுகாய் பீக்கினி ஒச்சுன்டேவு. ஏந்துன்டீ மாமா” என்று கேட்டாள். பாண்டியண்ணன் ஒன்றும் பேசாமல் கொல்லைப்பக்கம் போனான். போனவன் கோபத்தோடு திரும்பி வந்தான். “ஏம்மா ஒரியேய் பெரிய மாடு எங்க. கன்னுப்போட்டிருச்சா” என்று கேட்டான். கையிலிருந்த உப்பைத் தவறவிட்டவளாக அய்யய்யோ .... என்று அலறியபடி ஆற்றுப்பக்கமாக ஓடினாள். பாண்டியண்ணனும் கூடவே ஓடினான். மந்தையிலிருந்து மாடு பிரிந்துவிட்டது. விளக்கேற்றும் நேரத்திற்கு மாட்டைக் கண்டாகவேண்டுமென்று வேகமாக ஓடினார்கள்.

ஆற்றங்கரையில் பரதேசிகளும் சிறார்களும் அடுப்பு போட்டு குருவிகளை வாட்டிக் கொண்டிருந்தார்கள். ருசிகண்ட பரதேசிகளில் ஒருவன் நாக்கை நீட்டி தனது விரலை நக்கி உறிஞ்சிக் கொண்டிருந்தான். தீயில் சுடுபடும் குருவிகளின் மாமிச வாசம் ஆற்றங்கரை முழுவதும் பரவி மணந்தது. உண்டுமுடித்த கூட்டம் ஒன்று மணலை அள்ளிப்போட்டு எரிந்து கொண்டிருந்த அடுப்பை அணைத்துவிட்டுச் சென்றது. அவர்கள் சென்ற பிறகு மணலை மீறி புகை கசிந்துவர ஆரம்பித்தது. மங்கம்மா அங்கிருந்தவர்களிடம் “சாமி, என் மாட்டைப் பார்த்தீங்களா கருத்தமாடு. நிறை பொழுது, காலையில் கன்று ஈன்டுடும் ” என்று கேட்டாள். யாருக்கும் எதுவும் தெரிந்திருக்கவில்லை. கறியின் ருசி அவர்களை மயக்கம் கொள்ளச் செய்திருந்தது.

"அய்யோ பொழுது அடைஞ்சிட்டே வருதே, எங்க இருக்குன்னு போயீ நாந்தேடுவேன், நா அம்மா, நா தல்லி, ராடீ அம்மா” என்று அழுதவளாக ஓடினாள் மங்கம்மா. உதிர்ந்துகிடக்கும் குருவிகளின் இறக்கைகள் காற்றில் பறக்க ஆரம்பித்தன. பரதேசிகளில் ஒருவன் இறக்கைகளை தன் முகத்தின்மேல் படர்த்தி விட்டு உறங்கிக்கொண்டிருந்தான்

பாண்டியண்ணன் ஆலமரத்திற்கு அருகில் போய் மடமடவென்று மரத்தில் ஏறி மேலிருந்தபடி சுற்றிசுற்றிப் பார்த்தான். கருத்தம்மாவைக் காணவில்லை. தூரத்து வானத்தில் இருள் ஒரு புகையைப் போல பரவிக்கொண்டிருந்தது. பிறைநிலை காளையின் சீவிய வெண்மையான கொம்பென வானத்தில் தெரியத்தொடங்கியது.

மரத்திலிருந்து இறங்கியவன் தற்செயலாகத் திரும்பிப் பார்த்தான். வேர் முண்டுகளில் பரதேசி ஒருவர் உட்காந்திருந்தார். அவர், தான் சேகரித்து வைத்திருந்த குருவிகளின் இறக்கைகளையும் தலைகளையும் புதைத்துக் கொண்டிருந்தார். மங்கம்மா தன் கருத்தப்பசுவை எங்கும்

தேடியும் காணவில்லையென அழுதாள். கன்னு ஈனும்பொழுது யாரும் இல்லாது தனியே காட்டுக்குள் போய் பாதை தவறிவிட்டதே என்று பாண்டியண்ணனும் புலம்பினான். பரதேசி அவர்களின் அருகில் வந்து, "பௌர்ணமி வெளிச்சம் கருத்தபசுவை காட்டிவிடும். அது நீர்த்திட்டு ஒன்றின் மேல் கன்று ஈன்று நக்கிக்கிடக்கிறது. நீர் விலகும். வழிவிடும். பின் கரையேறி வீடு செல்வாய். இந்தக் குருவிகள் தானப்பா போய்ச் சேர்ந்தது பராரிகளின் வயிற்றில்" என்று பாடினார்.

பாண்டியண்ணனும் மங்கம்மாளும் முதலில் புரியாதவர்களாகத்தான் பரதேசியின் பாட்டைக் கேட்டபடி நின்றிருந்தனர். பிறகு பாண்டி என்ன நினைத்தானோ கத்தியபடி ஆற்றின் கரையில் ஓடினான். அவன் பின்னாலேயே மங்கம்மாளும் ஓடினாள். வெள்ளி நீர்போல நிலை வெளிச்சத்தை சுமந்துகொண்டு சத்தத்துடன் தண்ணீர் ஓடியது.

பாண்டியண்ணன்தான் முதலில் அந்தத் திட்டைப் பார்த்தான். ஆற்றின் நடுவே மணல் திட்டு ஒன்று இருந்தது. கருத்தம்மா கன்றை ஈன்று, ஈன்ற கன்றை நக்கிக்கொண்டு நின்றிருந்ததை அவன்தான் முதலில் பார்த்தான். பார்த்தவன் அப்படியே ஆற்றில் இறங்கிவிட்டான். அவன் தோள் அளவு நீர் ஓட்டம் எப்படிப் போனான் என்று தெரியவில்லை. பரதேசி சொன்னது போல, மாட்டையும் கன்றையும் பிடித்துக்கொண்டு திரும்பும்போது நீர் பாதம் நனையுமளவு தரையில் ஓடியது. கரையேறியதும் முதல் வேலையாக அவர்கள் பரதேசியைத்தான் தேடினார்கள். ஆலமரத்தின் கீழே யாருமில்லை. நிலா வெளிச்சத்தில் வீடு வந்து சேர்ந்தார்கள். இதற்குள் தெரு முழுக்க கூட்டம் கூடியிருந்தது. காணாமல் போன கருத்தம்மாவைப் பார்ப்பதற்கு வீட்டிற்குள் வந்துவிட்டனர். கருத்தம்மாவின் கன்றுக்குட்டி வெண்ணிறமாக இருந்தது. பாண்டியண்ணன் பரதேசியைப் பற்றியும் அவர் சொன்னதால்தான் மாட்டைக் கண்டுபிடிக்க முடிந்தது என்றும் கூடியிருந்தவர்களிடம் சொன்னான்.

2

நெல்லையப்பன் அழகர்மலையில் குளித்துவிட்டு, மலையைவிட்டு இறங்கிவந்தபோது விடிந்திருக்கவில்லை. அவனுடன் இரண்டு பரதேசிகள் வேகமாக படி இறங்கிக்கொண்டிருந்தனர். அவர்களில் ஒருவர் பக்திப்பாடலை முணுமுணுப்பதுப்போல பாடிக்கொண்டு வந்ததைக் கேட்பதற்கு நெல்லையப்பனுக்கு சுகமாகயிருந்தது. அந்த அதிகாலைப் பனியில் தலையில் கொட்டிய நூபுரகங்கை அவனது வேதனையையும் துயரத்தையும் சிறிது மறக்கச் செய்திருந்தது. அங்கிருந்தபடியே குற்றாலத்திற்குப் போய்விடலாமா என்று யோசித்தான். அந்தப் பரதேசிகள்

தேநீர் கடையில் நின்று பீடியைப் பற்றவைத்துக்கொண்டிருந்தனர். செய்தித்தாள் போடுவதற்காக சைக்கிளில் வந்த பையன் அவனைக் கடந்து சென்றான். பேப்பர்காரப் பையனிடம், போஸ்டரை கடையின் உள்சுவரில் தொங்கவிடும்படி கடைக்காரர் சொல்லிக் கொண்டிருந்தார், நெல்லையப்பன் கடையினுள் தேநீர் பருகுவதற்கென உட்கார்ந்தான். பரதேசிகள் இருவரும் போஸ்டரைப் பார்த்தபடி நின்றிருந்தனர். அவர்களில் ஒருவன் 'குற்றாலத்திற்கு போவோம் வா' என்று மற்றொரு பரதேசியிடம் சொன்னான். தேநீர் பருகிக்கொண்டிருந்த நெல்லையப்பன் அவர்களைப் பார்த்தான். தான் மனதில் நினைத்திருப்பதை அவர்கள் சொல்கிறார்கள் என்று நினைத்தவன் அவர்களைப் பார்ப்பதைத் தவிர்த்தான். அவர்கள் பீடிக்கட்டுகளை வாங்கிக்கொண்டு நடந்து சென்றனர். நெல்லையப்பன் தேநீரைப் பருகிவிட்டு மதுரைக்குச் செல்வதற்கென பேருந்து நிற்குமிடத்திற்கு நடந்தான். காலை வேளையில் பேருந்தில் ஆட்கள் யாருமில்லை. தூரத்தில் பறவைகளின் சப்தம்தான் கேட்டுக்கொண்டிருந்தது. அவனது தலைமுடியை காற்றில் உலர்த்தினான். பேருந்தில் அவனது முன் இருக்கையில் பரதேசிகள் இருவரும் அமர்ந்து கொண்டனர். பேருந்து புறப்பட்டபோது அவர்களில் இடது பக்கத்தில் உட்கார்ந்திருந்தவன், "வெத்திலை சாமியாரு சமாதிக்குப் போகனுமின்னு ஏன் இப்படி கிடந்து தவிக்கிற, அங்க போய் உட்கார்ந்தா உனக்கு என்ன கிடைக்கிறது?" என்று அவனைத் திட்டினான். பதிலுக்கு அவன், "அதெல்லாம் அனுபவிச்சுப்பாரும்" என்று அவரை சமாதானப்படுத்தினார். அவர்கள் அதற்குப் பிறகு ஒன்றும் பேசவில்லை. கள்ளந்திரியில் பேருந்து நின்றபோது மேலும் ஒரு பரதேசி ஏறிக்கொண்டார். கள்ளந்திரி பரதேசி பேருந்தில் அமர்ந்திருந்த பரதேசிகளைப் பார்த்து "என்ன கோவிலுக்கா" என்று கேட்டார். அவர்கள் "இல்லை வெத்திலை சாமி சமாதிக்குப் போகிறோம்" என்றார்கள். நெல்லையப்பனும் அப்போது மனதில் சுவாமிகளின் சமாதிக்குச் செல்வது குறித்துத்தான் யோசித்துக் கொண்டிருந்தான். பரதேசிகள் அவனுக்கு வழிகாட்டிகளாகவும், அவனைப் போலவே நினைப்பவர்களாகவும் இருந்தனர். நெல்லையப்பன், ஏன் தான் நினைப்பதை அவர்கள் பேசுவதும் அவர்கள் பேசுவதை தான் நினைப்பதுமாக நடக்கிறது என்று பயணம் முழுக்க குழப்பமானவனாக இருந்தான்.

பேருந்து நிலையத்தில் இறங்கியபோது அவனுக்கு முன் பரதேசிகள் நடந்து சென்று கொண்டிருந்தனர். நெல்லையப்பன் சாலையின் திருப்பத்தில் நின்றுகொண்டான். அந்தக் காலை வேளையில் மயானத்திலிருந்த மரங்களில் பனித்துளிகள் ஈரமும், மண்தரை முழுக்கக் காய்ந்த சருகுகளுமாக சமாதி முழுக்கக் காட்சி தந்தது. பரதேசிகள் இருவரும் வெற்றிலைசுவாமிகளின் சமாதி அருகே நின்றனர். ஒரு

ரோஜாப் பூ தனது இதழ்களை விரித்து அந்த சமாதியின் மேல் கிடந்தது. "நாம் இங்கு வரும்போதெல்லாம் ஒரு ரோஜாப் பூ இருக்கிறதை நீ கவனித்து வருகிறாயா" என்று ஒருவர் கேட்டார். அதற்கு மற்றொரு பரதேசி "ஆமாம்" என்பதுபோல தலையசைத்தார். அவர்கள் இருவரும் சமாதியின் அருகாமையில் இருந்த மரத்தினடியில் உட்கார்ந்துகொண்டனர். நெல்லையப்பன் கல்லறைத் தோட்டத்தில் நுழைந்தபோது அவர்கள் பீடி புகைத்துக்கொண்டிருந்தனர். அவனும் சுவாமிகளின் சமாதிக்குப் பக்கத்தில் உட்கார்ந்து கொண்டான். பரதேசிகள் அவனுக்காகக் காத்திருந்ததுபோல "இந்தச் சமாதிக்கு நூறு வயசுக்கும் மேலாயிருச்சு. எங்கிருந்தெல்லாமோ ஆட்கள் வந்து பார்த்துட்டுப் போறாங்க" என்றார். அவன் சமாதியின் மேலிருந்த ரோஜாப் பூவை எடுக்கப் போனான். பரதேசி அதைத் தடுத்தவராக, "கொஞ்சம் நேரம் கழித்து ஒரு சின்னப்புள்ளை வந்து எடுத்துப்போயிடும்" என்றார். அவன் ஆச்சர்யமானவனாக அவர்களுடன் உட்கார்ந்துகொண்டான். பரதேசிகளுடன் என்ன பேசுவது என்று அவனுக்குத் தெரியவில்லை. ஆனால் அவர்கள் பேசுவதைக் கேட்டுக் கொண்டேயிருக்க வேண்டும் என தோன்றியது. அவர்கள் பீடியைத் திரும்பவும் பற்றவைத்துக்கொண்டார்கள். நெல்லையப்பனிடம் "பீடி வேண்டுமா" என்றார்கள். அவனும் வாங்கிக்கொண்டான். பீடியை இழுப்பதற்கு காட்டமாக இருந்தது. முதலில் குமட்டிக்கொண்டு வருவதுபோல இருந்தது. பிறுகு இரண்டு தடவை இழுத்ததும் அந்த வாசத்திற்கு பழகியவனாக மாறிவிட்டான். அவர்கள் அவனிடம் "இதற்குமுன் வத்திருக்கிறாயா" என்று கேட்டார்கள், அவன் இல்லை என்றான். ஒரு பரதேசி "இனி நீ திரும்பத் திரும்ப இங்கே வந்துட்டுப் போயிட்டே இருப்ப, இந்த இடம் அப்படி" என்றவர்கள் அவனிடம், "இப்போ ஒரு சின்னப்புள்ளை வரும். அந்தப் புள்ளை கை நிறைய்ய வெற்றிலை கொண்டுவந்து வச்சிட்டுப்போயிடும். நீ வேணாப் பாரேன்" என்றார்கள். அவனும் அமைதியாக உட்கார்ந்திருந்தான். வெயில் அந்தத் தோட்டம் முழுவதும் படர ஆரம்பித்தது. பேருந்துகளின் சப்தமும் ரயில் வண்டிகளின் சப்தமுமாக முற்பகல் பொழுது கழியத்தொடங்கியபோது, ஒரு சிறுமி பள்ளிச் சீருடையோடு அங்கு வந்தாள். அவள் வரும்போது பரதேசிகள் இருவரும் உறங்கியிருந்தனர். அவள் வந்ததும் முதலில் ஒற்றை ரோஜாப்பூவை எடுத்து தலையில் வைத்துக்கொண்டாள். பிறகு தனது பள்ளிக்கூடத்துப் பையிலிருந்து வெற்றிலைகளை எடுத்து சமாதியின் மேல் வைத்தாள். கல்லறையின் அருகாமையில் மண்டியிட்டுப் பிரார்த்தனை செய்தாள். அவளின் முணுமுணுப்பை நெல்லையப்பனால் புரிந்துகொள்ளமுடியவில்லை. ஆனால் அவளது கண்களில் சிந்தும் கண்ணீரைக் கண்டதும் நிம்மதியிழந்தவனாக எழுந்து அவளருகே சென்றான். அவள் தனது மேல் நிழல் விழுவதை

உணர்ந்தவளாக எழுந்துகொண்டாள். ஒற்றை ரோஜாவை தலையில் வைத்துக்கொண்டதும் அந்தச் சிறுமி அழகாயிருந்தாள். அளவான முகத்திற்கு பூத்த பூ போல அந்த ரோஜா இருந்தது. கல்லறைத் தோட்டத்தின் வாசலை நோக்கி நடந்தாள். ரோஜா பெரியதாக மலரத்தொடங்கியதை நெல்லையப்பன் பார்த்தான். ஒரு நொடிதான் ஒரே ஒரு நொடிதான். அவளது தலையை மறைத்துவிட்டு பின்னர் தன் முன் வடிவத்திற்குத் திரும்பியது ரோஜாப் பூ. நெல்லையப்பன் அவள் மறையும் வரை பார்த்துக்கொண்டே இருந்தான்.

பரதேசிகள் இருவரும் உறங்கிக்கொண்டுதான் இருந்தார்கள். அவன் தன்னிடமிருந்த சிகரெட்டைப் பற்றவைத்துக்கொண்டான். சமாதியின் அருகே உட்காந்திருந்தவனின் காதுகளுக்கு திடீரென்று நீரோடையின் அருகாமையில் இருப்பது போன்ற சப்தம் கேட்டது. மிகவும் துல்லியமாக தண்ணீர் ஓடும் சப்தத்தைக் கேட்டதும் அவன் பயந்துபோய் உட்கார்ந்திருந்த இடத்திலிருந்தபடியே திரும்பித்திரும்பிப் பார்த்தான். பரதேசிகள் உறக்கம் கலைந்து எழுந்து அவனிடம் “ஆற்றின் அருகில் அமர்ந்திருப்பது போல சற்று முன்பு நீ உணர்ந்தாயா. ஆற்று நீர் ஓடும் சத்தம் உனக்கு கேட்டதா” என்று கேட்டார். அவன் "ஆமாம்” என்றான். “நாங்களும் சத்தம் கேட்டுதான் விழித்தெழுகிறோம், அந்தச் சிறுமி வந்துவிட்டுப் போனபிறகுதான் இப்படியான சத்தம் கேட்கும். அவள் வந்தாளா” என்று கேட்டான். நெல்லையப்பன் அவர்களிடம் "ஆமாம்” என்று சொன்னான். பிறகு “நீங்கள் எப்போது இங்கிருந்து போவீர்கள்” என்று கேட்டான். அதற்கு அவர்கள் "யாராவது வந்து போங்க போங்கன்னா சொல்லப் போறாங்க, நாம இருக்கவரை இருக்க வேண்டியதுதான். வேற இடத்திற்கு போகனுமின்னு நினைச்சா போயிர வேண்டியதுதான்” என்றார்கள். அவர்களது பையிலிருந்து பிளாஸ்டிக் பாட்டிலைத் திறந்து தண்ணீர் குடித்தார்கள். அவன் அவர்களிடம் தண்ணீர் பாட்டிலை வாங்கிக்கொண்டான். பிறகு பரதேசிகள் இருவரும் படுத்துக்கொண்டார்கள். உறங்காமல் பீடியைப் புகைத்தபடியே அவர்களாகப் பேசியபடியும் சிரித்தபடியும் இருந்தார்கள். நெல்லையப்பன் அவர்களிடம் “உங்களுக்கு உறவினர்கள் என்று யாரும் இல்லையா” என்று கேட்டான். பரதேசிகள் பதில் ஒன்றும் சொல்லாமல் எழுந்து உட்கார்ந்துகொண்டு அவனைப் பார்த்தபடி "உனக்கு பொண்டாட்டி, பிள்ளை, அப்பா, அம்மா, அண்ணன் தோப்பு எல்லாம் இருக்கே அப்புறம் ஏன் இங்க வந்து உட்கார்ந்திருக்கிறே” என்று கேட்டார்கள். நெல்லையப்பன் வேப்பங்குச்சியைக் கையில் வைத்தபடி யோசித்தவனாக அமைதியாக இருந்தான். திரும்பவும் பரதேசிகள் “உனக்காவது தோப்பு மட்டும்தான் இருக்கு. இவருக்கு ஏல எஸ்டேட்டே இருக்கு. விட்டுப்பிட்டு போடா சாமிகளான்னு வந்துட்டாரு. எல்லாம் ஒரு நொடியிலதான் தம்பி முடிவு எடுக்கறதும்

எடுக்காமலிருக்கிறதும்” என்று பரதேசி சொன்னதும் அவன் சமாதி மேலிருந்து வெற்றிலைகளில் ஒன்றை எடுத்துக் கொண்டான். அதன் காம்பைக் கிள்ளி வாயில் போட்டுக் கொண்டான். பரதேசிகள் என்ன நினைத்தார்களோ எழுந்து தோட்டத்தை விட்டு வெளியேறினார்கள். பரதேசிகளுக்குப் பின்னால் செல்லவேண்டுமென்று நெல்லையப்பன் நினைத்தான். அவனுக்கு வேறு எங்கு செல்வது என்று தெரியவில்லை. சமாதியின் அருகிலேயே அமர்ந்திருந்தவன் எழுந்து தோட்டத்தின் சுற்றுச்சுவர் மதில்களைப் பார்வையிட்டவனாக நின்றான். அவர்கள் இருவரும் ரயில்வே மேம்பாலத்தில் நின்று நெல்லையப்பனையே பார்த்துக்கொண்டிருந்தார்கள், பிறகு வேகமாக நடந்து கோயில் பக்கமாக சென்றார்கள்.

நெல்லையப்பன் நடுப்பகல் வரை அங்கிருந்தான். கல்லறைத் தோட்டத்தை கடந்து செல்லும் வாகனங்களையும் பேருந்துகளையும் ரயில் சத்தத்தையும் கேட்டுக்கேட்டு சலிப்புற்றிருந்தான். அமைதியாக சத்தமேயில்லாமல் ஏதாவது ஓர் இடத்துக்கு சென்று தூங்கவேண்டும் என்று நினைத்தான். அப்போது அவனுக்கு அவனது தந்தை பெரியநாச்சியார் சொன்னது ஞாபகத்திற்கு வந்தது. “இரண்டு தடவை வீட்டை விட்டுப் போயிருக்கேன். யாரும் என்னைத் தேடி வரலை. நானாகத்தான் திரும்பவும் வீட்டிற்கு வந்தேன். இந்த வீட்டோட ராசி அப்படி. யார சாமியாராப் போகனும், யாரு குடும்பஸ்தனாக வீட்டிலேயே இருக்கனுமின்னு ஒரு விதியிருக்கு நெல்லையப்பா. நம்ம வெற்றிலை சுவாமிகளோட வாரிசுகள்னு சொல்றாங்க. நம்ம பூர்விகத்துல தாத்தா காலத்துல யாரோ வெற்றிலை சாமியாரா இருந்துருக்காங்கபோல. நானும் சாமியாராகத்தான் போகனுமின்னு நினைச்சிருந்தேன், முடியவேயில்லை. கல்யாணம் செய்துகிட்டு இந்தக் கொட்டத்தையும் நம்ம வயலையும் பரிபாலனம் செய்து உங்களையும் பெத்து, வளர்த்து இப்போ உட்கார்ந்திருக்கேன்” என்றவர் வெற்றிலையைக் காறித்துப்பிவிட்டு காவியேறிய பற்களைக் காட்டிச் சிரித்தார். அவனுக்கு அந்தச் சிரிப்பும் அந்தப் பேச்சும் அப்போது ஞாபகத்திற்கு வந்தது.

அவனுக்கு உடனே வீட்டிற்குச் சென்று அவரது அருகாமையில் அமர்ந்து பேசிக்கொண்டிருக்க வேண்டுமென்று விருப்பம் உண்டானது. பேருந்து நிலையத்திற்கு செல்வதற்கென நடந்தான். அப்போது அவனிடம் பணம் எதுவுமில்லை. நடந்தே ஊர்போய் சேர்ந்துவிடலாம் என்று நடக்கத் தொடங்கினான். வழியில் யாராவது தெரிந்தவர்கள் இருந்தால் பணம் வாங்கிக்கொண்டு செல்லலாமென்று நினைத்தான். அந்த ஊரில் நெல்லையப்பனுக்குத் தெரிந்தவர்கள் என்று யாருமில்லை. திரும்பவும் எதற்காக ஊருக்குப் போகவேண்டும் என யோசிக்கத்

தொடங்கினான். சிறிது தூரம் நடந்து சென்றான். அவனுக்கு எதிரில் பள்ளிக்கூட சிறுமிகள் இருவர் வந்து நின்றனர். அச்சிறுமிகளில் ஒருவள் காலையில் சமாதிக்கு வெற்றிலை கொண்டு வந்து வைத்தவள். அவள் நெல்லையப்பனைப் பார்த்து “சாமி, உங்க அப்பா இறந்து போயிட்டாரு. உங்க ஊரில் உங்களைத் தேடிக்கிட்டு இருக்காங்க. நீங்க ஊருக்குப் போகலையா” என்றபடி அவனது அருகாமையில் வந்து நின்றாள். தனது பேனா டப்பாவைத் திறந்து அதிலிருந்து நூறு ரூபாய் தாளை எடுத்துக் கொடுத்தாள். நெல்லையப்பன் எதுவும் பேசவில்லை. பணத்தை வாங்கிக்கொண்டான். அச்சிறுமிக்கு தனது தந்தை பற்றி எப்படித் தெரியும் எதற்காக தன்னை அச்சிறுமி சாமி என்று அழைத்தாள் என்று யோசித்தவனாக பேருந்து நிலையத்திற்கு சென்றான். தனது ஊருக்குச் செல்லும் பேருந்தில் ஏறி அமர்ந்துகொண்டான். டிக்கெட் வாங்குவதற்கென பணத்தை எடுத்தபோது, தனது சட்டை பாக்கெட்டில் நூறு ரூபாய் கட்டு ஒன்று மடித்து வைக்கப்பட்டுள்ளதைப் பார்த்தான். அவனுக்கு ஆச்சர்யமாக இருந்தது. பேருந்தை விட்டு இறங்கிக்கொண்டான். அதற்குப் பிறகு நெல்லையப்பன் தன் வீட்டிற்கு செல்லவேயில்லை. யாரும் அவனைத் தேடவும் இல்லை .

வாயிக்கி வணங்காத பூவும் பல்லுக்கு மெதுவான கல்லும்

மு. ஹரிகிருஷ்ணன்

பட்டும் பாவியானன் நானு நட்டுஞ்சாவியானன்! அடியே ஆயா எங்கியாச்சுங் கண்டுக்கறமா இந்தமாரி அநியாயத்த? தெனம் பத்து தரமுன்னாலும் காட்டுக்கும் ஊட்டுக்கும் நடயா நடந்து, கடன ஒடன வாங்கி முட்டுவழிப் போட்டு, இடுப்பொடிய பாடுபட்டு பண்ணயம் பண்டுனாலும் இந்த எலவேடுத்த வூட்ல இந்தாடி உனுக்கொரு அஞ் சிப்பிசா காசின்னு நம்புளுக்கு அவுப்பாரு ஆருமில்ல. இப்ப அள்ளாமக் கிள்ளாம ஆரத்தின்னப் பாடுமில்லாம மூணு ஏக்கரா நெலத்த அந்த கொரங்குத் தேவிடியாளுக்கு இந்த ஏத்தி கூத்தியாருப் பெத்த பையன் பட்டா பண்ணி வெக்கப் போறானாமே!

இப்படி கண்டவங்கத் தின்னுப்புட்டு போறதுக்கா அந்த கெழுட்டுமுண்ட வவுத்துக்குக் கூடத் திங்காம வாயிலப் பொயிலக்குச்சிய அடக்கிக்கிட்டு சந்த சந்தயா அரிசி வித்துச் சொத்து சம்பாரிச்சி வெச்சிட்டுப்போனா?

மேலுக்கூடைக்கு தக்காளி பத்தல. பெருஞ் சாதிப்பழமா ஒரு பத்துக் கொட்டாப் புட்டி பொறுக்கி, சின்னப் பொடியிண்ட குடுத்துர்றா மாப்பளைன்னு காட்டுக்குப் போவச் சொன்னன். பாலூத்தி கடஞ்ச பண்ண ரெக்கிரியும் மூணுருண்டகளியும் முழுங்கிப்புட்டு போனவம் போனவனே!

பொதஞ்சந்தக்கி போற பாரவண்டிய நிறுத்தி வெச்சிக்கிட்டு நானும் வருவான் வருவான்னு பாத்துக்கிட்டு இங்க கெடக்கறன்.

எங்கயிருந்து வருவாம் மாப்ள

மூணுநாளா அந்த மூளியூட்லயில்ல குடியிருந்துக்கிறான். அப்பயே என்னு அங்கம் பதயாப் பதச்சது! என்னமோ எடஞ்சலு வருதுன்னு நெனச்சன் இப்படிப் பண்ணிப்புட்டானே!

படுத்தா ரவயில தூக்கம் வருதா? பாழும் வவுத்துக்கு ஒரு ஒழுங்கு நீசுத்தண்ணிய நிம்மதியா குடிக்க முடியிதா? அடி எனக்கு ஆறுன்னாலும் ஆறல! தீருன்னாலுந் தீரல! நெஞ்சில ஒரே ரவ அஞ்சிக்க இல்லாம அவனும் உசுரோடத்திரியறான். ஏனா ஆம்பளயின்னு அத்தச்சோட்டு மீசய வெச்சிக்கிட்டு!

ஏண்டா மொன்னயா ஊரே சிரிச்சி சீலப்பேனு குத்துதே. உன்னு மொவறையில காரிக்காரித் துப்புதே, இன்னும் எதுக்குடா மொன்னயா அந்த மானங்கெட்ட உசுர வெச்சிக்கிட்டுருக்கற? ஏண்டா உனக்கு ஒருச்சார குறண மருந்து சிக்கல? ஒருச்சாணு கவுறு சிக்கல? ஹூம் நல்லவங்க எல்லாஞ் சாவுறாங்களே அட ஆண்டவனே! இவன நீட்டி நீருப்பூசி வெக்கக்கூடாதா? ஆழமா குழிவெட்டி நீளமாப் பொதைக்கக்கூடாதா?

கெடக்குது வுடுறா! கெடக்கது வுடுறா! இதா இன்னிக்கு வந்துரும் நல்லபித்தி! இதா நாளைக்கி வந்துரும் நல்ல பித்தின்னு நானும் எட்டு வருசமா உன்னுகிட்ட ஓரியாடிப் பாத்துட்டன். நீயும் திருந்தி நல்லவழி போறதக்காணம். எப்ப என்னய அறியாம அந்த காதறுந்த மூளிக்கி காட்ட எழுதிவெக்க துணிஞ்சிட்டியோ, வுன்னுமாலும் உனக்கும் எனக்கும் என்னா இருக்குது?

கருத்ததெல்லாந் தண்ணி வெளுத்ததெல்லாம் பாலுன்னு உன்ன அண்டி கெடந்தேனே! அதெல்லாம் அந்தக்காலஞ்சாமி அந்தக்காலம்! இதாவொரு பையன பெத்துவுட்ருக்கறன், மரியேதியா அவுனுக்கும் எனக்கும் பொழைக்கவொரு தடங்காட்டு! பொறவு நீயி, என்னமோச் செஞ்சி எப்படியோ நாசமாப்போ!

இவ்வள ஆனப்பொறன ஓங்கிட்ட இருந்த பொழைக்கிறதுல அர்த்தமில்ல. கெதியத்தவ, கேக்க ஆளு இல்லாதவள்னுதான நீயி இப்படி தில்லுமாரித்தனம் பண்ணிக்கிட்டுத் திரியற! எனக்கும் அப்பனாயா, பெத்து பொறப்பு, சாதி சனமெல்லாம் ஊரு நம்பக்கெடக்குது! செறக்கப் பொறந்து நெறக்கப் பொழைச்சதுங்க!

போயி, அவங்கள கூட்டியாரன்

பத்துப்பேர வெச்சி பஞ்சாயம்பேசி துரும்புக்கிள்ளி போட்டுர்ரா சாமி. உன்னு வழிய நீப்பாத்துக்க என்னுவழிய நாம் பாத்துக்கறன் ஆமா.

ஒரே ஒரு நிமுசம் இந்தவூட்ல நானு இருக்க மாண்டன், இங்கயிருக்க எனக்கு சுத்தப்படாதுன்னா சுத்தப்படாது.

ஹூம் நானாப்பிள்ள பொறந்தன் உன்னுக்கிட்ட சின்னப்பட்டு சீரழிய!

டே கண்ணு சின்ராசு! கண்டாரவோலி யூட்டுப்பையனே! எங்கடாப் போயி தொலஞ்ச?

உன்னாலத்தாண்டா என்னுசுருப்போவப் போவுது? வாடா இங்க! இந்துரா ரெண்டுருவா, போயி சளி மிட்டாயி வாங்கித்தின்னு, ஒழுங்கா பள்ளியோடம் போ, வெளியாட்டுப் பெறாக்குல வூட்ட தொறப்பு போடாம போயிராத. இந்தா தொறப்புக்குச்சி! செத்தாலுந் திலும்பி வரமாண்டேன்னு அந்த புண்ட வாயங்கிட்டச் சொல்லிப்புடு!" ன்னு ஒரே முடுவா அப்பமூட்டுக்கு திலும்பிக்கிட்டா பஞ்சவர்ணம். தடத்துல போற வர்றதுங்க தாம்பாத்துருக்கப் பொறந்தது, இன்னும் பொச்சி கழுவத் தெரியாததுங்கயெல்லாம் பஞ்சவர்ணத்தோட தொக்கக் கண்டுட்டுப்போற போக்குல அப்படியே ரெவலா தலவ கிள்ளி நெருப்ப பருத்தி வெச்சிருக்குங்க. அதான் இப்பிடி வேட்டு வெடிச்சி பொக கெளம்புது!

எட்டுக்கு ஒருக்க, பத்துக்கு ஒருக்க எப்பயும் நடக்கிற கொச வழக்குதான்னாலும் இந்தப் பயணம் ஏதோ முத்திப்போன சமாச்சார மாட்டமிருக்குது. இல்லைன்னா பஸ்சு ஏர்றவளா பஞ்சவர்ணம்?

மீறி மீறிப் போனா வண்டி மேட்டுக்குப் போயி பொழுதடைய அவபொறந்தவ வூட்ல கதய ஓட்டிப்புட்டு துப்பன எச்சி காயறதுக்குள்ள ஓடியாந்துருவா!

கொண்டுகிட்டு கொலம்பாக்கறது நல்லாயில்லத்தான். என்னாப் பண்டறது? அவளா பச்சமுத்த கட்டிக்கிறேங் கட்டிக்கிறேன்னு அடிப்பறிச்சிக்கிட்டு நின்னா?

ஹூம் அவங்கப்பன் இருக்கறானே திரியோதனன், ராசமுத்து கவுண்டன், பொழித்தகராறுல பங்காளி கையவெட்டிப்புட்டு போலிசில சிக்கி சேலஞ் செயில்ல கம்பி எண்ணிக்கட்டிருந்தாம் பாவம். இவந்தாம் பாத்துட்டு அட அக்காப்பிருசஞ் செயில்ல களித்தின்னுக்கிட்டுக் கெடக்கறானேன்னு சீனிவாச வக்கீலு வெச்சி கேச வாதாடி செவிச்சி மாமங்காரன் விங்கிணிச்சி வெளியக் கொண்டாந்தான். அப்ப பஞ் சவர்ணம் வயிசிக்கி வந்த புதுசி! அதும்பொறவு பாத்துக்கச்சும்மா கருவாட்டுக்கூடய பூனச் சுத்தனாப்புல அவங்கூட்ட இவஞ்சுத்த, ராசமுத்து மவள இவுனுக்குக் கூட்டிக் குடுத்தாங் கடன கழிச்சான். தாலியேறுன நாளு மொதக்கொண்டு தண்ணியில எழுதுன எழுத்து அழிஞ்சாலும் தம்பிருசன் சொல்லு அழியமாண்டான்னு நம்பித்தான் பஞ்சவர்ணம் அவங்கிட்ட வாழ்க்கச் செஞ்சா. அவளாட்டம் உஸ்தியமான பொம்பள கருத்துள்ள பொம்பள ஊருல ஒருத்தருமில்ல. காலா காலத்துல அவுனுக்கு தெல்லுமணியாட்டம் ஒருப்பையன பெத்துக்குடுத்தா.

அவ மாசமாயிருந்தாளே அந்தச் சமயத்துலதான் அவுளுக்கு இந்த வெங்காயத்தானோட வள்ளலுமயிரு முச்சூடுந் தெரிஞ்சது.

எவத்தத்திலும்புனாலும் இவங்கூத்தியா வெக்கிற நாயந்தான். அவுத்தப்பாத்தன்! இவுத்தப்பாத்தன்! சனிச்சந்தயிலப்பாத்தன்! ஞாயித்துச் சந்தயிலப் பாத்தன்! அவளோடப் பாத்தன்! இவளோடப் பாத்தன்னு பலரும் பலவிதமா சொன்னப்பக்கூட பஞ்சவர்ணம் அத காது குடுத்துக் கேக்கல.

அவளே ஆள பொடனிமேல் கைபோட்டுப் புடிச்சப்பறந்தான் உம்மயான நெலவரத்தக் கண்டுக்கிட்டா,

தாரண வருசமோ, கீரண வருசமோ,

ஒருப்பூட்டு

அப்பசி மாசம் செரியான அடமழ! அப்ப இந்த சின்னராசு பையன் ஆறுமாசமோ தென்னமோ அவ வவுத்துல இருந்தான்.

ஒருநா எங்கியோ காட்டுக்குப் போவலாமுன்னு திலும்புனவ,

"இதென்னாடி அநியாயம் இந்தாளு போனா போன எடம்! வந்தா வந்த எடம்! காத்தால ஒருக்குண்டாம் பழயச்சோத்துத் தண்ணிய குடிச்சிப்புட்டு போன மனுசன், இன்னும் வூடு வந்து சேரல, வந்தா ஒருவாச்சோத்தப் போட்டுட்டு காட்டண்டி ஒரு வேலவெட்டி பண்ணலாமுன்னா எங்க போறது? ஒராளுக்கு ஊழியஞ் செய்யவே நேரஞ்செரியா இருக்குது, அந்திப்பாலு வேறப்பீச்சணும், மாட்டுக்கு பருத்திக்கொட்ட ஆட்டணும், ஊர வெச்சது அப்பிடியே உசுரோடக் கெடக்குது. இந்த முட்டக்கண்ணி வர்ரன்னா திருட்டு முண்டய இன்னுங் காணம். ஒரு மனிசி எத்தன வேலயச் செஞ்சி நாசமாப் போறது. எப்பப்பாத்தாலும் ஊரெலவாம் பேரெலவாமுன்னு பஞ்சாயம் பேசிக்கிட்டுருந்தாச் சோத்துக்கு வந்துருமா? தொச்சத்துக்கு பண்ணாடி அதச்சொன்னாரு இதச்சொன்னாருன்னு வீம்பொல்லாப்புத்தாம் மிச்சம்! வேண்டாஞ்சாமி இந்த எச்சிப்பண்ணாட்டுன்னுச் சொன்னா இந்த மொடமசுருப்புடிச்சவங் கேக்குறானா"ன்னு

போனவன காணமுன்னு கோவத்துல சாமானஞ் சட்டெல்லாம் பொழங்கறாப்புல பொழங்கிப் போட்டு நொறுக்கிக்கிட்டிருந்தா அப்பத்தாம் பூட்ல பூந்த பச்சமுத்து,

"என்னாடிப்பிள்ள வூட்ல ரவுசு"ன்னு ஒரு அதட்டு அதட்டும்பிடி பண்ணாடிச்சி சத்தங்கித்த மெல்லாங் கைலப் புடிச்சாப்புல டக்குன்னு நின்னுப்போச்சி.

"ஏம்மாமா ஆளுமேல ஆளு உனுக்கு எத்தன ஆளு வுடறது, வந்து ஒருவாச்சோறு தின்னுப்புட்டு போறதுக்கென்னா? ஒரெடத்துக்கு போனா மலாருன்னு திலும்பற வேலயே இல்ல. இந்த பாழாப்போன மழ பேஞ்சப்

பாடுமில்ல காஞ்சப் பாடுமில்ல! சிணுங்கு சிணுங்குன்னு விடிய விடிய தூறுது விடிஞ்சுந் தூறுது! மொழங்காலு வதியில எந்நேரங்காட்டுக்கப் போறது? அந்தக்காரியுஞ் செவலையுங் கத்திக்கிட்டு கெடக்குங்க. நாம் போனாத்தானே ரெண்டு தட்டுகிட்டு அறுத்து அதுங்க வவுத்துக்குப் போடமுடியும்! எதோ அரப்படி ஒருப்படி பாலுகறக்குது அதயுங்கூட வெச்சிருவ மாட்டமிருக்குது"ன்னு ஒரேமுட்டா அவ அலுத்துக்கும்படி

"அதயேஞ்சொல்ற போப்பிள்ள! பொழுது மொளச்சும் மொளைக்காத மிந்தியே எவனாச்சும் ஒருத்தன் நாயங்கொண்டாந்துர்றான். அக்கப்போர எடுக்க முடியல"ன்னு இவுனுஞ் சலிச்சிக்கிட்டான்.

"அவுங்களுக்குத்தாம் பொழப்பில்ல உனுக்குமா? வா வா வந்து இதக்குடி"ன்னு ஒன்றப்படி எருமத்தயிர்ல ஒரு வெண்ணத்தாழி பச்ச நெல்லஞ் சோத்த போட்டு நைப்பா கறச்சி ஊத்துனா பஞ்சவர்ணம். பச்ச மொளவாயக் கடிச்சிக்கிட்டு மொடக்கு மொடக்குன்னு குடிச்சக் கையோட கட்டுல்ல மல்லாந்துகிட்டாம் பச்சமுத்து.

"படுத்தமாயத்துல கொறட்ட வுட்றாத மாமா, ங்கெம்மாளும் ங்கெப்பனும் நோம்பிக்கி வர்றாங்க வூட்ல ஒருச்செலவான செலவில்ல சந்தக்கிப் போவுணும் நெனப்பிருக்குதான்னா" அவ,

"நாலுமணி நாவநாதனுக்குப் போறம் பிள்ளச் சும்மா தொணதொணன்னு பேசாதப் பிள்ள"ன்னான் இவன்.

"ச்சேரி, அடிப்பின்னா சித்தங்கூறியத்துலு கெத்தலோடம் மருமவ வருவா அந்தப் பருத்திக் கொட்டய ஆட்டி எடுத்துக்கிட்டு நானு மாட்க்கு தண்ணிக்காட்றதுக்குள்ள நிமுசம் ஓடியாரச் சொல்லு. அங்க யிங்க நீட்டி நெளிச்சிக்கிட்டு நிப்பா! சட்னு தொறத்திவுடு! சந்தைக்கு போறப்ப மறக்காம வூட்ட தொறப்பு போட்டுட்டு தொறப்புக் குச்சிய தங்கம்மா அப்பாயிக்கிட்ட குடுத்துட்டு போம்மாமா"ன்னு பஞ்சவர்ணம் பக்குவஞ் சொல்லும்பிடி,

"ச்சேரிப்பிள்ள நீ மழைக்கிமின்ன பெறப்புடு! ரவைக்கி வந்து அடுப்பு பத்த வெக்கிணும்மில்ல"ன்னு பொண்டாட்டிய காட்டுக்குத் தாட்டி வுட்டாம் பச்சமுத்து. வழிய வழிய அலுமினியச் சருவத்துல தீனிய எடுத்துக்கிட்டு பஞ்சவர்ணம் காட்டுக்குப் பொறப்பட்டா. ஊருக்கெணத்த தாண்டி, சின்னப்பொன்னியூட்டு தென்னந் தோப்பத்தாண்டி, இட்டரிமேல ஏறுனா ஏமாந்தப்பிடி எட்டி அடிவெச்சதுல முட்டுக்கல்லுல நெக்குன்னு மோதி 'ச்சளக்குனு' சருவத் ருந்த தீனித்தண்ணி மேல வழிஞ்சோட,

"என்னாடி இட்டேரி எங்கொலாயிருந்த இட்டேரி! ஓராளு உள்றபூந்து போவமுடியிதா! புண்டத்தலயேறிங்க ஓட்டு வாங்கக்குள்ள மடலும் வந்து வந்து போச்ச நக்கனானுங்க, காரியமானபின்ன அப்பரம் எதயுங்

கண்டுக்கிறதில்ல கட்டியத்தின்னிங்க நம்புளுக்குத்தாஞ் சங்களவம்! மின்னு ஊரு பெரியத்தனக்காரனங்கள ரெண்டு ஏத்தி ஏலம்போட்டுட்டு மாத்துடுப்பு மாத்திக்கலாமுன்னு ஆட்டுக்கே திருப்பியும் நடந்தா, தீனிக்கவிச்சி ஒண்ணுஞ் சொல்லிக்க முடியல.

“திக்கத்தப்பாமன என்னா நாத்தம் நாறுத பாரு கழுதமுண்டைங்ககிட்ட தீனியில கறிச்சாத்த ஊத்தாதிங்கடி ஊத்தாதிங்கடின்னா எந்த வெள்ளாளச்சி கேக்கறா நம்புளுக்கே நாத்தம் தாக்கப்புடிக்க முடியிலியே அந்த வாயில்லாச் சீவனுங்க எப்பிடி தண்ணி குடிக்குங்க”ன்னு தீனி ஊத்தற பொம்பளங்களையும் வுட்டு ரெண்டு வெளாசு வெளாசுன்னு வெளாசுனா.

ஏதுரா பொடக்காலிப்பக்கம் பொண்டாட்டி ரவுசு கேக்குதுன்னு கட்லுமேல படுத்துக்கிட்டிருந்த பச்சமுத்து அரக்கப்பறக்க எந்திரிச்சி ஓடியாந்து,

“ஏம்பிள்ள போனச்சுருக்குல வந்துட்ட?”ன்னு கேக்கும்பிடி,

“அதயேங்கேக்கற மாமா, அந்த இட்டேரி முட்டுக்கல்லு இடிச்சி கீழவுழுந்து மண்ட ஒடஞ்சிருக்கும்! நல்லவேளை தப்பிச்சேன். புளிச்ச தண்ணி தெறிச்சி மேலுப்பூரா ஒரே சலதாரக்கப்பு அப்படியே ஓக்காளிச்சிட்டு வருது”ன்ன அவ இட்டேரியில வுழுந்த கதயச் சொன்னா பஞ்சவர்ணம்.

“அடடா ஏப்பிள்ள பாத்துபோவக்கூடாதா”ன்னுச் சாக்கியத்துக்கு என்னும்மோ ரெண்டுச் சொல் வெசாரிச்சியும் வெசாரிக்காத மின்ன,

“ச்சேரி சேரி நாலுடப்பா தண்ணிய வாத்து கழுவிக்கிட்டு ஓடுப்பிள்ள சீக்கிர”முன்னு பறவா பறந்தாம் பச்சமுத்து.

"அடயிரு மாமா துணி மாத்திக்கிட்டு போறன்”னா அவ.

"இவுத்தியே அல்லாட்டம் போட்டுக்கிட்டுருந்தா சொசைட்டிக்கி பாலு ஊத்தனாப்பல தாம்போ”ன்னு வாசக்கால்ல குறுக்க நின்னுக்கிட்டு பொண்டாட்டிய உள்ற வுடாம வளைச்சி முடுக்கறதிலியே குறியா இருந்தான்.

“இதா மாமா சித்த நவுர்ரியா சீலயும் லவுக்கையும் நனஞ்சிச் சதசதன்னு போயிரிச்சி. ஈரதோட அப்பிடியே என்னமுட்டும் இருக்கறது? ஒரு நேரம் பாலு ஊத்தாடிப் போவுது! மோருக்கடஞ்சிக் குடிச்சிப்புட்டுப் போறது! இப்பிடியெல்லாம் உசாராப் பொழச்சிருந்தா இந்நேரம் நம்ப பொழப்பு கொண்டயத்துக்கு போயிருக்காது ஹூம்”ன்னு புருசன ஒரு போடு போட்டவ பண்ணாடி படுத்திருந்த உள்ளூட்ல பூந்து பொட்டியத் தொறந்து சாக்கிட்டு ஒண்ண எடுத்தா.

போட்டுக்கிட்டுருந்தத அவுத்து தூக்குமேல போட்டுட்டு, மாராப்ப வாயிலக் கடிச்சிக்கிட்டு சோத்தங்கையச் சாக்கிட்டுக்குள்ள வுட்டா, பாக்காத பண்டமாட்டம் பச்சமுத்து பொண்டாட்டிய பொடக்கு பொடக்குன்னு பாத்துக்கிட்டிருந்தான். சனியம்புடிச்ச முந்தி நழுவி ரவுக்குனு கீழ வுழுவ, ஐயய்யோன்னுப் பதச்சி அவ குமிஞ்சி முந்திய அள்ள, கட்லடிய ச்சரச்சரங்க, என்னமோ ஏதோன்னு இவ உத்துப்பாக்க, அவுத்த செத்த ஆட்டுக் கண்ணாட்டம் ரெண்டு முட்டக் கண்ணு பிதுக்கா பிதுக்கான்னு முழிச்சிக்கிட்ருந்திச்சு!

என்னாப்பண்டுவ?

கற கறன்னு கண்ல பிச்சிக்கிட்டு வந்த கண்ணுத்தண்ணிய வெரல்ல வழிச்சி சுண்டியெஞ்சிப்புட்டு வாயிப்பேசாம கப்புனு இந்துக்கிட்டா. இன்னிக்கி இருக்கிற நெனப்பு அன்னிக்கி இருந்துருந்தா ரெண்டுபேத்தயும் செக்கப்புழிஞ்சி செனாருக் கௌப்பியிருப்பா!

முழுக்க நனஞ்ச பொறவு முக்காடு எதுக்குங்கறாப்ல பச்சமுத்துக்கு பின்னியுங் குளுருவுட்டுப் போச்சி ஹூம் இன்னிக்கி நேத்தா அவம்பித்தியப் பாக்கறம்?

என்னிக்கி மீச மொளச்சி தொண்டக் கட்டுச்சோ அப்பப்புடுச்சி அவுனுக்கு இதே தொழுவாடுதான். எத்தன வூட்டு கூரயப் பிரிச்சிருப்பான்? எத்தன வூட்டு செவுரு ஏறிக்குதிச்சி ஈடுதின்னுட்டு வந்துருப்பாந் தெரியிமா?

ஓராடங் கழுத்தே கத்திரிச்சிப் போறாப்புலக் கூட ஆயிருக்குது!

இந்த குட்டக்கரமேல் சம்புந்தி, சம்புந்தின்னு ஒரு பொம்பள இருந்தா. எந்நேரமும் அவுளுக்கு பத்துப்பேரோட தொடுப்பு! அதும் இந்த சிறுவயசிப் பசங்கன்னா அவுளுக்கு இன்னும் நொம்போ .பிரியம். கூட்டிக்கிட்டுப் போயி நேரு, கூறு, நெளுவு, சுளுவுத் தொச்சமில்லாமச் சொல்லிக் குடுப்பா. சூது வாது தெரியாதவ, ஒரு கவுடத்தவப் பாவம்.

இந்தப்பழம எப்பிடி இவுனுக்கு தெரிஞ்சிதோ! இல்ல ஆருச் சொன்னாங்களோ! நெனப்பெடுத்துக்கிட்டு பையன் ஒருநா தண்டு கட்டிக்கிட்டு அஞ்சாறு வலசுப்பசங்களைக் கூட்டிக்கிட்டு அவ வூட்டுக் கொட்டாயிக்கிப் போயிட்டாம்ப்பா! கொட்டாயின்னா ஓசக்க செவுரேத்தி தூளம் போட்டு ஓடு மேஞ்சதில்ல. நெடுக்குவார குறுக்கு வார ஒட்டி பனவோலையில் மேஞ்சி எரவானத்தச் சும்மா ரெண்டு மூணடி செவுத்துமேல எறக்கிவெச்சிருக்கறது. இவம்போயி வூட்டுக்கு மின்னப்பாக்க கதவு உள் தாழுப்போட்டுருந்தது. அப்பரம் இவம் பொறன் போயி எரவானத்தப் பிடிச்சி அப்படியே அலாக்காத்தூக்கி சந்துல தலயவுட்டு முட்டி “அக்கா அக்கா”ன்னு நல்லாப் பெருத்த ஓசவுட்டுக்

கூப்புடும்பிடி அந்நேரம் அவெங்கியோ ஒரு குருவிக்காரப்பீத்துலோட முசுவா பண்ணயம் பண்டிக்கிட்டிருந்துருக்கறா!

சிவப்பூசயில இதென்றா கரடி கத்துதுன்னு அவன் குருவிச் சுடற டுவாக்கிய எடுத்து 'டொப்புனு'ச்சுட்டு "ஆர்ராவன் ங்கோயால இன்னேரத்துல ஒளிக்கண்டு வெளயாடறவன்? தெகிரியமிருந்தா எம்மின்னால வாங்கடாப் பாக்கலா"முன்னு கருவனாம் பாத்துக்க இந்த கூட வந்த கொலவாரிங்க,

எரவானத்த இவம்பொடனி மேலயே வுட்டுட்டு திக்காலிக்கி ஒண்ணாச்சும்மா பிச்சிக்கிட்டு ஓட்டம்படிச்சி வுட்ருச்சிங்க. கீழு நடுவார இவம் பெறங்கழுத்துல நல்லாப்பொருந்தி ஒக்காந்திக்கிச்சி. தலய வுள்ள வுட்டு எடுக்கறதா? வெளியவுட்டு எடுக்கறதான்னு பையங்க கதவடிய சிக்கன பெருச்சாளியாட்டம் தெணறி, திண்டாடி, தவுளிச்சி, நெண்டி, நெளிஞ்சி ஓராமு குழிப்பறிச்சி மொள்ள விங்கிணிச்சி எடுக்கறதுக்குள்ள நரம்பு பெரண்டு கழுத்துப் பெசகிக்கிச்சி,

அத்தன ஒவுத்தினியத்திலியும் வூட்டுக்கு திலும்பி வருவானா ங்கொக்காளவோலிப்பையன்?

ஆளு ஒசரம் வெவசாயக் கொட்டமரம் கிர்ருன்னு மொளச்சிக் கெடந்தது. அதுல இவம் ஒட்டுமூட்டு நாயி ஓலுக்கு காத்தாப்ல காத்துக்கிட்டு கெடந்துட்டு சாமத்துல போயி சம்புந்திய என்னாச் சேதின்னு கேட்டப்பொறவுதான் வந்து தாவுச் சேந்தான்.

மலமழுங்கி மாரியப்பனுக்கு ஒரளுக்கல்லு எங்கித்தி மூல? இப்பேருப்பட்ட வல்லாளக் கண்டனுக்கு பொண்டாட்டி பேசறதும் புடிக்கறதும் சூத்து மேல ஒட்ன மண்ணு! ச்சும்மா தட்டி வுட்டுட்டு அவம்பாட்டுக்கு ஊருமேயப் போயிக்கிட்டே இருப்பாம் பாத்துக்க இவங்கோளாற கண்டப்பின்ன மானிக்கி இரும்புப்பூணு மாட்டாத கொறையா பஞ் சவர்ணம் என்னா என்னாவோ கண்டுசனு மேல கண்டுசனு போட்டா. கட்டுமானமும் பண்டிப்பாத்தா, ஒண்ணும் அவங்கிட்ட பெட்டு நவுத்தல முடியல. பட்டப்பவல்ல போறவனுக்கு தட்டுக்கூட மறப்பா? என்னம்மோ ஆத்ரந் தாங்காம அப்பமூட்டுக்கு போயிட்டாளே ஒழிய அவுளுக்கு அங்க காலு கெடயில தங்கல. ஆளு இருந்தாவே "ஊரே கேளு! நாடே கேளு!ன்னு திரியறவன் ஆளு இல்லாத நேரத்துல கையக்கால வெச்சிக்கிட்டு சும்மா இருப்பானா? அவன் நெனப்பு எடுத்துக்கும்படி பஞ்சவர்ணம் சொல்லாம கொள்ளாம பிருசமூட்டுக்கு மூட்டயக் கட்டனா.

2

என்னத்த நெனச்சி என்னா ஆவப்போவுது? மவனோட ஆசைக்கி

பச்சமுத்து நேத்து ராவே கொடம் ஓடச்சி கொள்ளி வச்சிட்டான். வண்டியச்சும் முறிஞ்சிப்போச்சி! ஆயக்காலும் கழண்டுக்கிச்சி! எந்தண்ட நவறதுக்கும் வாட்டமில்ல. இருக்கற எடந்தெரியாம அவனுண்டு அவனோட வேலைவுண்டுன்னு பொட்டாட்டந்தாங் கெடந்தாஞ் சின்ராசு ஒரு மூலையில.

அதும்போவ அவுனுக்கு இந்தப் பொட்டப் புள்ளைங்க சமாச்சாரமே துப்பரவாப் புடிக்கவே புடிக்காது. எங்கியாச்சும் பசங்களோடச் சுத்தயில போறது வாரதுகள நின்னுச் சித்த வேடிக்கப் பாக்கறானே அதோடச் சேரி மித்தது எதிலியும் தலப்பட்டுக்க மாட்டான். ஏன்னு கேளு!?

"ராசாமணி, ராசாமணின்னு அவனுக்கொரு கூட்டாளி மட்டம்பட்டி புதூருல இருந்தான். அந்த ராசாமணிக்கி வடிவேலு, வடிவேலுன்னு ஒரு சேத்தாளி அந்தூருலியே. வூட்டுக்கு போவ, வர வடிவேலு பையந் தங்கச்சி அன்னக்கிளிக்கு ராசாமணி மேல ஒருக்கண்ணு! இவுனுக்கும் அவமேல ஒருக்கண்ணு!

ரெண்டுங்களும் அவுத்த இவுத்த சேந்தவாக்குல திரிய வெவகாரம் முத்தி விசியம் வெளியத் தெரிஞ்சிப்போச்சி. ரெண்டு வூட்டாளுங்களும் இதுங்களச் சித்த வுட்டுப்புடிச்சிருந்தா ஆயிருக்கும்! ஒரேயடியா கிடுக்கிப்போட்டு நெருக்கும்படி அதுங்க இதுதாஞ்சாக்குன்னு ஓட்டம் புடிச்சுட்டுருச்சிங்க ஈரோட்டு கொடுமுடிக்கி.

பையமூடு அப்பிடியொண்ணும் வசிதி வாய்ப்புள்ளவிங்க இல்ல. என்னமோ அவிங்க பொழப்பு அன்னாடங்காச்சி வண்ணாம்மாத்து! ராசாமணியவிக சித்தங்காரனும் சின்னாயாளுந்தான் மின்ன நின்னு ச்சேரி பையம் பிரியப்படறாம். பொழச்சிட்டுப் போவுட்டுமுன்னு ப்ளசரு காரு கொண்டாந்து ஏத்தி தாட்டிவுட்டாங்க. அதுங்க பாட்டுக்கு அதுங்க போயிரிச்சிங்களா, பொறவு பிள்ளய பெத்தவிங்களும், பையனப் பெத்தவிங்களும் விடிய விடிய தேடி விடிஞ்சிரும் ஒரு வாரந்தேடனாங்க. சோடி கைக்கிச் சிக்கல! போயிச் சாட்டாவுதுன்னு கம்முனு வுட்டுட்டு இருந்து கிட்டாங்க.

இந்த எடவெளியில ராசாமணியவிக சின்னாயிக்காரிக்கும் அன்னக்கிளியவிக அம்மாளுக்கும் தடவழியில என்னம்மோ தகராறு பேச்சி மேல பேச்சி முத்தி, ஒண்ணு மேல ஒண்ணு போட்டு சண்ட வலுத்துக்கிச்சி.

"ஓடுகாலி முண்டயப் பெத்துப்புட்டு உனக்கென்னாடி இவ்வளவு ஏத்தமின்னு" ஒருச்சொல்லு இவகேக்க, அவச் சொல்லு பொறுக்க மாண்டாம,

"பாழும் பிள்ளயப் பத்திதான இந்தப்பேரு! லட்சருவா செலவானாலுஞ்

சேரி கண்டாரோலி பிள்ளய கொண்டாந்து தாவுச்சேத்தங்கடா! எங்கையால அவக்கழுத்த திருவி எஞ்சிப்புடறன்"னு மாரியம்மா சாமியாட, அப்பறம் பாத்துக்க! மூல மூலைக்கு ஆளு பறக்குது.

முசுவா தேடி, துப்புக்கண்டு பிள்ளைய கொண்டாந்து மட்டம்பட்டியில போட்டு குப்பு குப்புன்னு குப்பி, கையோடக் கையா இன்னொருப் பையனச் சல்லுசாப் பிடிச்சி கட்டி வெச்சிட்டாங்க. வூட்டவுட்டுப் போயி ஒரு வாரமா திரிஞ்சவிங்களுக்குள்ள எதனாலும் கசமுசா நடக்காமியா இருந்துருக்கும்? அதயெதயும் நெனச்சிப்பாக்காம பிருசன அத்தவ புதுப்பொண்ணுங்கறாப்பிடி அந்தப்பிள்ள கட்டனவனோட பொழைக்கப் போயிட்டா. இந்த ராசாமணி அவள நெனச்சி தண்ணி வண்டியாவி ஊரு ஊருக்கு அல்லு எடுத்துக்கிட்டு திரியறான்.

அதப்பத்தி சின்ராசுக்கு பிள்ளைங்கன்னாவே செரியான கருக்கடப்பாவம்.

கூட இருக்கற கொலவாரிங்கதான் எதுத்தூட்டுப்பிள்ள உன்னப் பாக்குதுடா, எதுத்தூட்டுப் பிள்ள உன்னப் பாக்குதுடான்னு சும்மாயிருந்தவஞ் சூத்துல சுக்க வெச்சி ஊதி வுட்டுட்டானுங்க! இருக்க மாண்டாம இவுனும் ஒருநாளு அந்த பிள்ளய வெறுக்கு வெறுக்குன்னுப் பாக்க பட்டுக்கிச்சி.

ஒரு வயசிப் பையனுக்கும் ஒரு வயசிப் பிள்ளைக்கும் ஒருத்தருமேல ஒருத்தருக்கு நெனப்பு எடுத்துக்கிச்சின்னா, அவிக பண்ற ரோலாயத்துக்கு அளவே இல்ல. மொதல்ல அதுங்களுக்கு காலு தலையில பாவுதா? எதுக்க வர்ரது இன்னதுதான்னு ஒரு பிருவு, நெதானந் தெரியிதா? அதும் இந்தக் காலத்துப் பிள்ளைங்க இருக்குதுங்களே சுத்த மோசம். அப்பிடியே தலகீழா நிக்கிதுங்க.

நெவுலடியா ஒரு மறப்புச் சிக்கிறதுக்கில்ல ஒரு ஈடு பொரண்டு எந்திரிச்சித்தாம் போவுதுங்க. ஆரு இருக்கறாங்க? ஆரு பாக்கறாங்கன்னு துளிக்கூட ஒரு அஞ்சிக்க கெடயாது! அந்த வாக்குலதான் இவுனும் அந்த வசந்தாப்பிள்ளய எவுத்திக்காலி கண்டாலுச்சேரி சந்து பொந்து, இண்டு இடுக்குன்னு நிக்காம அந்தல்ல ஓரடி தாண்டமாட்டான். அதென்ன நாயம் பேசுவாங்களோ மணிக்கணக்கா, கேனம்புடிச்சவன் வளச்சி, வளச்சி ஒரே நாயம் பேசறாப்ல ஒண்ணுக்குமத்த நாயத்த வாயி நோவ பேசுவாங்க.

தெக்க, வடக்க பாத்தமாதர எதுரெதுரு வூடுங்கறதனால என்னிக்கி எந்த வூடு தொறப்பு போட்டுருந்தாலுஞ்சேரி அன்னிக்கி அவுத்தத்தான் ரெண்டுபேத்துக்கும் படுக்க. தப்பு தண்டாவுக்கு துணிஞ்சதில்ல, ஆனா முன்னித்தி வெளயாட்டு உண்டு. இப்பிடி புருசம் பொண்டாட்டி மாதர ஒண்ணும் மண்ணா பொழங்கிக்கிட்டு இருந்ததுங்க. கத்தரிக்கா

தெரண்டு போச்சின்னா பெறவு சந்தைக்கு வந்துத்தானே ஆவுணும்? பழம ஊருக்கே தெரிஞ்சிப் போச்சி. பொரட்டாசி கடக்கெழம் சோரவப் பெருமாக் கோயிலுக்குப் போனதுங்க சாமியக் கும்புட்டுட்டு, மெரமணயச் சுத்திபுட்டு, வந்துருந்தா ஆயிருக்கும்? பாலிப்பாறப் பொரட்டுல ஒருத்தரு மேல ஒருத்தரு சாஞ்சிக்கிட்டு ரெண்டுப்பேரும் ஓட்டுக்கா குந்தி பேசிக்கிட்டிருந்தத பச்சமுத்து நேருக்கு நேரா பாத்துட்டான்.

சண்ட கிண்ட புடிக்கல. வூட்டுக்கு வந்தவம் பையங்கிட்ட கூப்ட்டுச் சொல்லிப்புட்டான்.

“அடே அந்தப்பிள்ள நம்ம வூட்டுக்கு ஆவாது. அப்பிடி எங்கள மீறி எதனாலும் ஏடா கூடம் நடந்ததுன்னு வையி ங்கோயாளும் நானும் கவுறுப்போடுக்குவஞ் சாக்கிரிதி”ன்னு அறுதிகட்டி ஒரே தீருமானமாச் சொல்லிப்புட்டான்.

என்னாப் பண்டுவ? சின்ராசு ஒருவாரம் பத்து நாளா சோறுத் தண்ணி ஒண்ணும் எரயே எடுக்கல. அப்பிடியே நாளுபட்ட நோவுக்காரனாட்டம் கெடயில வுழுந்துட்டான். இன்னதுதான் அவம்புத்தியில் ஓடுதுன்னு இல்ல! பலமாதிரியா ரோசன.!

“இந்தாளு எதுக்கு அந்தப்பிள்ளய வேண்டாங்கறான்? அவளுக்கென்னா கொறச்சலு? கோணயா? மானயா? இல்ல ஓட்ட ஒடுசலா? ச்செவ ச்செவன்னு தக்கோளி பழமாட்டம்பிள்ள! கொணம் மனமும் சும்மாச் சொல்றதுக்கில்ல, பச்சத்தங்கம்! அதும் போவ பிள்ள என்னா அன்னி அசலா? தூரந் தொலயா?

எடுத்துப்போட்டங் கழுத்த முறிச்சன்னு ஒரு மனுசன் இப்பிடி அரமாலும் ஒருப்பிள்ளய வேண்டாம்னு அதுக்குவொரு காரணம் வேணுமில்ல. இவனா வெச்சிப் பொழைக்கறான்? இன்னும் பத்து வருசமோ பதனஞ்சி வருசமோ ஓல வாங்கிக்கிட்டு மேலப்போயிருவான். எசவில்லாத தாவுல மாட்டிக்கிட்டு பொறனாட்டுக்கு நானுத்தான நிமுசுப்படனும்”மின்னு பொடம் பொடன்னு சடஞ்சிக்கிட்டிருந்தப் பையன். முந்தா நேத்து,

“ஏண்டா அப்பம்பையா அந்தப்பிள்ளய வேண்டாங்கற”ன்னு ச்சும்மா புடி புடின்னு எதுக்குப் புடிச்சிக்கும்படி பச்சமுத்து அந்தண்ட இந்தண்ட ஒண்ணும் திமுர முடியல.

பையங்கேக்கற கேள்விக்கி வதுலச் சொல்லுணுமா? வேண்டாமா? செத்த பொணமாட்டம் வெரைச்சிப் போயி ஒக்காந்தியிருந்தவன் பாக்கற முட்டும் பாத்துட்டு படக்குன்னு குட்ட ஒடச்சாம்பாத்துக்க சின்ராசுக்கு அண்ட சராச்சாரமெல்லாங் காலடியில புடுங்குது.

அவனொண்ணுஞ் சொல்லல,

“இப்படித்தாண்ட மவனே! உன்னையாட்டஞ் சிறுவயசுல அவங்கம்மாரியிண்ட நாங்கொஞ்ச நாளு தடுமாறிக்கிட்டிருந்தண்டா அப்பா! அவ ஒனக்கு தங்கச்சி மொற வேணுன்டா! பால பாக்காட்டிப் போவுது! சட்டிய பார்ராச் சித்த சாமி!”யின்னான்.

பையனுக்கு காலுக்கையெல்லாம் வெலவெலன்னு போயிரிச்சி. வந்து கட்ட மேல வுழுந்தவந்தாம்பா. இன்னையோட ரெண்டு நாளு ஆவுது மேல எந்திரிக்கவேயில்ல. நெனச்சி நெனச்சி மருவறான் மருவறான் அப்பிடி மருவறாந்தன்னாப்பால! பீத்தநாயி அதச்சொல்லாம இருந்துருந்தா ஆயிருக்கும். ஹூம் வட்டி நம்பச் சோத்தப்போட்டுட்டு அதுல துளி நறவல வெச்சாப்ல. ச்சை! இந்தப் பையனுக்கு மனசே ஓம்பல.

இப்பேருபட்ட அப்பனுக்கு மவனா பொறந்துட்டு, இன்னமேட்டும் உசுரோடத் திரியறதுல அர்த்தமில்ல”ன்னு படபடன்னு எந்திரிச்சாம்பா.

எந்திரிச்சப்பையம் போயி எரவானத்துல சொருவி வெச்சிருந்த பயத்த மருந்தப் பொட்டணத்த எடுத்துப் பிரிச்சி தண்ணி வாத்துக்கற டப்பாவுலக் கொட்டி கொழ கொழன்னு டப்பா வழிய கரைச்சி ரவுக்குனு வாயில ஊத்த அண்ணாந்தாம்ப்பா! அந்நேரம் எங்கியோ இந்த விருப்புக்கு மல்லலாமின்னு பொடக்காலிக்கி வந்த பஞ்சவர்ணங் கண்ல இந்த சமாச்சாரம் பட வெடுக்குனு கையத் தட்டிவுட்டவ.

“ஐயோ மவனே! இதென்ன வேல?” ஆர்ரா உனுக்கு இந்தப்பித்திய படிச்சிக் குடுத்தது?”ன்னு அவன மடியில போட்டுக்கிட்டு கண்ணீருவுட்டா “அம்மாப்பிள்ள வசந்தாள நாங்கண்ணாலம் பண்டிக்கிலைன்னாக் கூட தொலையிது! அதப்பத்தி காரியமில்ல! இந்த அப்பம்பையன நெனச்சிட்டா தாம்பிள்ள எனக்கு சாவலாமின்னே இருக்குது!”ன்னு சின்ராசு பொலம்ப,

"அவங்கெடக்கறாண்டா ஆகாவழி! அஞ்சாறு மொறயக் கண்டவனா? அவனுக்கென்னா தெரியும்? மயிராத் தெரியும்! நாஞ்சொல்றன் நீக்கேளு! அந்தப்பிள்ள உனுக்கு கொளுத்த மொற! இழுத்து கொண்டி தாலிக்கட்றா!”ன்னு பையன வழிக்கூட்டி அனுப்பி வெச்சா.

கர்ண மகராசா

தூரன் குணா

அம்மா என்னை ஏழை மனசுக்காரன் என்று சொல்வாள் சார். அவளால் கேனயன், இளிச்சவாயன் என்று மற்றவர்கள் சொல்வதுபோல் சொல்ல முடியாததால் பதமான வார்த்தையில் சொல்லியிருப்பாளாக்கும். யாரோ ஒருவர் என்னை "வெள்ளைச்சோளம்" என்றுகூட சொல்லி யிருக்கிறார். ஆனால் உண்மையும் அதுதானென்று எனக்குத் தெரியும். எனக்குப் போதாது. தவிரவும் சதாநேரமும் கள்ளத்தை மனசுக்குள் வைத்துக்கொண்டு திரிவது முதுகில் பாறாங்கல்லை கட்டியிருப்பது போலத்தான். அது எனக்கு ஒத்துவராது. ஆனால் எல்லோரும் இந்த ஆட்டத்தை வெகு திறமையாக ஆடுவதைப் பார்க்கையில் கொஞ்சம் பயமாகவும் இருக்கிறது.

என் பதின்ம வயதில் உலகம் முழுக்கவும் நல்லவர்களால் நிரம்பியது. என்றும் ஒழுக்கமும் ஈகையும் நன்னம்பிக்கையும் வாழ்வில் என்றுமே கைவிட முடியாதவையெனவும் நம்பிக்கொண்டிருந்தேன்... ஆனால் அறிமுகமில்லாத ஆட்களுக்கு சைக்கிள் வாடகைக்குக் கொடுக்கப்படுவதில்லை என்பதைப் போலத்தான் உலகமும் இயங்கிக் கொண்டிருக்கிறது என்பது சீக்கிரமே புரிந்துவிட்டது. என் கண் முன்னால் யாருமே பசியில் வருந்தக்கூடாது என்றொரு அதீதக்கனவு முன்னிருந்தது. பசியினால் சிந்தப்படும் கண்ணீர் யாவரும் மறைக்க விரும்பும் ஓர் அவமானம் என்று தோன்றும்.

தனித்து விடப்பட்ட குழந்தைகளை, மூப்பின் தள்ளாமை நிறைந்த முதியவர்களை, எங்கோ சூன்யத்தில் பார்வை நிலைகுத்தி வற்றிய முலை வெளித்தெரிய தெருமுனையில் குந்தியிருக்கும் பெண்களை, கள்ளம் படியாத முகங்களைப் பார்க்கையில் என் மனம் குமுறும். உலகம் இவர்கள் வாழமுடியாத இடமாய் மாறிவிட்டதை நினைக்கையில்

மனம் தவிக்கும். நிகழ்த்தப்பட்டுக் கொண்டிருக்கும் இந்த மாபெரும் சதிக்கெதிராய் எதுவும் செய்யமுடியாததை நினைத்து குற்றவுணர்வும், கழிவிரக்கமும் சூழும். மூன்றுவேளை உணவும், பகிர்ந்து கொள்ள இன்னொரு உயிரும் உறுதிப்படுத்தப்பட்டால், கனவில் இருக்கும் உன்னத வாழ்வு நனவில் முகங்காட்டக்கூடும்.

"ஊதாரி" என்ற வார்த்தையின் அர்த்தம் புரிய ஆரம்பித்தது. ஓட்டைக்கை என்று அம்மா சொன்னதை உறுதிப்படுத்திக்கொள்ள கண் முன்னால் கையை வைத்து விரல்களிடையே தெரியும் இடைவெளிகளை உற்றுப்பார்ப்பேன். ஆனால், ஊதாரித்தனத்தைக் கைவிடுவதென்பது சம்பாதிப்பதைப்போலவே கடினமான காரியமாக இருக்கையில் நண்பர்களின் முகத்தைப் பார்க்க வேண்டியிருக்கிறது. ஆனால் நண்பர்களால் எப்போதாவது போஷிக்கமுடிவதில்லை. "எனக்குப் பசிக்கிறது. சாப்பிடக் காசில்லை " என்பதும் "எனக்கும் பசிக்கிறது. ஆனால் பிச்சையெடுக்கமுடியாது" என்பதும் எவ்வளவு குரூரமான உண்மைகள்?

கோவிலில் அரசாங்கம் அன்னதானம் போட்டது. வாசல்வரை சென்றுவிட்டு மனம் வராமல் திரும்பியிருக்கிறேன். பசியும் ஈகோவும் என்னை வதைத்திருக்கின்றன சார். பொங்கிப்பொங்கித் தனியே அழத்தான் முடிந்தது. ஊரிலிருந்து அனுப்பும் பணத்தை வாங்கிய கடனுக்குக் கொடுத்துவிட்டு மறுபடியும் கடனுக்காகக் கையை ஏந்துவேன். மிஞ்சுவது பணம் வரும் நாளில் வயிறாரச் சாப்பிடும் மீன்கறிதான். சிலசமயம் ஊரிலிருந்து பணம் அனுப்ப முடியாவிட்டால் பெருஞ்சிரமம். இண்டர்வியூக்களுக்குப் போகும்போதுதான் நான் எவ்வளவு தன்னம்பிக்கை இல்லாதவனாக இருந்தேன் என்பதும் புரிந்தது. வேலை கிடைக்கும் என்ற நம்பிக்கையை இழக்கத் துவங்கினேன்.

ஈகோவின் பொருட்டுப் பசியை மறைத்துச் சிரிக்க வேண்டியிருக்கிறது. நிலையை அறிந்த நண்பர்கள் மௌனமாக இருக்கிறார்கள். எனக்கு மலம் வரவில்லை . ஆசனவாய் எரிகிறது. அப்புறம் லேசாய் இரண்டு சொட்டு கருந்திரவம். கதவடைக்கப்பட்ட கழிவறைக்குள் கண்ணீரும் கழிவிரக்கமும் பொங்கும். கடைசியில் தாங்கமுடியாமல் ஊருக்குத் திரும்புவதாக முடிவு செய்தேன். ஊருக்குப் போயாவது புத்தியோடு பிழைக்குமாறு நண்பர்கள் அறிவுரை சொன்னார்கள். அலுவலக வேலையாக சென்னை வந்த செந்தில்நாதன் ஊருக்குக் கூட்டிப்போனான். திருப்பூர் ரயில்நிலையத்தில் நான் இறங்கும்போது சட்டைப்பையில் நூறு ரூபாய் வைத்தான்.

காற்றும் புழுதியும் வாரியிறைத்த பஞ்சகாலத்தில் ஊருக்கு வந்தேன். படித்தவன் வேலை இல்லாமல் ஊருக்குள் திரிவது வெகுகொடுமை. மணியார்டரில் வந்து கொண்டிருந்த பணத்திற்குப் பின்னால்

எவ்வளவு சிரமமிருந்தது என்று புரிந்தது. எல்லோரும் திருப்பூர் பனியன் கம்பெனிக்குப் போனால் சுளையாக ஆறாயிரம் ஏழாயிரம் வாங்கலாமென்றார்கள். அதற்குத் தயாரான போதுதான் அப்பா நம்பிக்கையிழக்காமல் மறுபடியும் வேலைதேடச் சொன்னார்.

பிறகு கந்தவேலின் ஆதரவில் பெங்களூர் வந்தேன். அப்பா நான்கு ஆடுகளை விற்று எட்டாயிரம் ரூபாய் கொடுத்துவிட்டார். புது ஊர் பிழைத்தே ஆகவேண்டிய கட்டாயம். கந்தவேலின் ரெபரென்சில் அவனுடைய சாப்ட்வேர் கம்பெனியிலேயே புரோகிராமராக எட்டாயிரம் ரூபாய் சம்பளத்தில் வேலை கிடைத்தது. சம்பாதனை உன்னதம். நான் என்னை முழுமையானவனாக உணர்ந்தேன். நான் உரக்கப் பேசத் துவங்குகிறேன். என் நடையில்தான் எவ்வளவு கம்பீரம்? நான் மரியாதை செய்யப்படுகிறேன். என் பர்ஸில் ஏ.டி.எம். கார்டு என்ற புதுவஸ்து இடம்பிடிக்கிறது.

நான் பப்புகளுக்கு போகவில்லை. ஷாப்பிங் மால்களுக்குப் போகவில்லை. ஆம்லெட் சாப்பிடுவது ஆடம்பரம் என்று நிறுத்திக்கொண்டேன். காசு எதிர்பார்க்கும் நண்பர்களைக் கழற்றிவிட்டேன். புகைப்பதில்லை. குடிப்பதில்லை. செலவுக்குப் போக அப்படியே வீட்டில் கொடுத்துவிடுவேன்.

காசைக் குறித்து இவ்வளவு குரூரமானவனாக மாறிவிட்டது எனக்கே பயமாக இருந்தது. என் ஆன்மாவின் மீது இருள்படர்கிறதா? காசைச் செலவழிக்காமல் மூன்றாம் உயிரின் மீது செலுத்தும் போலி அன்பும் பரிதாபங்களும் நிறைந்தவனா நான்?

உண்மையைச் சொன்னால் சார். நான் இப்போது அரைலட்சத்திற்கு பக்கத்தில் சம்பளம் வாங்குகிறேன். இப்பெருநகரத்தில் தினமும் என்னிடம் யாரேனும் கையேந்துகிறார்கள். யாசகம் பெரிய தொழிலாகிவிட்டது. முடிந்ததைக் கொடு என்று உள்ளம் சொல்கிறது. அதே உள்மனம் ஏமாறாதே என்றும் எச்சரிக்கிறது. ஆனால் வயதானவர்களென்றால் நான் யோசிப்பதில்லை. இருபதோ ஐம்பதோ கொடுத்துவிடுவேன். ஆனால் ஒவ்வொரு முறையும் யாசகத்தின் குரூரம் மனதைப் பிசையத் தவறுவதில்லை .

அன்றும் அப்படித்தான். மடிவாளாவில் வழக்கமான தேனீர்க்கடையில் தேனீர் அருந்திக்கொண்டிருந்தேன். மொட்டைத் தலையும் கண்களில் கருவளையங்களும் அழுக்கு ஆடைகளுமாயிருந்தவன் என்னை நெருங்கினான். “சார்.. எனக்குப் பொள்ளாச்சிப் பக்கங்.. லாரியில் கிளீனரா போய்ட்டிருந்தேன். ராஜஸ்தான் போய்ட்டு வண்டி பெங்களூர் வரும்போது டிரைவர்கூட பிரச்சினையாப் போச்சு. வுட்டுட்டுப் போய்ட்டான். நயா பைசாகூட இல்ல. சாப்ட்டு ரெண்டு

நாளாச்சு. ஒரு டீயாவது வாங்கிக்கொடுங்க சார்". நான் அவனை நம்பாமல் பார்த்தேன். அவன் கண்களில் பொய்யின் சாயையைத் தேடினேன். என் கட்டுப்பாட்டுக்கும் இயல்புக்கும் நடுவே மனம் ஊசலாடத் தொடங்கியது. இருதயத்தின் ஆழப்பிரதேசத்திலிருந்து ஒரு நிந்தனைக்குரல் எழுந்து என்னை ஏசத்தொடங்கியது.

அவனுக்கு டீயும் முட்டைப் பப்சும் வரவழைத்துக் கொடுத்தேன். சுவரோரமாய் குத்துக்காலிட்டு அவன் உண்பதைப் பார்க்கையில் தாய்மையுணர்வு பொங்கியது. "ரொம்ப தேங்சுங்க சார்... எப்படியாவது ஓசூர் செக்போஸ்ட் போய்ட்டா லாரி புடிச்சுப் போயிடுவேன்". நான் ஒன்றும் சொல்லாமல் ஐம்பது ரூபாயை எடுத்து நீட்டினேன். லேசாக கும்பிட்டுவிட்டு நகர்ந்தான்.

இருவாரம் கழித்திருக்கும். சனிக்கிழமையென்று ஞாபகம். டீக்கடையில் நின்றிருந்தவன் யாரோ கூப்பிட திரும்பினேன். அதே தோற்றத்தில் மீண்டும் அவன். "ரொம்பப் பசிக்குதுங்க சார்" என அவன் ஆரம்பிக்கையில் எனக்கு கோபம் தலைக்கேறியது. "ஏண்டா. பொள்ளாச்சி போகலையா?" என் உறுமலைக் கேட்டு பக்கத்தில் நின்றிருந்தவர்கள் திரும்பிப் பார்த்தார்கள். அவன் பிதிர்கலங்கிப் பார்த்தான். உனக்கு டீயும் முட்டப்பப்சும் போக அம்பது ரூவா பணம் வேறே? நான் கத்தியதும் அவன் அவசர அவசரமாக நகர்ந்தான்.

இவன் மட்டுமல்ல. இவனைப்போல ஒருவன் நூறுரூபாய் என்னை ஏமாற்றி வாங்கிவிட்டு ஒயின்ஷாப் வாசலில் முழுபோதையில் கிடந்திருக்கிறான். இன்னொருவன் என்னை அடையாளம் வைத்துக்கொண்டு கஞ்சா போதையில் சலாம் வைத்திருக்கிறான். எனக்குக் கடுப்பாகி விட்டது. நான் என் இயல்பிலிருக்க இனித் தேவையில்லை. இந்த இளக்கத்திற்கு எல்லாம் உலகில் இனி இடமேயில்லை. எவனுக்கும் எதுவும் கொடுக்கத் தேவையில்லை. அதற்காக வருந்தவும் வேண்டியதில்லை. அதற்குப்பிறகு யார் கையேந்தினாலும் முணுமுணுப்பாக ஏச ஆரம்பித்தேன். முகம் கடுத்து விடுவதும் எரிச்சல் மண்டுவதும் எப்படி ஒட்டிக்கொண்டதென்றே தெரியவில்லை. கொஞ்ச நாட்களுக்குப்பின் கோரமங்களா நிழற்சாலையில் நடந்து வந்து கொண்டிருந்தேன். பக்கத்தில் வந்து கொண்டிருந்த பெரியவர் தெளிவான ஆங்கிலத்தில் அழைத்தார். தானொரு உயர்நிலைப்பள்ளி ஆசிரியரென்றும், பனசங்கரியிலிருந்து கோரமங்களாவரை சிறு வேலையாக வந்தபோது பஸ்ஸில் மணிபர்ஸை தவறவிட்டுவிட்டதாகவும், நானொரு பதின்மூன்று ரூபாய் ஐம்பது காசு கொடுத்து உதவ முடியுமாவெனக் கேட்டார்.

எனக்குள் மறுபடியும் ஓர் இளக்கம். பெரும் குழப்பம். "இல்ல சார். என்னால முடியாது. இது மாதிரி தினமும் நடக்குது. சொல்லப்போனா இது ஒரு பெரிய இண்டஸ்ட்ரியாவே இருக்கு. எனக்கு உங்க மேல

நம்பிக்கை வரல. ஸோ.. சாரி என்னால ஹெல்ப் பன்ன முடியாது"

"பரவால்ல சார்... நானும் படிச்சவந்தான்.. எனக்கும் இதெல்லாம் புரியுது. இப்படி ஒரு நெலம வருமுனு கனவுலகூட நெனச்சுப்பாக்கல.. பரவால்ல சார்.. காட் ஈஸ் கிரேட்" சொல்லிவிட்டு என் பதிலை எதிர்பார்க்காமல் நடந்தார்.

எனக்கு என்னவோ போலாகிவிட்டது. பர்ஸைப் பார்த்தேன். ஒரே ஐம்பது ரூபாய் தாள்தான் இருந்தது. ஏ.டி.எம். போகவேண்டும். முன்னால் போய்க்கொண்டிருந்தவரிடம் சொன்னேன். "சாரி சார், சேஞ்சும் இல்ல"

"இட்ஸ் ஓகே சார்"

என்ன செய்யவேண்டும் நான் இப்போது? ஒருவகையில் இது ஓர் எளிதான கேள்விதான். விரும்பினால் கொடுக்கலாம். இல்லையென்றால் விட்டு விடலாம். கொடுத்துவிட்டால் பிறகு கொடுத்ததை மறந்துவிடலாம். கொடுக்காவிட்டால் மானுட நிலையாமையின் முன் என்னுடையது எவ்வளவு இழிவான செயல்? நான் ஏமாற்றப்படுகிறேன் என்பதற்கு சாத்தியங்கள் நிறைய இருந்தபோதும் அதையும் தாண்டித்தான் என் ஆன்மாவின் நேர்மையை அல்லது அதன் இயல்பை காப்பாற்ற வேண்டியிருக்கிறது.

நான் வேகமாக அவரை நெருங்கினேன். ஐம்பது ரூபாயை எடுத்து நீட்டிய என்னை வினோதமாகப் பார்த்தவர் தனக்குப் பதின்மூன்று ரூபாய் ஐம்பது காசுகள் மட்டும் போதுமென்றார். அவர் கையில் காசைத் திணித்துவிட்டு வேகமாக நடந்தேன்.

26_04_2009_ 1:14 pm தன்னை நிஜத்துள் கரைத்துக் கொள்ளுதல்.

இக்கதாசிரியன் கதையை எழுதிக்கொண்டிருக்கையில் தன் வழக்கமான தேநீர்கடைக்குப் போகிறான். வெளிர்நீல டீசர்ட்டும் கறுப்புப் பேண்ட்டும் அணிந்த நாற்பது வயது மதிக்கத்தக்க ஒருவர் அவனை நெருங்குகிறார். கொஞ்ச நேரம் நின்றிருந்துவிட்டு அவனிடம் மணி கேட்கிறார். அவனை நெருங்குவதும் விலகுவதுமாய் தவிக்கிறார். எலக்ட்ரானிக் சிட்டிக்கு நடந்து போனால் எவ்வளவு நேரமாகும் என்று கேட்கிறார். மெதுவாகத் தனக்கொரு உதவி செய்ய முடியுமாவென்கிறார். தான் ஜெய்நகரில் வெல்டிங் வேலை பார்ப்பதாகவும் முதலாளி பத்து நாட்களாக ஊரில் இல்லாததால் கையில் நயாபைசா இல்லையென்றும் குழந்தைகள் பசியால் தவிப்பதாகவும் குறைந்தபட்சம் மூன்று ரொட்டிகள் வாங்கித்தரும்படியும் கெஞ்சுகிறார். முன்பொருவன் அமர்ந்த அதே இடத்தில் போய் அமர்ந்து கொண்டு தலையைக் கவிழ்த்துக் கொள்கிறார்.

கதாசிரியன் எழுதிக் கொண்டிருக்கும் உண்மைச் சம்பவங்களின் அடிப்படையிலான கதையே கேள்விக்குறியாய் மாறி முன்னிருப்பதாக அவனுக்குத் தோன்றுகிறது. அவர் சட்டென இவன் காலில் விழ வருகிறார். மனம் நெகிழ்ந்த கதாசிரியன் அவரைத் தன் வழக்கமான உணவகத்திற்கு அழைத்துச் சென்று சாப்பிடவைத்து இரண்டு பார்சல்கள் வாங்கிக்கொடுக்கிறான். அவர் நீர் சுரந்த கண்களோடு நன்றி சொல்லிவிட்டு நடக்கிறார்.

அவர் காதுகளில் அணிந்திருந்த கடுக்கண்கள் தன் நினைவில் குண்டலமாக மாறிக்கொண்டிருப்பதை நினைத்தவாறே கதாசிரியன் இப்பின்குறிப்பை எழுதி முடிக்கிறான்.

யாளி இதழில் (63) வெளிவந்த தேவேந்திரனின் நேர்காணல் குறித்து வந்துள்ள கடிதங்கள்

ராகவன்

வழமைக்கு மாறாக இம்முறை யாளி (63) உரிய காலத்தில் வந்து சேர்ந்தது. தேவேந்திரனின் நேர்காணலை வாசித்தபோது ஏதோவொரு மஞ்சள் பத்திரிகையை வாசிப்பதாக உணர்ந்தேன். ....நடிகைகளோடு உடலுறவு கொள்ளும் தீராத மோகத்தினைக் கொண்டிருக்கிறேன். இருந்தும் அதற்கான சாத்தியம் எனக்கில்லை. ஏனெனில் நானொரு பெரும் செல்வந்தனோ, அரசியல்வாதியோ, திரையுலக வாரிசோ அல்ல. ஒரு கதைசொல்லி மட்டுந்தான். என்னாலியலக் கூடியது நடிகைகளோடு உடலுறவு கொள்வதாகக் கனவு காண்பதும் அவர்கள் விடும் குசுவை வகைப்படுத்திப் பகுப்பாய்வு செய்வதும்தான். மேலும் நடிகையர் பெய்யும் மூத்திரத்தைக் குடிக்கக் கூடிய பக்குவ நிலையை என்போன்ற சிலர் அடைந்திருப்பது இத்தருணம் உங்களுக்கு வியப்பளிக்கக்கூடிய செய்தி...' என, 'தமிழ்த் திரைப்படங்களின் அண்மைக்காலப் போக்குக் குறித்து நீங்கள் கூற முனைவது என்ன?' என்ற கேள்விக்கு விடையளித்திருப்பது தேவேந்திரனை ஒரு நவீன கதை சொல்லியாகவன்றி பாலியல் வக்கிரம் நிறைந்த ஒருவராகவே காட்டுகிறது. முதிர்வில்லாத வாசகரை அதிர்ச்சிக்குள்ளாக்கி அவர்களது கவனத்தைத் தன்மீது திசை திருப்பத் தேவேந்திரன் மேற்கொள்ளும் இத்தகைய நடவடிக்கையானது விபசாரத்திற் கொப்பானதே. இதுபோன்ற நேர்காணலைப் பதிவு செய்வதிலும் பிரசுரிப்பதிலும் ஒரு சிற்றிதழ் என்ற வகையில் யாளி தனக்கிருக்கும் சமூகப் பொறுப்பினை கவனத்திற் கொள்ளவேண்டும்,

– அரசகேசரி, கச்சேரிவீதி, யாழ்ப்பாணம்

யாளி இதழ் 63 வாசித்தேன். நவீன கதை சொல்லிகளில் முக்கியமானவரென உங்களால் குறிப்பிடப்படும் தேவேந்திரனின் நேர்காணல் ஒரு மன நோயாளியுடனான உரையாடலைப் போன்றிருந்தது.

இதுவரை யாளியில் வெளிவந்துள்ள நேர்காணல்களிலிருந்த ஒழுங்கும் நேர்த்தியும் இந்நேர்காணலில் தவறவிடப்பட்டுள்ளது. மேலும் ஒன்று கொன்று முரணான கருத்துக்களை முன்வைப்பதின் ஊடாகப் பிறரது கவனத்தைத் தன் மீது திசைதிருப்ப எத்தனிப்பதாகவே தோன்றுகிறது. குறிப்பாக, இவர் முன்வைக்கும் கருதுகோள்கள் இவ்வெண்ணத்தை வலுப்படுத்துகின்றன. புனைகதையென்பது திண்மநிலையில் இருப்பதாகவும் அதைத் திரவமாக்கிவிட வேண்டுமென்றும் கவிதை, கட்டுரை என்ற வகையிலான புனைவு மற்றும் அ–புனைவையும் புனை கதையாகவே கருதவேண்டுமென்கிறார். தவிரவும் புனைகதையொன்றுக்குத் தலையங்கமிடக் கூடாதென்றும் அவ்வாறு தலையங்கமிடப்படும் புனைகதை அத்தலைப்பின் எல்லைக்குள் மட்டுமே நின்றியங்குமென்றும் சொல்கிறார். புனைகதைப் பிரதியொன்றுக்கான பக்க வரையறைகளை நீக்கிவிட்டால் ஒரு வாக்கியத்திலிருந்து எண்ணற்ற பக்கங்கள் வரை புனைகதையை எழுதிச் செல்லலாம். புனைகதைப் பிரதியொன்றை 'வலதுமூளை இயல்புடன் ஒரு வாக்கியத்திற்கும் அதைத் தொடர்ந்து வரும் வாக்கியத்திற்குமிடையில் எவ்விதத் தொடர்புமற்ற விதத்தில் எழுதவேண்டும். தூய புனைகதை (Pure Fiction) கருதுகோளின்படி, எதிர்ப்பாலுறவில் ஒருதடவையேனும் ஈடுபட்டிராதோரால் மட்டுமே தூய புனைகதையை எழுதமுடியுமென்றெல்லாம் குறிப்பிடுகிறார். இது சிறுபிள்ளைத்தனமானதும் நகைப்பிற்குரியதுமாகும். இன்றைக்கு நாங்கள் உன்னதமானவையெனக் கொண்டாடும் புனைகதைகள் யாவுமே எதிர்ப்பாலுறவில் ஈடுபடாதவர்களால்தான் எழுதப்பட்டனவா? முடியுமானால் தேவேந்திரன் தூயபுனைகதையாளரென எவரையாவது அடையாளங் காட்டுவாரா? நானொரு தூய புனைகதையாளனெனச் சொல்லக்கூடிய நிலையில் தேவேந்திரனுமில்லை. ஏனெனில் ... என் மனைவி உடலுறவு கொள்வதற்கென தேக வலுவைக் கொண்டவளல்ல என்பதை நாளடைவில் உணர்ந்து கொண்டேன். இதனால் படிப்படியாக அவளுடன் உடலுறவு கொள்வதைத் தவிர்த்து வருகிறேன்'. என இந்நேர்காணலில் ஒப்புதல் வாக்குமூலமளித்துள்ளார். இத்தகைய அபத்தமான கருதுகோள்களை முன்வைத்துள்ள தேவேந்திரனின் நேர்காணலைப் பதிவு செய்வதில் யாளி நிதானத்தைக் கடைப்பிடித்திருக்கலாம்.

– அ. வசந்தமோகன், டச்சுவீதி, சுழிபுரம்

மே 2009 யாளியில் வெளிவந்திருந்த தேவேந்திரனின் நேர்காணல் என்னை அதிர்ச்சிக்குள்ளாக்கியது. "நாளடையில் எனக்கு எந்தவொரு உடையும் பொருத்தமற்றதென உணர்ந்து கொண்டேன். அலுவலகம் செல்வதற்கு முழுக்கை சேர்ட்டும், ட்ரவுசரும், பெனியனும்,

ஜட்டியும் அணிந்துகொள்வது நெருக்கடியையும் வேதனையையும் தருகிறது. 'அரச சேவையிலுள்ளவர்கள் நிர்வாணமாகக் கடமைக்குச் சமூகமளிக்கலாம்' எனச் சுற்று நிருபம் ஏதேனும் வெளியானால் அலுவலத்திற்கு நிர்வாணமாகச் சமூகமளிக்கின்ற முதலாவது நபர் நானாகத்தானிருப்பேன். நான் எப்போதும் உடைகளை அணிந்துகொள்வதால் எழும் நெருக்கடி மற்றும் வேதனையிலிருந்து விடுபட்டுச் சுதந்திரமாக இயங்கவே விரும்புகிறேன். இரவு வேளைகளில் வீட்டில் அனைவரும் (மனைவியுட்பட) கொழும்பில் நடைபெற்ற நெருங்கிய உறவினரொருவரின் திருமண வைபவத்திற்குச் சென்று இரு வாரங்களின் பின்பே வீடு திரும்பினர். அந்த இரு வாரங்களும் எழுதுதல்; வாசித்தல்; உறங்குதல்; குளித்தல்; உலாவுதல் எனச் சகல செயற்பாடுகளையும் நிர்வாணமாகத்தான் மேற்கொண்டேன். எனது வாழ்நாள்களிலேயே நான் மகிழ்வுடனிருந்த காலப்பகுதி இதுதான். அண்மையில் ஒரு நாளிரவு நிர்வாணமாக உலாவிவிட்டு அந்நிலை யிலேயே உறங்கிவிட்டேன். காலையில் எழுந்து பார்த்த மனைவி அதிர்ச்சிக்குள்ளானாள். என்னை ஒரு மனநோயாளியென்றே முடிவு செய்துவிட்டாள். என்னைக் கட்டாயப்படுத்தி ஒரு மனநல மருத்துவரிடம் அழைத்துச் சென்றாள். அவர் கேட்ட கேள்விகளும் வழங்கிய ஆலோசனைகளும் என்னை மேலும் நெருக்கடிக்குள்ளாக்கியதில் இதன்பின்னர் நிர்வாணமாக உறங்கக் கூடாதென்பதில் மிகுந்த கவனமெடுத்து வருகிறேன்" என்றெல்லாம் தேவேந்திரன் குறிப்பிட்டிருப்பதை வாசிக்கும்போது எனக்கு நாக்கூசுகிறது. இதழியல் நாகரிகங்கருதி இம்மோசமான பகுதிகளை யாளியில் பிரசுரிப்பதைத் தவிர்த்திருக்கலாம். இனி வருங்காலங்களிலாவது யாளி இது குறித்துக் கவனம் செலுத்த வேண்டுமென்பதே என் போன்ற வாசகர்களின் எதிர்பார்ப்பாகும்.

– ஹரிஹரணன், செட்டித்தெரு, யாழ்ப்பாணம்

சென்றமாத யாளியில் வெளிவந்திருந்த தேவேந்திரனுடனான நேர்காணல் ஒரு முக்கிய பதிவு என்றே கருதுகிறேன். ஒரு நவீன கதைசொல்லி என்பதற்குமப்பால் அவர் தன்னைச் சார்ந்து பாலுணர்வு தொடர்பாக வெளிப்படையாகவும் இயல்பாகவும் பதிலளித்துள்ளார். பொதுவாக, நாங்கள் பாலுணர்வு தொடர்பாக உரையாட வெகுவாகத் தயக்கங்காட்டி வருகின்றோம். தவிரவும் பாலுணர்வைச் சுதந்திரமாக வெளிப்படுத்தக்கூடிய இதழ் பரப்பென்பது நம்மிடையேயில்லை. ஓரளவுக்கேனும் வெளிப்படுத்தக்கூடிய சூழல் உருவாகும்போது, 'போர்னோ கிரபி' எனக் கூறிச் சுலபமாகப் புறமொதுக்கிவிடக்கூடிய தூய்மைவாதிகள் நம்மிடையே அநேகர் உள்ளனர் என்பது

வெளிப்படையான சங்கதி. இந்நிலையில் தேவேந்திரனுடனான நேர்காணலை யாளி பதிவு செய்திருப்பது குறிப்பிடத்தக்கது. "... நான் முலைகளின் மீது தீராத மோகங்கொண்டவனாயிருக்கிறேன். பெண்களின் அருகாமை வாய்க்கும்போதெல்லாம் அவர்களது முலைகளை வருடுவதற்கு என் கைகள் பரபரக்குமெனினும் எனக்குத் துணிவில்லை. முலைகளின் தொடுகையுணர்வுக்கு ஏங்கிய பதின்ம வயதில் உறக்கத்திலாழ்ந்திருந்த அம்மாவின் முலைகளையே தொட்டுணர்ந்தேன். மனைவியின் குறுமுலைகளை எப்போதும் வருடிக்கொண்டேயிருக்க வேண்டுமென விரும்பினாலும் அவளதற்கு இணங்குவதில்லை. உடலுறவில் பரவசக் கிளர்ச்சித்தருணமென்பது எனக்கு இதுவரை வாய்க்கவில்லை. இருந்தும் பேருந்துப் பயணமொன்றில் யோனிமேட்டை வருடத் தொடைகளை விரித்து அனுசரித்தவளையும் முலைகளால் அழுத்த நிவாரணமளித்து வருபவர்களையும் துணையாகக்கொண்டு பால்விதியை மெதுவாகக் கடக்கிறேன். எப்போதும் முலை பெருத்தவர்கள்தான் எனது அபிமான நடிகைகள். இவர்களுக்காகவும் கரபோகத்தின் வழியே உருகிக் கொண்டிருக்கிறேன்... எனத் தொடரும் பகுதிகள் இயல்பாக வெளிப்படும் காமத்தை இதே நிலைப்பாட்டிலுள்ள என்போன்ற வாசகனால் மட்டுமே விளங்கிக் கொள்ள முடியும். பாலின்ப நுகர்வின் எதிர்பார்க்கை நிறைவேற்றப்படாதிருப்பதும் ஒருவகையில் ஏழ்மைதான். இவ்வகை ஏழ்மை வெளிப்படும் தேவேந்திரனின் நேர்காணலுக்கெதிராகத் தூய்மைவாதிகள் போர்வாளை ஏந்தப்போவது உறுதி.

– வ. விமலதரும சூரியன், சூரிய வெளி, நாவாந்துறை.

மே மாத யாளி வழமையிலும் பார்க்கத் தாமதமாகவே கிடைத்தது. நவீன கதை சொல்லியான தேவேந்திரனின் நேர்காணல் சிறப்பாக இருந்தது. இதுபோன்ற நேர்காணலை எப்போதாவது அபூர்வமாகவே வாசிக்க முடிகிறது. தன்னைப் பற்றிய எந்தவொரு படிமத்தையும் கட்டியெழுப்பாமல் மிகவும் வெளிப்படையாகப் பேசுகிறார். ".. இப்போது நான் வாழ்ந்து கொண்டிருக்கும் சூழலை முன்னெப்போதும் எதிர்கொள்ள நேர்ந்ததில்லை. இது முன்பு நிலவியதைவிட ஆபத்தான சூழலாகும். பகலை ஒருவாறு கடந்துவிடலாம். ஆனால் இரவை எளிதாகக் கடந்துவிட முடிவதில்லை . பின் விளைவுகளைப் பற்றி சிந்திக்கும் தன்மையற்றவர்களிடம் இப்போது ஆயுதமிருக்கிறது. அவர்களது நிறைவேறாத விருப்பங்களை நிறைவேற்றிக்கொள்ள இரவுகளே வாய்ப்பாக அமைவதனால், இந்த இரவுகளில் மனைவியுடன் உடலுறவு கொள்வதற்கும் பயமாக உள்ளது." எனத் தேவேந்திரன் கூறியிருப்பது இதே நிலையில் யாழ்ப்பாணத்தில் வாழ்ந்து கொண்டிருக்கும் என்னை வெகுவாகப் பாதித்தது. அண்மையில் நடந்த

இரு சம்பவங்களை எடுத்துக் காட்டுவது இத்தருணத்தில் பொருத்தமாக அமையுமெனக் கருதுகிறேன். கல்வியங்காட்டுப்பகுதியில் ஒரு தாயும் (கோவில் திருவிழாக்களில் கடலை வியாபாரம் செய்து வாழ்க்கை நடத்துபவர்) அவரது பதின்ம வயது மகளும் வசித்து வந்தனர். சில தினங்களுக்கு முன் அவர்களது வீட்டினுள், ஊரடங்கு உத்தரவு அமுற்படுத்தப்பட்டிருந்த இரவு வேளையில் நுழைந்த ஆயுததாரிகள் தாயின் முன்னிலையில் மகளைக் கூட்டாக வன்புணர்ச்சிக் குட்படுத்தியுள்ளனர். மற்றைய சம்பவம் யாழ்ப்பாணக் கச்சேரி வீதியில் நிகழ்ந்துள்ளது. யாழ்பிரதேச செயலகத்தில் கடமையாற்றும் கிராம சேவகரொருவரின் வீட்டினுள் (ஊரடங்கு அமுற்படுத்தப்பட்டிருந்த இரவு வேளையில்) நுழைந்த ஆயுததாரிகள் அவரது மகளைக் கூட்டாக வன்புணர்ச்சிக்குட்படுத்தியுள்ளனர். யாழ்ப்பாணத்தில் நடந்துவரும் இத்தகைய சம்பவங்கள் மக்களுக்குப் பெரும் பீதியை ஏற்படுத்தியுள்ளன. மனித உரிமை மீறல்கள் என்பதெல்லாம் யாழ்ப்பாணத்தில் வழமையான நிகழ்வுகளாகிவிட்டன. எவராவது வீதியில் சுடப்பட்டு இறந்து கிடக்கக் கண்டால் அதைச் சாதாரணமாக எடுத்துக் கொண்டு கடந்துசெல்லப் பழகிவிட்டோம். இது குறித்து எழுதவோ, விவாதிக்கவோ எவரும் முன்வராத நிலையில் யாளி தேவேந்திரனுடனான இந் நேர்காணலைப் பதிவு செய்திருப்பது முக்கியமானதும் வரவேற்கத்தக்கதுமாகும்.

– ச. இந்திரகுமார் கொழும்புத்துறை, யாழ்ப்பாணம்

நீங்கள் அனுப்பிவைத்த யாளி இதழ் (63) கிடைத்தது. தேவேந்திரனுடனான நேர்காணலில் அவர் வெளிப்படுத்தியிருக்கும் கருதுகோள்கள் பெரும்பாலும் தட்டையானவை. சமகாலத்திற்கு ஏற்புடையவை போன்றதொரு தோற்ற மாயையை ஏற்படுத்துவதோடு தேங்கிவிடுகின்றன. குறிப்பாக, கருத்துச் சுதந்திரம் மறுக்கப்பட்டுள்ள ஒரு சூழலில், வெளிப்படையாக எழுதுபவரை வாசிப்பவர் பின்தொடர்ந்து வந்து கொன்றுவிடும் அபாயமிருப்பதால் எழுத்தில் பாதுகாப்பு வலயம் (Safety Zone) அவசியமல்லவா? என்ற கேள்விக்குத் தேவேந்திரன், “எழுதுபவர் தன்னை வெளிப்படுத்திக் கொள்ளாதிருப்பதுடன் பிரசுரிப்பவரும் தன்னை அடையாளங்காட்டிக் கொள்ளாதிருக்கும் நிலையில் வாசிப்பவர் பின்தொடர்ந்து வந்து கொன்றுவிடும் அபாயம் தவிர்க்கப்படுவதால் பாதுகாப்பு வலயம் அவசியமற்றது'' எனப் பதிலளிக்கிறார். இது பெரும்பாலும் நடைமுறையில் சாத்தியமற்றது என்பதுடன் எழுதுபவரும் பிரசுரிப்பவரும் தம்மை வெளிப்படுத்திக் கொள்ளாத நிலையில் தன்னியல்பாகவே எழுத்தில் பாதுகாப்பு வலயம் உருவாகி விடுகிறதல்லவா? இதை ஏன் 'ஒரு நவீன கதைசொல்லி'யான தேவேந்திரன் உணரவில்லை ? மேலும் எழுதுபவரும்

பிரசுரிப்பவரும் யாவரெனத் தெரிந்திராத நிலையில் அந்த எழுத்தினை விநியோகிப்பவரின் நிலை என்ன? விநியோகிப்பவரை வாசிப்பவர் பின்தொடர்ந்து வந்து கொன்றுவிடும் அபாயமிருப்பதைத் தேவேந்திரன் உணரவில்லையெனினும் யாளி ஏன் இதைப்பற்றி சிந்திக்கவில்லை? என்ற கேள்வி எழுவதைத் தவிர்க்க முடியவில்லை.

– ந. கிரேதாகுமார், கோவிற்சந்தை, கரவெட்டி.

தேவேந்திரனின் நேர்காணல் வாசித்தேன். நவீன கதை சொல்லிக்குரிய கிறுக்குத்தனம் இடைக்கிடையே வெளிப்பட்டிருந்தாலும் இதுவொரு குறிப்பிடத்தக்க பதிவுதான். இரண்டாங்கட்ட ஈழப்போர் தொடங்கியதும் பள்ளிக்கூடங்கள் மூடப்படுகின்றன. விமானங்கள் குண்டு வீசுகின்றன. இதனால் ஒரு நாளின் பெரும்பகுதியைப் பதுங்கு குழிக்குள் கழிக்க நேரும்போது, தன்னியல்பாகவே தேவேந்திரன் சமவயதுப் பையன்களுடன் ஓரினச்சேர்க்கையிலீடுபட்டதாகவும் அப்போது தனக்கு ஆர்வமூட்டக் கூடியதாகவிருந்த ஒரேயொரு நிகழ்வு அதுவாகவேயிருந்ததென்றும் குறிப்பிடுகிறான். மேலும் விமானக் குண்டுவீச்சு நிகழ்ந்த நாளொன்றில் அயல் வீட்டுப் பெண்ணுடன் பாலுறவுகொள்ள நேர்ந்ததையும் யுத்தம் மேலும் மோசமடைந்தபோது, யாழ்ப்பாணத்தைவிட்டு வெளியேறி கொழும்புக்குப் போய் விடுதியொன்றில் தங்கியிருந்தபோது, ஒரு பொழுதுபோக்காக அறையில் தங்கியிருந்தவர்களோடு ஓரினச்சேர்க்கையில் ஈடுபட்டதையும் தவிர்க்கமுடியாத நிகழ்வாகக் குறிப்பிடுகிறார். இதிலிருந்து மோசமான யுத்தத்தின் விளைவாக, முறையற்ற பாலுறவையும் உள்ளடக்கிய பிறிதொரு தளத்திற்கு நகர்வதை உய்த்துணர முடிகிறது. யுத்தம் மேலும் உக்கிரமடைந்து கொண்டிருக்கும் இன்றைய காலகட்டத்தில் இவ்வாறான முறையற்ற பாலுறவையும் அதன் வழியே ஏற்படப்போகும் கலாசாரப் பின்னடைவையும் எவ்வாறு எதிர்கொள்ளப் போகிறோம்? என்பதுதான் இப்போது நமக்கு முன்னுள்ள கேள்வி.

– போல் அரச நாயகம், வளம்புரம், நெடுங்குளம்.

குறிப்பு: தேவேந்திரனுடனான நேர்காணல் 2009 ஜனவரி மாதத்தில் பதிவு செய்யப்பட்டது. தவிர்க்கமுடியாத காரணங்களால் 2009 மே மாத யாளியிலேயே வெளியிட முடிந்தது என்பதை மன வருத்தத்துடன் தெரியப்படுத்துகிறேன் –ஆசிரியர்.

அவளின் வாழ்க்கை இவ்வாறாக முடிந்தது

ஆலமர் செல்வன்

காதல் சிறகை காற்றினில் விரித்து.....

அபிராமி கருப்பனின் வரவை எதிர்நோக்கி காத்துக் கொண்டிருந்தாள். அவளின் நினைவுப் பாதையில் கருப்பன் கம்பீரநடை பயின்று கொண்டு இருந்தான். அவர்களுக்கு இது காதற்காலம். கருப்பனின் ஆண்மைப் பொலியும் தோற்றம்தான் என்னே அழகு, அவன் நின்றால் அழகு, நடந்தால் அழகு, படுத்தால் அழகு, ஓடினால் அழகு, நாக்கை தொங்கப் போட்டுக் கொண்டு ஜொள்விட்டால் அழகு, அழகு, அழகு நெஞ் சைக்கொள்ளை கொள்ளும் அத்துணை அழகு. அபிராமிக்கு இப்போதே அவனைப் பார்க்க வேண்டும் போலிருந்தது. அவன் இந்நேரம் எங்கே, எந்தத் தெருவில் பொறுக்கிக்கொண்டு இருக்கிறானோ. கருப்பா... எங்கேடா இருக்கிறாய்.... என் காதல் கண்ணாளா... கருப்ப்பா.., விரகத் தீயினில் வெந்து கொண்டிருந்த அபிராமியின் புலன்கள் சட்டென விழிப்படைந்தன.

அவளின் நினைவுப் பாதையில் திடீரென ஒருதடை காதல் மயக்கத்தில் சுருண்டு படுத்துக்கொண்டு கனவுலகில் காதல் சிறகை காற்றினில் விரித்துப் பறந்து கொண்டு இருந்தவன் தொப்பென மண்ணில் விழுந்து, தன் முன்னால் நாற்பத்திரண்டு பற்களையும் இளித்துக்காட்டி ஜொள்விட்டபடி நின்று கொண்டிருந்த அறிவுடைநம்பியைக் கண்டு அதிர்ந்தெழுந்து நின்றாள். இத்தனைக்கும் அவள் காற்றின் எதிர்த்திசையில் தன் முகம் வைத்துப் படுத்துக் கிடந்தாள். காதல் மயக்கத்தால் அறிவுடை நம்பியின் வாடையை நுகர்ந்ததும் அதை அவள் அறியவில்லை. நிலம் நோக்கித் தலையைக் குனிந்து கொண்டு நளினமான நடையுடன் மெல்ல அந்த இடத்தை விட்டு அகன்றாள்.

அறிவுடைநம்பியோ அபிராமியின் பின்புறத்தை மூக்கை விடைத்துக் கொண்டு முகர்ந்தவாறு விடாமல் அவளைப் பின்தொடர்ந்தான்.

“அறிவுடைநம்பியாம் அறிவுடைநம்பி. பெயரையும் அவன் முகரையும் பாரு, ச்சீ அசிங்கம் பிடித்த பயல், காக்கா போன பின்பு குந்தி உட்கார்ந்துகொண்டு பின்புறத்தை தரையில் தேய்த்தவாறே சாலையின் இந்தக் கோடியிலிருந்து அந்தக் கோடிக்கு போவான். சரியான அறிவுகெட்ட நம்பி”. அவளின் கோபம் குரைப்பாய் வள்ளெனத் தெறித்தது. “ச்சீ.. மனுஷா மரியாதையா போயிடு என் கருப்பனுக்கு தெரிஞ்சா உங்கதி அதோ கதிதான்”, அவளின் கோவ வசவும் பயமுறுத்தலும் அறிவுடைநம்பிக்கு உரைக்கவேயில்லை. மலையே வந்து வீழினும் நிலையில் இருந்து கலங்கப் பெறா திண் மனத்தினனாய் அவன் அபிராமியைப் பின்தொடர்ந்தான்.

அவள் முன்னே ஓடிச்சென்று அவளைத் தடுத்து ஜொள்வழியும் நாக்கால் தனது கோரை மீசையை நக்கித் துடைத்துக்கொண்டு, செவிகளை விடைத்து நிமிர்ந்து நின்று, சிறு துள்ளலாய் துள்ளித் துள்ளி, வாலை படபடவென ஆட்ட, “யாருகிட்ட வாலாட்டுறே வாலை ஒட்ட நறுக்கிடுவேன்”, என்ற அபிராமியின் பேச்சு இடையில் நின்றது. காரணம் அப்போதுதான் அவள் அவர்களையும் பார்த்தாள். மொட்டைவாலன் அப்துல்காதரும், ஜான்சனும், பிரதிவாதி பயந்தாங்கோலி பரந்தாமனும், அறிவுடைநம்பியுடன் சேர்ந்துகொண்டு அபிராமியைச் சுற்றி வட்டமிட அபலை அபிராமி படபடக்கும் நெஞ்சுடன் அங்கிருந்து பயந்தோட ஆரம்பித்தாள்.

ஆனால் அறிவுடைநம்பி வகையறாகளும் அசராமல் அபிராமியை துரத்தத் தொடங்கினார்கள், அவளை அடைவதற்கு அவர்களிடையேயும் கடும் சண்டை. வசைசொல் எதிர்த்தும், நான்தான் முதலில் என உரிமைக் குரல் எழுப்பியும், கடும்சமர் புரிந்துகொண்டும் அவர்கள் அபிராமியைத் தடுத்தும் மடக்கியும் கிடைத்த சந்தர்ப்பத்தில் அவள் உடல்மணம் முகர்ந்தும் மூர்க்கம் கொண்டு அவளைத் தம் பிடியில் கொணர முயல, அபிராமி தப்பித்து தப்பித்து ஓடினாள். மூச்சிரைக்க மூச்சிரைக்க ஓடினாள். அவள் மனம் மானசீகமாக கருப்பனைக் கூவி அழைத்தது. கருப்பா.. வா... கருப்பா.. ஆபத்து... என்னைக் காப்பாற்று....

சமர்க்களம்

அபிராமியின் மனக்குரல் நிச்சயம் கருப்பனின் செவிகளை அடைந்திருக்கும். இல்லாவிட்டால் எப்படி திரைப்படக் கதாநாயகன் போல் சரியான சமயத்தில் அவனால் அங்கு வந்து இருக்கமுடியும்? கருப்பனின் கர்ஜனையைக் கேட்டு, பேரானந்தம் அடைந்த அபிராமி, “ஐ, கருப்பன் வந்தாச்சு, டேய் பொட்டப் பசங்களா உங்க வீரத்தை

அவருகிட்ட காட்டுங்கடா” எனக் கூறிவிட்டு நிம்மதியுடன் ஓரமாக ஒதுங்கி நின்றாள். அடுத்து நிகழ இருக்கும் சண்டைக் காட்சியை பார்த்து ரசிப்பதற்காக.

கருப்பனின் வரவை அறிந்த பிரதிவாதி பயந்தாங்கோலி பரந்தாமன் தன் பின்னங்காலிடையே வாலைச் சுருட்டிக் கொண்டு ஓடியே விட்டான். ஜான்சனும் மொட்டைவாலன் அப்துல் காதரும் ஓடிவிடலாமா, அல்லது சண்டையிடலாமா என அரைமனத்துடன் நின்றனர். ஆனால் அறிவுடைநம்பி அசரவில்லை. கருப்பனும், அறிவுடைநம்பியும் உடலை சிலிர்த்துக் கொண்டு முதுகைத் தூக்கியபடி வாலை விரைப்பாக நீட்டிக்கொண்டு ஒருவர் கண்களை ஒருவர் வெறித்து நோக்கியபடி, கால்களால் மண்ணை பரக், பரக் எனத் தேய்த்துக் கீறி புழுதி எழுப்பியபடி சுற்றிச் சுற்றி வந்தனர். கருப்பன் ஒரு கண்ணை அறிவுடைநம்பி மீதும் மறு கண்ணை மொட்டைவாலன் அப்துல் காதர், ஜான்சன் மீதும் வைத்துக்கொண்டு போர் முழக்கம் எழுப்பியபடி அறிவுடைநம்பி மீது பாய்ந்தான்.

வேறொரு சந்தர்ப்பமாய் இருந்தால் அறிவுடைநம்பி பந்தா காட்டிவிட்டு நழுவி ஓடிவிட்டு இருப்பான். ஆனால் பெண்ணாசை யாரைவிட்டது. அவனும் பதிலுக்கு கருப்பனைத் தாக்கினான். அறிவுடைநம்பியின் தோழர்களும் அவனுக்கு ஆதரவாய் களத்தில் குதித்தனர். கருப்பன் ஒருவன் அவர்களோ மூன்றுபேர், கட்டிப்பிடித்து, விழுந்து புரண்டு, பல்டியடித்து, கடித்து, ஓலமிட்டு அலறி, நடந்த சமர் முடிவில் வென்றது மாவீரன் கருப்பன்தான். எதிரிகள் வாலைச் சுருட்டிக்கொண்டு புறமுதுகிட்டு ஓடினார்கள். குருதிவழிய வெற்றி முழக்கம் எழுப்பி, ஏரியா தெருவிளக்குக் கம்பத்தில், ஒய்யாரமாய் முக்காலில் நின்று ஒரு கால் உயர்த்தி சிறுநீர் பெய்து இது என்றும் எனது ஆளுமைக்கு உட்பட்ட பகுதி என அடையாளமிட்டுத் திரும்பினான் கருப்பன்.

கனவில் கண்ட திருமுகம்

அபிராமிக்கு மனதில் பெருமிதம். அவளின் உள்ளத்து உவகை முகத்தில் பொங்க, பூரிப்புடன் கருப்பனை வைத்தகண் வாங்காமல் பார்த்துக் கொண்டு இருந்தாள். கருப்பன் சண்டையிட்ட களைப்பில் அபிராமியின் அருகே வந்து அவளை நோக்கி புன்னகை பூத்து பின் ஆங்கே தரையை முகர்ந்து பார்த்து முன்னம்கால்களால் வரட், வரட் என லேசாகப் பள்ளம் பறித்து அதில் நின்ற இடத்தில் நின்றபடி உடலை வளைத்து சுற்றிச் சுற்றி வந்து படுத்துக்கொண்டு அபிராமியை காதல் பார்வை பார்த்துகொண்டே தன் உடலில் ஏற்பட்ட காயங்களைத் நாவினால் நக்கிச் சுத்தம் செய்யத் தொடங்கினான். அபிராமியும்

அவன் காயங்களை தனது நாவால் நக்கி சுத்தம் செய்து பின் கருப்பனின்அருகே ஓரிடத்தை முகர்ந்து பார்த்து தேர்ந்தெடுத்து கருப்பன் செய்த மாதிரியே செயல்பட்டு அங்கு பெயரளவிற்கு சிறு பள்ளம் பறித்து அங்கு படுத்துக்கொண்டு, கருப்பன் இப்போது ஓய்வெடுக்கட்டும் என எண்ணிக்கொண்டு உறங்கத் துவங்கினாள். அவள் அப்போது தன் உற்சாகத்தினூடாக ஒரு கனவு கண்டாள். கனவில் அவள் வெற்றித் திருமகனாம் கருப்பனின் திருமுகத்தை அண்மை, சேய்மை காட்சிகளாகவும் பலவித கோணங்களிலும் கண்டு மகிழ்ந்தாள். மேலும் அடுத்துவரும் நாள்களில் தானும் கருப்பனும் சேர்ந்து பயிலப் போகும் உறவுநிலைகளையும், அதன் பின்னர் அவள் பெற்றெடுக்கப் போகும் மழலைச் செல்வங்கள் பற்றியும் அவள் கனவு விரிந்தது. கனவின் நிலைகளுக்கு ஏற்ப அவளின் இமைமூடிய விழிகளில் தென்பட்ட அசைவுகளையும், அவளின் இன்பமுனகலையும் அங்க அசைவுகளையும், பார்த்தும் கேட்டும் ரசித்துக் கொண்டே கருப்பனும் துயிலத் தொடங்கினான்.

ஜூலி கொண்ட மோகம்

ஜூலி அந்தத் தெருவில் பச்சை நிறமணிந்த பங்களாவாசி. திமிர் பிடித்தவள். அழகிப் போட்டிகளில் கலந்து கொண்டு அழகி பட்டம் வாங்கியவள் என்ற திமிர் அவளின் ஒவ்வொரு உடல் அசைவிலும் வெளிப்படும். இதில் வெள்ளைரோமம் வேறு. அந்த பங்களாவில் அவளுக்கு என்று தனியாக ஒரு சிறுவீடு. அதில் சொகுசு மெத்தை, விளையாட்டுப் பொருள்கள், நேரம் தவறாமல் சத்துள்ள ருசி நிரம்பிய உணவுவகைகள், உடற்பயிற்சி, நடைப்பயிற்சி, குளியல், அழகுநிலையம் செல்லுதல், மருத்துவரை சந்தித்து தடுப்பு ஊசிகள் போட்டுக் கொள்ளல், தொலைக்காட்சியில் வரும் நெடுந்தொடர்களைக் கண்டுகளித்தல், ஓய்வெடுத்தல் என சொகுசுவாழ்க்கை வாழ்ந்து வருபவள்.

இந்தச் சாலையோர ரோமியோக்கள் அறிவுடைநம்பி வகையறாக்கள், அவளிடமும் தங்கள் வித்தைகளைக் காட்டினார்கள். ஆனால் ஜூலி அதற்கு எல்லாம் மசியவில்லை. தெருவாசிகளைக் கண்டாலே அவளுக்கு அலட்சியம். இவர்களை அவள் நாய்களாகவே மதிக்க மாட்டாள். அபிராமியும் கருப்பனும் அந்தத் தெருவில் அவள் வீட்டுப் பக்கம் போனால் கூட போதும் அவளுக்குப் பிடிக்காது. வயலின் என்னும் இசைக் கருவியின் உச்சஸ்தாயி போன்ற குரலில் வள்வள் என சப்தமிடுவாள்.

ஆனால் அவளிடம் இப்போது சில நாட்களாக ஒரு மாற்றம். அவள் நடவடிக்கைகள் ஒரு தினுசாக மாறிவிட்டது. அதிலும் கருப்பனைக்

கண்டவுடன்தான் அவளிடம் என்ன நெளிவு, என்ன குழைவு, அச்சம், மடம், நாணம், பயிர்ப்பு என்ற நால்வகை குணங்களுக்கு அவளை விட்டால் வேறு யாரையும் உதாரணமாய் கூற முடியாது. ஜூலிக்கு அபிராமியிடமும் பாசம் பற்றிக் கொண்டது. அபிராமிக்கு அவளின் இந்த மாற்றத்திற்கு காரணம் புரியாமல் இல்லை .

அபிராமி அது விஷயமாக கருப்பனிடம் சண்டையிட்டாள். அவனோ "அவதாண்டி எங்கிட்ட வழியறா, அதுக்கு நான் என்னடி செய்யறது" என நழுவி விட்டான். ஆனால் இந்த ஆண்களைப் பற்றி பெண்களுக்குத் தெரியாதா என்ன, 'உன்னையல்லாமல் ஒரு பெண்ணை என் எண்ணத்தினாலும் தொடமாட்டேன்' என சத்தியம் செய்த பிறகும் தெருப்பொறுக்கும் ஜென்மங்கள் அல்லவா? அபிராமி சந்தேகப்பட்டது சரிதான்.

ஒருநாள் ஜூலி தனது அச்சம், மடம், நாணம், பயிர்ப்பு முதலிய குணங்களை எல்லாம் ஆடிமாதக் காற்றில் பறக்கவிட்டு விட்டு எப்படித்தான் அவளின் வீட்டாரின் கண்களில் மண்ணைத் தூவிவிட்டு வந்தாளோ, கருப்பனோடு தெருவினில் துள்ளித்துள்ளி குதித்தோடி, தழுவி, புரண்டு விளையாடிக் கொண்டிருந்தாள். பக்கத்தில் உள்ள கடைத்தெருவுக்குச் சென்று இருந்த அபிராமி கருப்பனைத் தேடி வந்தபோது அந்தக் காட்சியை கண்டு அதிர்ந்து தனைமறந்து கூவினாள். "அடி சக்காளத்தி என்ன காரியம் செய்யிறே, ஐயோ மோசம் போனேனே", அபிராமியின் குரலைக் கேட்டோ என்னவோ, அந்த நேரத்தில் ஜூலியைத் தேடிக்கொண்டு வந்த ஜூலியின் வீட்டார் அவளின் கழுத்துப் பட்டையைப் பற்றி தரதரவென இழுத்துக்கொண்டு சென்றனர். "தெரு நாயோடு என்ன கொஞ்சல் வேண்டி கிடக்கு" என வசவு வேறு. ஜூலியின் கண்களில் உலக மகா சோகம். கண்ணீர் வழியும் விழிகளால் கருப்பனையும் அபிராமியையும் மாறிமாறி பார்த்தபடி இழுபட்டுச் சென்றாள். அபிராமிக்கு மனசு என்னவோ போல் ஆகிவிட்டது. அவளும் ஒரு பெண்தானே. ஒரு பெண்ணின் மனசை இன்னொரு பெண்ணால்தானே புரிந்துகொள்ள முடியும். அபிராமியின் முகத்தைப் பார்த்தே அவள் மனத்தைப் படித்துவிட்ட கருப்பன் தனக்கும் ஜூலிக்கும் ஏற்பட்ட காதலுக்கு அங்கீகாரம் கிடைத்துவிட்டதை எண்ணி மகிழ்ந்தான்.

ஊடலும் கூடலும்

ஜூலியுடனான தனது காதல் விளையாட்டு தடைப்பட்டதால் அவளை இன்னொரு நாள் பார்த்துக் கொள்ளலாம் என்று எண்ணம் கொண்டு கருப்பன் அபிராமியின் அருகே நெருங்கினான். அபிராமியோ

“இப்ப ஏன் எங்கிட்ட வறிங்க அவ பின்னாடிதான மனுஷன் மாதிரி சுத்தி சுத்தி அலைஞ்ஜிங்கயில்ல அவ கிட்டயே போங்க” என பிகு செய்தபடி விலகி ஓடினாள். அவள் பின்னாலேயே ஓடிய கருப்பன், “அபி, அபி, நீதாண்டி என் செல்லம், என் அழகு தேவதையே, என் காதல் தேவதையே” என காதல்பித்தில் ஏதேதோ பிதற்றிக்கொண்டு அவளிடம் கெஞ்சி, கொஞ்சி, சிரிப்புக் காட்டி, அழுது மன்னிப்பு கேட்டு பல விந்தைகள் புரிந்து அவள் மனத்தை மாற்றி அவளிடம் காதல் லீலைகள் பல புரிய ஆரம்பித்தான்.

கருப்பனின் ஸ்பரிசத்தால் சிலிர்த்தெழுந்த இன்ப உணர்வுடன் இருந்த அபிராமி கருப்பனை இன்னும் கொஞ்சம் அலைய வைக்கலாம் என எண்ணம் கொண்டு “என்னிடம் இல்லாத என்ன அழகை அவளிடம் கண்டீர்கள், அவளிடமே போங்கள்” என பொய்க் கோபத்துடன் கூறிவிட்டு அவனிடமிருந்து மீண்டும் விலகி ஊடல் கொண்டு ஓடினாள். ஊடலுக்குப் பின் கூடும் கூடல்தானே அதிக சுகம். கருப்பன் அவளை மறுபடியும் மறுபடியும் கெஞ்சி, கொஞ்சி கூத்தாடி, தனது ஸ்பரிசத்தால் அவளின் பெண்மை உணர்வுகளைக் கிளர்ந்தெழச் செய்து மயக்கி காதல் பித்தேறச் செய்து அவளைத் தனது வழிக்கு கொண்டு வந்துவிட்டான். அபிராமியும் அவனைப் பொய் கடி கடித்தும், லேசாய் பற்குறி பதித்தும், விலகி ஓடுவதுபோல் பாவனை புரிந்தும் சரசம் பல புரிந்து முடிவில் கருப்பனுடன் மன்மதவேள்விக்கு, உச்சநிலைக்குத் தயாரானாள்.

கருப்பன் அபிராமியை ஓரிடத்தில் நிலையாக நிற்க செய்து, தன்னிரு பின்னங்கால்களைத் தரையில் ஊன்றி நின்றுகொண்டு, அபிராமியின் பின்புறமாய் அவள்மேல் தழுவி ஏறி தன்னிரு முன்னங்கால்களால் அவளின் துடியிடையை இறுகப் பற்றி அவளருகே நெருக்கமாய் நெருங்கி, எக்கி எக்கி அவள் உள் நுழைய முயல, அபிராமியும் அவன் உடல் கனம் தாங்கி தன் பின்னுடலைத் தாழ்த்தியும் உயர்த்தியும் அவனுக்கு வாகாய் அசைய, இருவரும் ஓருயிர் ஈருடலாய் சங்கமித்து மெய்மறந்திருந்த அவ்வேளையில் எங்கிருந்ததோ பறந்து வந்த எமனின் பாசக்கயிறு போன்ற ஒன்று கருப்பனின் கழுத்தில் விழுந்து இறுக்கி இழுத்து அவனை அபிராமியிடமிருந்து பிரித்தது. என்ன நடக்கிறது என்பதை அறியாமல் ஸ்தம்பித்து நின்ற அபிராமி கல், மண் தெரியாமல் ஓடி ஒரு வீட்டினுள் தஞ்சம் புகுந்தாள்.

மாட்டிக்கொண்ட மாவீரன்

இன்பப் பிணைப்பில் மாட்டிக் கொண்டு இழுபடாமல், துன்பப்பிடியில் சிக்கித்தவித்த கருப்பன், நாய்வண்டி (மாநகரப் பேருந்து அல்ல) என்றழைக்கப்படும் வாகனத்தினுள் பலாத்காரமாக அடைக்கப்பட்டான்.

அவ்வண்டியினுள் அறிவுடைநம்பி வகையறாக்கள் கருப்பனிடம் தம்பகை மறந்து, “நீ எப்படி இவர்களிடம் மாட்டிக் கொண்டாய்” என்று துக்கம் விசாரித்தனர். தன்னுயிர் காதல் கண்மணி அபிராமியுடன் கூடலில் இருந்து பலவந்தமாய் பிரிக்கப்பட்ட அதிர்ச்சியில் இருந்து மீளாத கருப்பன், தப்பிச்செல்ல வழியின்றி விதியின் பாதையில் பயணம் தொடர்ந்தான்.

அபிராமி தஞ்சம் புகுந்த வீடு ஜூலியின் வீடு. தேர்தலில் வைப்புத் தொகை இழந்த வேட்பாளரைப் போல் முகவாட்டம் கொண்ட அபிராமியை ஜூலிதான் நல்வார்த்தைகள் சொல்லித் தேற்றினாள்.

ஜூலி அழகி மட்டுமல்ல, உலக நடப்புகள் பலவும் தெரிந்து வைத்து இருந்தாள். அவள் சொன்ன ஒரு செய்தி அபிராமியின் வயிற்றில் பாலை வார்த்தது. “நீ வேணா பாரு. அவர் நிச்சயம் உயிரோடு திரும்பி வந்துவிடுவார், அவரைக் கொல்ல மாட்டாங்க, அவருக்கு ஒரு அறுவை சிகிச்சை செய்து திருப்பிக் கொண்டு வந்து விட்டுருவாங்க”, என்றாள். (ஜூலி கருப்பனைக் குறிப்பிட்டுப் பேசும் போதெல்லாம் 'ர்' விகுதி சேர்த்து மரியாதையுடன் பேசினாள். ஆகவே கருப்பன் இனி கருப்பர் என அழைக்கப்படுவார்) “நீ சொல்றத என்னால நம்பவும் முடியல, நம்பாம இருக்கவும் முடியல, அது என்ன அறுவை சிகிச்சை, அதை ஏன் கருப்பருக்கு செய்யனும், அந்த மனுஷங்க போக்கு ஒண்ணுமே புரியமாட்டேங்குதே” என்றாள் அபிராமி. ஜூலியும் தயக்கத்துடன் பதில் சொல்ல ஆயத்தமானாள். ஆனால் அப்போது அங்கு வந்த ஜூலியின் வீட்டார் அவளை அழைத்துகொண்டு அபிராமியை வெளியே அனுப்பி விட்டார்கள்.

காத்திருந்த கண்கள்

அபிராமி கருப்பரின் வரவுக்காக வழிமேல் விழிவைத்துக் காத்திருக்கத் தொடங்கினாள். அவள் மட்டுமல்ல உடன் ஜூலியும்தான். அந்த தெருவினில் மகிழ்வுந்து, பேருந்து, தனி மற்றும் பல இருசக்கர வாகனங்களும் வந்து சென்று கொண்டிருந்தது. ஆனால் கருப்பரை ஏற்றிச் சென்ற வாகனம் மட்டும் வரவேயில்லை. அவர்கள் இருவரும் கருப்பருக்காக காத்திருந்தபோது, அபிராமி, அன்று ஜூலியினால் சொல்ல முடியாமல் தடைபட்ட செய்தியான கருப்பருக்கு செய்யப்படும் அறுவை சிகிச்சையைப் பற்றி வினவினாள். ஜூலியும் அதைப் பற்றி தயக்கத்துடனும் மன வருத்தத்துடனும் அபிராமியிடம் கூறியது பின்வருமாறு:

தெருவினில் பிறந்து, தெருவினில் வளர்ந்து, தெருவினில் வாழ்ந்து, தெருவினிலேயே இறந்தும் போகின்ற தெருநாய் இனத்தவரை மனித

இனத்தவருக்கு இடையூறாகவும், ஊறு விளைவிப்பதாகவும் கருதி, அந்நாய் இனத்தவரை பிடித்துச் சென்று கொன்று விடுவதற்கு பதில், அவர்களின் சந்நதியை உருவாக்கும் சக்தியை அகற்றி அவர்களை மலடாக்குவதற்கு செய்யப்படும் அறுவை சிகிச்சை முறையாம் அது. பெண்களுக்கு செய்யப்படும் அறுவை சிகிச்சை ஸ்பேயிங் (Spay) எனவும் ஆண்களுக்கு செய்யப்படும் அறுவை சிகிச்சை காஸ்ட்ரேஷன் (Castration) எனவும் அழைக்கப்படுமாம். மேலும் வெறிபிடிக்காமல் இருக்க வெறிநாய்த் தடுப்பு ஊசியும் போடுவாங்களாம்.

இதைக் கேட்டதும் அபிராமிக்கு நெஞ்சே வெடித்துவிடும்போல் வேதனையும், கோபமும் பொங்கியது. இப்படி தெருநாய் இனத்தவரின் வம்சவிருத்தித் திறனை அகற்றி அவர்களை உயிரோடு உலவ விடுவதுதான் அகிம்சைமுறையா? இப்படி சித்திரவதை செய்து சிறுகச் சிறுகக் கொல்லாமல் ஒரேயடியாகவே கொன்று விடலாமே, கடவுள் படைப்பில் இப்பிரபஞ்சத்தில் அனைத்துயிர்களும் சமமன்றோ! இந்த மனிதர்கள் வாழும் பூமியில் மற்ற உயிரினங்கள் சுதந்திரமாய் வாழ உரிமை இல்லையா? இவர்களிடம் முதன் முதலில் தோழமை கொண்டு பழகியது நாய் இனம்தானே. நன்றி உணர்வுக்கு நாய் இனத்தைத் தவிர வேறு யாரையாவது விளையாட்டுக்கு கூட உதாரணமாக சொல்ல முடியுமா? இந்த மனிதர்கள் மீது வேறு யாரையாவது இம்மாதிரி கருத்தடை முறையை வன்முறையாய் செயல்படுத்தினால் அப்போது தெரியும் எங்கள் வலியும், துக்கமும். ஐயோ, கருப்பருக்கு பதில் நான் அவர்களிடம் அகப்பட்டுக் கொண்டிருக்கக் கூடாதா எனப் பலவிதமான எண்ணங்கள் அவள் உள்ளக் கடலில் அலைகளாக ஆர்ப்பரித்து எழுந்தன. ஆயினும் கருப்பர் உயிரோடு திரும்பிவருவார் என்ற நம்பிக்கைத் தோணி பற்றி எண்ண அலைகளின் மேல் மிதக்கத் தொடங்கினாள்.

ஜூலிக்கு வந்த ஆபத்து

மீண்டும் ஒருநாள் அபிராமியும் ஜூலியும் சந்தித்தபோது, அபிராமி ஜூலியிடம், “எனக்கு ஆறுதல் சொல்லிவிட்டு நீ ஏன் இப்படி வாடிப்போய் இருக்கிறாய்”, என வினவ, “அபி, கருப்பர் ஆண்மை இழந்தாலும் அவர் உயிரோடு திரும்பி வருவது நமக்கு மகிழ்ச்சிதான். அவர் நிச்சயம் திரும்பி வந்துவிடுவார், அது, அந்த.... அது வந்து, அந்த விஷயத்தை நான் எப்படிச் சொல்வேன். அதை சொல்ல எனது உமிழ்நீர் வடியும் நாக் கூசுகிறது. எனக்கு, எனக்கு.... விவாகம் செய்ய என் வீட்டில் நிச்சயித்துவிட்டார்கள்”, என்றாள் ஜூலி.

அபிராமிக்கு ஒன்றும் புரியவில்லை. அந்த விவாகம், விவாகரத்து

என்ற பைத்தியகாரத் தனத்தையெல்லாம் மனிதர்கள் அவர்களுக்குள் செய்து கொள்வதுதானே. கருத்தடையை நம்மீது வலுக்கட்டாயமாகத் திணித்ததைப் போன்று இப்போது அதையும் நம்மீது திணிக்கிறார்களா, இது என்ன அநியாயம் என்றாள்.

ஜூலி அதற்கு பதிலாக, இல்லை அபி, அது கருத்தடை விவாகத்திற்கு முன்பே மனிதர்கள் நம்மீது திணித்ததுதான், நீ தெருவில் பிறந்து வளர்ந்த விளிம்புநிலை சமூகத்தைச் சேர்ந்தவள் என்பதால் உனக்கு இதுபற்றியெல்லாம் தெரிய வாய்ப்பு இல்லை. ஆனால் எங்களைப் போன்ற மேட்டுக் குடியினருக்கு இதில் விருப்பம் உள்ளதோ இல்லையோ இதைத் தவிர்க்க முடியாது என்றாள்.

தொடர்ந்து ஜூலி சொன்னதிலிருந்து அபிராமி தெரிந்து கொண்டது. ஜூலிக்கு விருப்பம் இருந்தாலும் இல்லாவிட்டாலும் அவளை வேறொருவனோடு புணர வைப்பார்களாம். தனக்குப் பிடித்தமானவனை தன் இணையாகத் தேர்ந்தெடுக்க அவளுக்கு உரிமை இல்லையாம். அவளைப் புணரும் வேறொருவன் தெருநாயாக இல்லாமல் ஜூலியை போன்றே அவள் ஜாதியை சேர்ந்தவனாக, உயர்ஜாதியை சேர்ந்தவனாக இருப்பதுதான் முக்கியமாம். இப்படி அவளைக் கருவுறச் செய்வதற்கு அந்த வேறொருவனைச் சேர்ந்த உரிமையாளர்கள் வரதட்சனை போன்று பணம் பெற்றுக் கொள்வார்களாம். இதைவிடக் கொடுமை பிறகு கருவுற்று பிறக்கும் பால்மணம்மாறா பச்சிளம் குழந்தைகளைத் தாயிடமிருந்து பிரித்து நல்ல விலைக்கு விற்றுவிடுவார்களாம் அந்தக் கொடூர மனிதர்கள். நேற்று ‘டைகர்’ என்ற பெயருடையவனை ஜூலியின் வீட்டார் வீட்டிற்கு அழைத்து வந்து ஜூலியுடன் பழக வைத்தார்களாம். அவள் முரண்டு பிடித்து நேற்று எப்படியோ தப்பி விட்டாளாம். ஆனால் காரியத்தை முடிக்க இன்னொரு நாளை நிச்சயித்து அதற்கு பணமும் கைமாறிவிட்டதாம். “அந்த நாள் எப்போதோ நினைத்தாலே எனக்கு குலை நடுங்குகிறது. அதோ பார் நான் வீட்டைவிட்டு ஓடி தப்பிச் செல்லாமல் இருக்க கனமான இரும்புச் சங்கிலி போட்டு என்னை பிணைத்து வைத்து இருக்கிறார்கள்”, என சொல்லி விட்டு ஜூலி குலுங்கி குலுங்கி விம்மி விம்மி அழ ஆரம்பித்தாள். அபிராமி ஜூலிக்கு ஆறுதல் சொல்லி தேற்றினாள். அவளுக்கு அப்போது மனிதர்கள் மீது வந்த கோபம் சொல்லி மாளாதது.

ஜூலி அடைந்த பேரிடர்

பிறிதொரு நாள் அபிராமி, ஜூலியை சந்திக்க நாக்கில் வியர்க்க வேகவேகமாக ஓடினாள். “கருப்பர் திரும்பி வந்துவிட்டார். அவர் உயிரோடு திரும்பி வரவேண்டும் என்று நான் உணவு உண்ணாமல்

விரதமிருந்து புல்லையும், பச்சிலைகளையும் தின்றது வீண்போகவில்லை. இப்போதுதான் அவரை சந்தித்துவிட்டு வருகிறேன். அவரை அழைத்து வந்த வாகனம் அதோ போகிறது பார்" இதை சொல்லத்தான் அவள் ஜூலியின் வீட்டிற்கு அப்படி ஓடினாள்.

அபிராமி ஜூலியின் வீட்டின் இரும்பு வாசல் கம்பிக் கதவு வழியே உடலை நெளித்து நுழைத்து உள்ளே சென்று ஜூலியைத் தேடினாள். தேடலின் இறுதியில் இவள் கண்ட காட்சி!? உடல் சிலித்து முகம் சிவந்து சுவாசம் தடைபட சிலைபோல் நின்றாள் அபிராமி. அங்கே, அங்கே ஒரு கற்பழிப்பு நடந்து கொண்டிருந்தது. அந்த கற்பழிப்பு நாயகன்தான் ஜூலி சொன்ன டைகர்போலும். ஜூலியைப் பார்த்தாலே தெரிந்தது அவள் முடிந்தவரை போராடி களைத்துபோய் இருக்கிறாள் என்று. அந்த கொடூர மனிதர்கள் ஜூலியை பிடித்துக்கொண்டு டைகரை அவள் மேல் ஏற்றி இயக்க வைத்துக் கொண்டு இருந்தார்கள். கரும்பு தின்னக் கூலி வேண்டுமா? என்று நினைத்து கொண்டார் போல் டைகர் ஜூலியிடம் உற்சாகமாக 'ஜமாய்த்து' கொண்டிருந்தான்.

அந்தக் கொடூர மனிதர்கள் ஜூலியையும் டைகரையும் சுற்றி நின்றுகொண்டு கேளிக்கையும் பெரும் ஆர்ப்பாட்ட சிரிப்புமாய் 'அதை ரசித்துக் கொண்டிருந்தார்கள். அவர்களில் ஒரு பெண் அவளது கைபேசியில் இருந்த படம் எடுக்கும் தொழில்நுட்பம் மூலம் அக்காட்சியை சலனப் படமாகப் பதிவு செய்துகொண்டு இருந்தாள். 'பாவம் ஜூலி' என்று அபிராமியின் மனம் ஜூலிக்காக வேதனைப்பட்டது. அவள் அங்கிருந்து அரவம் செய்யாமல் திரும்பிச் செல்ல எத்தனித்தபோது, அப்போதுதான், கருப்பரும் இவ்வளவு நேரமாக அவளின் பக்கத்தில் நின்றுகொண்டு ஜூலிபடும் துயரத்தை வருத்தத்துடன் பார்த்துக்கொண்டு இருந்ததை அறிந்தாள். இருவரும் மௌனமாக தலையை தொங்கப் போட்டுக்கொண்டு அங்கிருந்து வெளியேறினார்கள். அபிராமி அங்கிருந்து வெளியேறும் போது மெல்ல ஜூலியை திரும்பிப் பார்த்தாள். ஜூலி, டைகரின் பிணைப்பிலிருந்து தன்னைப் பிரித்துக்கொள்ள, அவள் ஒரு திசையிலும் டைகர் அவனது ஆண்மையை நிரூபிக்கும் விதமாக ஜூலியை இழுத்துகொண்டு அவன் ஒரு திசையிலுமாக இழுப்பட்டுக் கொண்டு இருப்பதைக் கண்டாள். அதுதான் அபிராமி ஜூலியை கடைசியாக பார்த்தது. அதன் பிறகு அவளுக்கு ஜூலியை சந்திக்கும் வாய்ப்பு ஏற்படவேயில்லை.

மனம் கலங்கிய மன்னவன்

கருப்பரின் பேச்சு குறைந்துவிட்டது. அவர் எப்போதும் துயரமே உருவாக படுத்துக் கிடந்தார். கம்பீரம் அற்று இளைத்துப்போய்

இருந்த அவரின் அழகிய செவிகளில் ஒன்றின் நுனிப்பகுதியும் அவரின் அழகிய விதைப்பையும் காணவில்லை. கருத்தடை அறுவை செய்த பின் அடையாளத்திற்காக கருத்தடை செய்யப்பட்டவரின் ஒரு காதில் நுனியை வெட்டி விடுவார்கள் என்று ஜூலி சொன்னது அபிராமிக்கு ஞாபகம் வந்தது. பொங்கி வரும் துக்கத்தை தன்னுள் அடக்கிக்கொண்டு அபிராமி கருப்பரிடம் பல ஆறுதல் மொழிகளைச் சொல்லி அவரை தேற்றினாள். "நடந்தது நடந்து போச்சு இதையெல்லாம் நாம அனுபவிக்கனுமுனு இருக்கு, நடந்ததையே நெனைச்சுகிட்டு இருந்தா வாழ்க்கையில் நிம்மதியே இல்லாமல் போயிடும். நம்மால குழந்தை பெத்துக்க முடியலனா என்ன? எனக்கு நீங்க குழந்தை, உங்களுக்கு நான் குழந்தை" என்றாள். கருப்பர் அவளிடம், "அபி நான் சொல்லறத நீ கொஞ்சம் கோபப்படாம கேளு.... இனி நான் உனக்கு உதவ மாட்டேன், எனக்காக நீ ஏன் உன் வாழ்க்கையை வீணாக்கிக்கணும்? அதனால நீ உனக்கு ஒரு வாழ்க்கை துணையை...." கருப்பர் என்ன சொல்ல வருகிறார் எனப் புரிந்துகொண்ட அபிராமி தரையில் விழுந்து முதுகு தரையில் பட புரண்டு தன் இரு முன் கரங்களால் முகத்தில் அறைந்து கொண்டு செவிகளை மூடிக்கொண்டு, "போதும் நிறுத்துங்கள், இனிமேல் என்னிடம் இந்த மாதிரி பேசினால் அப்புறம் என்னை உயிரோடு பார்க்க முடியாது" என ஆவேசத்துடன் கூற, கருப்பர் திகைத்துப்போய் மேலும் ஏதும் பேசாமல் மவுனமானார்.

நாட்கள் சில சென்றது. கருப்பரின் உடல் நிலை தேறவேயில்லை. அவரின் நடை அழகே மாறிப்போய் எப்போதும் தலையைக் குனிந்துகொண்டே தனது பின்னங்கால்களை இயக்குவதில் சிரமத்துடன், ஒரு மாதிரியாக இழுத்து இழுத்து நடந்து கொண்டு இருந்தார். தனது இனப்பெருக்கத் திறனை இழந்துவிட்ட பின் இந்த உலகில் வாழ்ந்தென்ன பயன் என நினைத்துக்கொண்டு மனம் புழுங்கி உடல் ஒடுங்கி அவதியுற்றுத் தன் உடல் நிலை குறித்து அக்கறைகொள்ளாமல் உடல் மெலிந்து நடை தளர்ந்து அவர் தேகம் முழுவதிலும் தெள்ளுப் பூச்சிகளும், தட்டை உண்ணிகளும், குண்டு உண்ணிகளும் அடை அடையாக பற்றிக் கொண்டு சொறிபடர்ந்து நடைப்பிணமாக வாழ்ந்த கருப்பர் ஓர் இனிய காலைப் பொழுதில் இறந்து போனார்.

அபிராமிக்கு ஊளையிட்டு அழக்கூட உடலிலும் மனசிலும் தெம்பு இல்லை. அவள் அழவே இல்லை. கருப்பரின் மறைவுக்குப் பிறகு அபிராமியின் போக்கு மாறிவிட்டது. சில நேரங்களில் மவுனமாக ஒரே இடத்தில் முடங்கிக் கிடந்தாள். சில நேரங்களில் 'உர்' என்று தொடர்ச்சியாக உறுமிக்கொண்டு அங்கும் இங்கும் இலக்கில்லாமல் அலைந்து கொண்டு இருந்தாள். கண்ணில் தென்படும் பொருட்களையெல்லாம் பேதம் பாராமல் கடித்துக் குதற ஆரம்பித்தாள்.

வாலை காலிடுக்கில் ஒடுக்கிக்கொண்டு வாயில் எச்சில் ஆறாய் வழிய சுற்றியலைந்து அவளுக்கு உணவு உண்ணப் பிடிக்கவில்லை. தண்ணீரை கண்ணால் காணக்கூட பிடிக்கவில்லை.

கதை முடியப் போகிறது

அபிராமி கண்ணில் பட்ட மனிதர்களையெல்லாம் துரத்தி துரத்திக் கடித்தாள். கடித்துக் கடித்துக் குதறினாள், குதறிக் குதறிக் கடித்தாள். அவள் தம் இனமக்களின் விடுதலைக்கு ரகஸிய திட்டம் தீட்டிக்கொண்டு இருந்ததையும், அவள் ஒரு போராளியாக மாறி விட்டதையும், அவளின் மனிதர்களின் மீதான தாக்குதலின் போதுதான் தெரிந்துகொள்ள முடிந்தது. ஆம். அவள் தம் இன மக்களின் மீதான இனப்படு கொலைக்கும், மெல்ல மெல்லப் பனி உருகுவதுபோல் நடைபெற்று வரும் அழித்தொழிப்புக்கும் எதிரான நடவடிக்கை ஆயுதப் போராட்டம்தான் வலிமை மிக்கது என்பதை தீர்மானித்து விட்டாள். ஆயுதம்? அவளே ஆயுதமாக மாறி விட்டாள். அவளின் நஞ்சு எச்சில் படிந்த கூரிய பற்களுக்கு ஈடாக வேறு எந்த ஆயுதத்தைக் கூற முடியும்?

அவளின் தாக்குதலுக்கு அஞ்சி மனிதர்கள் அவள் இருக்குமிடம் நெருங்கவும், கடக்கவும் அஞ்சினர். அவர்களில் குற்றமற்றவர்களும், நாய் அபிமானிகளும் இருப்பார்கள் என்பதும் அவள் அறியாதது அல்ல. ஆயினும் அவள் கோபம் அடக்க இயலாததாக இருந்தது. அவள் தனது போராட்டத்தில் தம்மின மக்களையும் ஈடுபடுத்த நினைத்தாள். ஒரு கடி, அது கூட தேவையில்லை. அவளின் ஒரு துளி எச்சில் போதும். அவள் இன மக்கள் வீறுகொண்டு மனித வர்க்கத்தை பழிவாங்க ஓரணியில் திரள்வர். ஒரே ஆயுதம் பகை தீர்க்கவும், தம் வீரப் படை பெருக்கவும் பயன்படும் விந்தைதான் என்ன ஆச்சரியம். வீரத்திருமகள் அபிராமி தான் எடுத்த காரியத்தை இனிதே முடிக்க மெய்வருத்தம் பாராமால் பசி நோக்காமல் கண் துஞ்சாமல் கருமமே கண்ணாயிருந்தாள். ஆனால் அந்தோ பரிதாபம். அவளின் எண்ணம் முழுவதும் ஈடேறவில்லை. ஒருநாள் மனிதர்கள் பலர் ஒன்றுகூடி அபிராமியை ஓட ஓட விரட்டி கற்களால் அடித்தே கொன்றார்கள்.

கரகு பெரி ஜா

இராம. முத்துகணேசன்

சரியான காரணம் என்னவென்று என்னால் கண்டுபிடிக்க முடியவில்லை. ஆனாலும் வெளியேறிவிடு என்று மனசு சொல்வதற்குக் கட்டுப்பட வேண்டும் போலிருந்தது. இன்று நேற்றல்ல மூன்று வருடங்களாய் "வீட்டைவிட்டு, குடும்பத்தை விட்டுப்போ" என்று மனதின் குரல் என்னை நச்சரித்துக் கொண்டிருக்கிறது. ஆனால் வீட்டைத் துறப்பதற்கான ஒரு காரணம் கூட என்னிடம் இல்லை. ஒரு குறையும் இல்லை.

இதோ என்னை அணைத்தபடி தூங்குகிறாளே சுமதி, நான் காதலித்துக் கைப்பிடித்தவள், இவளைவிட அன்பும் கருணையும் ஏன் அழகும் இணைந்த இன்னொருத்தியைப் பார்ப்பது கடினம். எட்டு வயதில் துறுதுறுவென பையன் ஒருவன், ஐந்து வயதில் தேவதை போன்ற பெண், இரண்டு லட்சம் சம்பளம் தரும் வேலை, அடையாறில் டபுள் பெட்ரூம் பிளாட் ஒன்று, ஒரு ஹோண்டா சிட்டி, பேங்கில் 30, 40 லட்சம் பணம் என 36 வயது மனிதனுக்குக் கிடைக்க வேண்டிய அதிகபட்ச சந்தோஷமும் வசதியும் எனக்குக் கிடைத்திருக்கின்றன. ஆனாலும் ஒரு வெற்றிடம், புத்தனுக்கும் இப்படித்தான் தோன்றியதோ!

கடிகாரத்தின் பொம்மைக் குருவி கதவு திறந்து கூவத் தொடங்கியது. இரவு 12 மணி. சுமதி புரண்டு படுத்தாள், அருகே குழந்தைகள் அசந்து உறங்கிக் கொண்டிருந்தன. 12 ஆவது மணி அடித்து முடித்தபோது, இப்போதே வெளியேறுவதென்று முடிவு செய்தேன். சுமதியின் கையை மெல்ல எடுத்து மெத்தையில் வைத்தேன். என் பர்ஸை மட்டும் எடுத்துக் கொண்டேன். ஒரு காகிதத் துண்டில் "போகிறேன். தயவுசெய்து என்னைத் தேட வேண்டாம்" என எழுதி பிரிட்ஜில் ஒட்டினேன். சத்தமின்றிக் கதவு திறந்து வெளியே வந்தேன். தூரத்தில் நாய்கள் சண்டையிட்ட சத்தம் கேட்டது. கதவை மெதுவாகச்

சாத்திவிட்டுப் படியிறங்கி ரோட்டிற்கு வந்துவிட்டேன். குழந்தைகளின் முகத்தைப் பார்க்கத் தோன்றியது. ஆனால் என் கால்கள் நடக்கத் தொடங்கியிருந்தன. சென்ட்ரலை அடைந்தேன்.

அப்போதுதான் கிளம்பத் தொடங்கிய ரயிலில் ஏறிக்கொண்டேன். ரயில் வேகமெடுக்க எல்லாம் பின்னோக்கி ஓடத் தொடங்கின.

வயல்கள், நதிகள், மலைகள், நகரங்கள் கடந்து ஓடிக்கொண்டேயிருந்தது ரயில், ஒரு பகலும் இரவும் கடந்தன. மறுநாள் அதிகாலை ஒரு ஸ்டேஷனில் இறங்கிக் கொண்டேன். கயா என்று எழுதிய மஞ்சள் பலகையைப் பார்த்ததும் இது பீகார் எனப் புரிந்துகொண்டேன். எனக்குச் சிறிது ஹிந்தி தெரியும். பர்ஸைத் திறந்தேன். அதில் ஆயிரம் ரூபாயும் ஏ.டி.எம். கார்டும் இருந்தன.

அருகிலிருந்த ஹோட்டலுக்குச் சென்று ரொட்டி தின்றேன். ருசியாக இருந்தது. கால்போன போக்கில் நடந்தேன். நதியில் குளித்தேன். பசித்தால் ரொட்டி, தூக்கம் வந்தால் கிடைத்த இடத்தில் படுத்துக்கொள்வேன். கண்ட இடத்தில் சாப்பிடுவதற்கும் படுப்பதற்கும் ஆரம்பத்தில் இருந்த பயமும் தயக்கமும் மறைந்தன. வெயிலும் குளிரும் பழகிப்போயின. '

ஓரிரவு உதம்பூர் என்ற சிறு நகரத்தின் பிளாட்பாரத்தில் உறங்கிக் கொண்டிருந்தேன். சுளீரெனக் காலில் ஒரு வலி. விழித்துப் பார்த்தால் லத்தியுடன் போலீஸ்காரர்கள் என்னைச் சுற்றியிருந்தனர். அவர்களது கொச்சை ஹிந்தி எனக்குப் புரியவில்லை. எனக்குத் தெரிந்த ஹிந்தியில் நான் பேச தொடங்குவதற்குள் படீர் படீரென லத்திகள் வந்து என்மீது இறங்க நான் சுருண்டு விழுந்தேன். ஜீப்பில் ஏற்றிக் காவல் நிலையத்திற்குக் கொண்டு போனார்கள். அங்கு என்னுடன் நாலைந்து பேர் கைதாகியிருந்தனர். அதில் சோம்தேவ் என்பவன் என்னைப் பற்றி விசாரித்தான். அவனுக்குச் சிறிது தெலுங்கு, தமிழ் தெரிந்திருந்தது. “மாதக் கடைசியில் கேஸ் கிடைக்கவில்லையென்றால் ரோட்டில் இருக்கும் அப்பாவிகளை இப்படித்தான் அள்ளிக் கொண்டு வருவார்கள்” என்றான். சோம்தேவ். யாரைப் போல இருந்தான். என் வயது இருக்கும். கருகருவென்ற கூந்தல், ஒட்டிய கன்னம், குழிக்குள் இடுங்கிய கண்கள், கறைபடிந்த பற்கள், ஒல்லியான உறுதியான தேகம். இந்தியாவின் அத்தனை மொழியும் கலந்த ஒரு பாஷை. அவனுக்குப் பூர்வீகம், ஒரிசாவில் ஒரு கிராமம் என்று சொன்னான்.

மறுநாள் கோர்ட்டில் ஆஜர் படுத்தினார்கள். பிறகு விடுவித்தார்கள். அருகிலிருந்த ஒரு கோயில் மண்டபத்தில் அமர்ந்திருந்தபோது, சோம்தேவும் அங்கு வந்தான். என்னைப் பற்றி அறிந்தபின் அவன் மிகவும் ஆச்சரியப்பட்டான். அவன் ஒரு அனாதை, நாகா சாமியார் ஒருவரால் எடுத்து வளர்க்கப்பட்டவன். அவர் இறந்த பின்பு நாடு

முழுவதும் அலைந்து யாசித்து வாழ்ந்திருக்கிறான். மூன்று முறை கன்னியாகுமரிவரை சென்றிருப்பதாகக் கூறினான். தற்போது ஒரு வருடமாய் பாகல்பூர் என்னும் சிற்றூரில் தங்கியிருப்பதாகச் சொன்னான். தன்னுடன் வந்து தங்கலாம் என அவன் அழைத்தபோது எந்த மறுப்புமின்றி அவனுடன் சென்றேன்.

நதியோரமாய் இருவரும் நடக்கத் தொடங்கினோம். அது ஒரு வற்றிய நதி, வெயிலில் மணல் தகிக்க ஆங்காங்கே சிறிது தண்ணீர் தேங்கிக் கிடந்தது. சூரியன் மறையும்போது பாகல்பூரை அடைந்தோம். இருபது, முப்பது வீடுகள் கொண்ட கிராமம் அது.

அந்த ஊரிலிருந்து ஒன்பது கி.மீ. தள்ளி நதிக்கரையில் ஒரு பாழடைந்த மண்டபம். அதுதான் சோம்தேவின் வசிப்பிடம். சிறிது தூரத்தில் புகை தெரிந்தது. என்னவென்று கேட்டேன். அங்கு சுடுகாடு இருக்கிறது எனச் சிரித்தான். அதன் எதிரே சிறு குடிசை ஒன்று இருந்தது. அதுதான் அவனது வசிப்பிடம். அந்த இடத்திற்குக் கதவு, ஜன்னல் கிடையாது. ஒற்றைச் செங்கல் சுவரில் மூன்று பக்கமும் அடைக்கப்பட்டு ஒரு பக்கம் திறந்திருந்தது. மேலே ஓடு வேயப்பட்டிருந்தது. எதற்காகக் கட்டப்பட்டது, எதற்காகக் கைவிடப்பட்டது எனத் தெரிந்துகொள்ள முடியாத கட்டடம்.

நீண்ட தூரம் நடந்த களைப்பில் இருவரும் அமர்ந்தோம். இருமல் சத்தம் கேட்டது. வயதான உருவம் ஒன்று சுவரோரமாய் படுத்திருந்தது.

“இவர்தான் ஹர்ஸ்வர்தன் பாவா, தொண்ணூறு வயசாகுது. ஒரே பையன், ஆர்மில சேர்ந்து சீனாவோட சண்டைபோட்டபோது இறந்துவிட்டான். சொத்து பத்து எல்லாம் தர்மத்துக்கு எழுதி வைச்சுட்டு ரிஷிகேஸ்ல போயிப் பிச்சையெடுத்து வாழ ஆரம்பிச்சாரு. அஞ்சு வருஷத்துக்கு முன்னாடி கரும்புச் சக்க மாதிரி கயா ரயில்வே ஸ்டேஷன்ல கிடந்தாரு. நான் இங்கத் தூக்கிட்டு வந்துட்டேன். ஒரே ஒரு வேளைதான் சாப்பிடுவாரு. நடக்க முடியாது, பேச முடியாது, சைகைதான். ஒவ்வொரு நாள் காலைலயும் கண்ணு முழிச்ச உடன் உருண்டு வந்து சூரியனைப் பார்த்துக் கும்பிடுவாரு. அதுக்கு இந்த உடம்புல உயிர் இருக்குறதுக்கு நன்றின்னு அர்த்தம்” சோம்தேவ் சொல்லி முடித்தான்.

ஹர்ஸ்வர்தன் பாவா படுத்தபடியேதான் இருந்தார். எப்போதாவது எழுந்து உட்கார்ந்து கொள்வார். பஞ்சுபோன்று வெளுத்து, அடர்ந்த தலைமுடியும் தாடியும். உடல் முழுவதும் சுருங்கிய சருமம். முகத்தில் மட்டும் எதையோ கண்டுகொண்ட தெளிவு. கவனித்துப் பார்த்தால் கண்களில் சிறு புன்னகை மறைந்திருக்கும். பாவா என் தலையை வருடி ஆசீர்வதித்தார். இரவு சோம்தேவ் ரசம்சாதம் போன்று

ஒன்றைச் சமைத்தான். அவன், நான், பாவா மூவரும் சாப்பிட்டு முடித்தோம். லாந்தர் விளக்கைச் சுவரில் மாட்டிவிட்டுப் படுக்கை விரித்தோம். கொலுசுச் சத்தம் கேட்டது. அது சிறுவயது பேய்க் கதைகளை நினைவுபடுத்தியது. குழந்தையின் அழுகுரல் வேறு சேர்ந்து கொண்டது. இருளிலிருந்து ஒரு உருவம் லாந்தர் வெளிச்சத்திற்கு வந்தது. இடுப்பில் குழந்தையுடன் பெண்ணொருத்தி. வெற்றிலை போட்டுச் சிவந்த உதடுகள், காதுகளில் ஜிமிக்கி, முகம் வசீகரமாய் இல்லை . ஆனால் அவள் கண்களில் ஒரு ஈர்ப்பு இருந்தது. மாராப்பு விலகியதைப் பற்றிக் கவலைப்படாமல், "சோம்தேவ் எங்கே" எனக் கேட்டாள். அதற்குள் அவனே வந்துவிட, குழந்தையை அவனிடம் கொடுத்துவிட்டு எதிரே இருந்த சிறு குடிசைக்குள் செல்ல அவளுக்குப் பின்னே இளைஞன் ஒருவனும் செல்லக் கதவு அடைபட்டது.

சோம்தேவிடம் அவள் யாரென்று கேட்டேன். “அவள் பெயர் பாமினி, பீகார் நேபாள் எல்லையில் ஒரு குக்கிராமத்தில் பிறந்தவள். ஜாதிக் கலவரத்தில் அப்பா அம்மாவைச் சிறு வயதிலேயே இழந்துவிட்டாள். 12 வயதில் சொந்தக்காரர்களால் கல்கத்தா சோனா காச்சியில் விற்கப்பட்டாள். அங்கிருந்து தப்பி ஓடிவந்துவிட்டாள். பிறகு ஊர் ஊராய் அலைந்து, நாலு வருடத்திற்கு முன் இங்கு வந்தாள். அந்தக் குடிசைதான் அவள் வீடு. அஜாக்கிரதையால் உருவான இந்தப் பெண் சிசுவைக் கலைக்க அவள் விரும்பவில்லை. பெற்றுக்கொண்டாள். வயிற்றைக் கழுவ உடம்பை வாடகைக்கு விடும் பாமினி, இரவு நேரத்தில் யாராவது தொழிலுக்கு வந்துவிட்டால் குழந்தையை என்னிடமோ பாவாவிடமோ விட்டுவிட்டுப் போவாள்” சோம்தேவ் பெருமூச்சுடன் சொல்லி முடித்தபோது, அந்தக் குழந்தை தவழ்ந்து தவழ்ந்து பாவாவின் மார்பின் மீதேறி விளையாடிக் கொண்டிருந்தது.

மறுநாள் அதிகாலை எழுந்து காலாற நடந்தேன். அந்த இடமே ஏகாந்தமாய் இருந்தது. மனித நடமாட்டமே இல்லாத இடம். ஒற்றையடிப் பாதைதான் அருகிலிருக்கும் பாகல்பூருக்கான ஒரே வழி. காலையில் மாடு மேய்ப்பவர்கள் மாடுகளைப் பத்திக் கொண்டு வந்தார்கள். எப்போதாவது பிணங்கள் அரிதாக வரும். வேறு இயக்கமில்லை. இரவில் பாமினியின் வாடிக்கையாளர்கள் வருவார்கள். ஒரு நாளைக்கு ஒருவர்தான். சனிக்கிழமையன்று விரதமென்பதால் விடுமுறை. இதில் அவள் உறுதியாக இருந்தாள்.

நானும் சோமனும் பாகல்பூர் சந்தைக்குப் போனோம். ஏ.டி.எம். மில் பணம் எடுத்தோம். நான் இரண்டு வேட்டிகளும் குர்தாவும் வாங்கிக்கொண்டேன். ஒரு மாதத்துக்குத் தேவையான அரிசி, கோதுமை மாவு ஆகியவை வாங்கிக் கொண்டோம். பாவாவுக்கு மிகவும் பிடித்தமான, மாதக்கணக்கில் தேனில் ஊறிய பெரிய

நெல்லிக்காய்கள் ஒரு பாட்டில் வாங்கிக் கொண்டோம். அந்த ஊரே எனக்கு ஆச்சரியமாய் இருந்தது. எண்ணெய் காணாத தலைகள், கறையேறிய பற்கள், நீண்ட ரெட்டைக் குழல் துப்பாக்கிகள் சகஜமாய்க் காணக்கிடைத்தன. வன்முறை மட்டுமே முழுத்தொழிலாய்க் கொண்ட பல குழுக்கள் ஊர் ஊருக்கு இருந்தன. படிப்பறிவற்ற அவர்களது தினசரி வாழ்வில் உயிர்கள் மலிவானவை. தான் தின்ற வடைக்குக் காசு கேட்டான் என்பதற்காக ரவுடிக்கும்பல் தலைவன் ஒருவன் கடைக்காரனைச் சுட்டுக் கொன்றதை சோம்தேவ் சொன்னதும் புத்தன் ஞானம்பெற்ற இந்த மண்ணில் இன்று வறுமையும் அறியாமையும் வன்முறையும் பரவிக் கிடப்பதை நினைக்க வினோதமாய் இருந்தது. ஆங்காங்கு இருக்கும் டிரான்ஸ்பார்மர்களில் கனமான கம்பிகள் போடப்பட்டுத் திருட்டுத்தனமாய் வீடுகளுக்கு மின்சாரம் எடுக்கப்பட்டுக் கொண்டிருந்தது.

மாலை ஆறு மணிவாக்கில் பாகல்பூரை விட்டு எங்கள் இருப்பிடத்திற்கு நடக்கத் தொடங்கினோம். சூரியன் விழுந்துவிட்டது. இன்னும் அரை மணிநேர நடை பாக்கி இருக்கும் சமயத்தில், இளைப்பாறுவதற்காய்ப் பாதையோரக் கிணற்றடியில் அமர்ந்தோம். முகம் கழுவிக் கொண்டிருந்த சோமன் திடீரெனக் கத்தினான். இருளில் அவனைக் கூர்ந்து கவனித்தால், அவனது கழுத்தில் கத்திவைத்து இரண்டு உருவங்கள் மடக்கிப் பிடித்திருந்தன. என் முதுகுப் பக்கமும் சருகுகள் மிதிபடும் சத்தம் கேட்டது. மெல்லத் திரும்பினேன். தடித்த உருவம் கொண்ட அவன் நிதானமாய் சொன்னான். “கையில் இருக்கும் பணம், பொருளைக் கொடுத்துவிட்டு, காயமின்றிச் செல்லுங்கள்”.

நான் இரு மூட்டை மளிகைப் பொருட்களையும் அவர்கள் முன்வைத்தேன். இன்னொருவன் சோம்தேவைத் தடவிப் பார்த்தான். பணம் இல்லை, என்னிடம் அவன் வருவதற்கு முன் இடுப்பில் முடிந்த நூறு ரூபாய்க் கட்டை எடுத்துக் கொடுத்துவிட்டேன். அப்படியும் என்னைப் பரிசோதித்தான். பர்ஸ் கிடைத்ததும் எடுத்துக் கொண்டான். அவர்கள் இரு மூட்டைகளை அங்கேயே விட்டுவிட்டு “இது எங்கள் பரிசு” எனச் சிரித்தபடி நகர்ந்தனர். பர்ஸுடன் ஏடிஎம் கார்டும் போய்விட்டது. சோமன் சிறிது திமிறியதில் அவன் கழுத்தில் சிறிது ரத்தக்காயம். நானும் சோமனும் மூட்டைகளைச் சுமந்து மண்டபம் வந்து சேர்ந்தோம். அங்கு வளர்ந்து பழகிய பூனை வாலை ஆட்டி, ஆட்டித் தன் குட்டிகளுக்கு விளையாட்டு காட்டியது. பூனைக் குட்டிகள் இரண்டும் தாயின் வாலை எலியைப் போல் பாவித்துப் பாய்ந்து பாய்ந்து பிடிக்க முயன்றன. பாமினியின் குடிசைக்கு வெளியே ஒரு புல்லட் நின்றிருந்தது. அருகே ஒருவன் கையில் நீண்ட துப்பாக்கியுடன் குத்தவைத்துப் பல் குத்திக் கொண்டிருந்தான்.

மண்டபத்தில் பாவாவின் அருகே பழைய கம்பளியின் மேல் பாமினியின் மகள் லஷ்மி தூங்கிக்கொண்டிருந்தாள். இவ்வளவு தூரம் வந்துவிட்ட பின்பும் இன்னும் தீராத ஏதோவொரு ஏக்கம் எனக்குள் இருக்கிறதென உணர்ந்தேன். என் தேவைகள் யாவும் குறைந்துவிட்டன. எதையுமே மனசு சந்தோஷத்திற்கும் துக்கத்திற்கும் இடைப்பட்ட சமநிலை உணர்வில் பார்க்கக் கற்றுக் கொண்டது. ஆனாலும் எதையோ தேடுகிறேன். அன்று நடுநிசியில் தாய்ப் பூனையைக் காணாது இரு குட்டிகளும் தொடர்ந்து கத்திக்கொண்டேயிருந்தன. மனதை என்னவோ செய்தது. சிறிது நேரத்தில் தாய்ப் பூனை வந்ததும் அமைதியாகி, அதன் மடியில் பால் குடித்து அவை உறங்கிப் போயின.

சோம்தேவ் இரவு படுப்பதற்கு முன்பு பெருங்குரலெடுத்துப் பாடுவான். பெரும்பாலும் தத்துவப் பாடல்கள். அவன் பாடும் ஓரிய மொழிப் பாடல்கள் சிலவற்றுக்கு எனக்கு அர்த்தம் புரியாது. ஆனாலும் அவை காதில் விழுந்து உடல் சிலிர்க்க வைக்கும். பாடி முடித்ததும் அவன் முகத்தில் புன்னகையும் சிறிது கண்ணீரும் பூத்திருக்கும். இப்படியே சில மாதங்கள் சென்றன. ஒரு நாள் நானும் அவனும் பத்ரிநாத்வரை யாத்திரை செல்ல முடிவெடுத்தோம், கிளம்பினோம். பாமினியிடம் பாவாவைப் பார்த்துக் கொள்ளுமாறு சொல்லிவிட்டு பயணத்தைத் தொடங்கினோம்.

நான் இதுவரை அறியாக ஊர்களில் உள்ள அழகான கோயில் ஸ்தலங்களுக்கு அழைத்துச் சென்றான். வழியில் இருக்கும் எந்தவொரு மலைக்கோயிலையும் விடமாட்டான். அவனுக்கு எந்த சாமியும் வேண்டாதது கிடையாது. காடு, மலை, பள்ளத்தாக்கென அலைந்தபடி இருந்தோம். ஆங்காங்கே இரண்டு, மூன்று நாட்கள் தங்குவோம். பிறகு பயணம் தொடர்வோம். இரண்டு மாதங்கள் கழித்துப் பத்ரிநாத்தை அடைந்தபோது உடம்பையும் மனசையும் காற்றைப்போல் எடையற்றதாய், சுதந்திரம் கொண்டதாய் உணர்ந்தேன். பத்ரிநாத் ஆலயத்தில் வழிபட்டுவிட்டு, பேருந்தில் தில்லி வந்தோம். அங்கிருந்து ரயிலில் கயா வந்து பாகல்பூரை அடைகையில் மாலை ஆறுமணியாகி இருந்தது. ஒன்பது கிலோ மீட்டர் நடந்தால் நதிக்கரை மண்டபத்தை அடையலாம். மண்டபத்தை நெருங்கிய போது எங்களைக் கடந்து ஒரு புல்லட் பாமினியின் குடிசையருகே நின்றது. “இன்று சனிக்கிழமை. பாமினி உயிரே போனாலும் தொழில் செய்ய மாட்டாளே?" என்ற சோம்தேவ் பாமினியின் குடிசையை நோக்கிச் சென்றான். நான் பயணக் களைப்பில் பாவாவிடம் சென்று அமர்ந்தேன். அவர் சைகையில் 'பயணம் நன்றாய் இருந்ததா' எனக் கேட்டார். நான் “என் வாழக்கையின் மிகச்சிறந்த பயணம் இதுதான்” என்றேன். அப்போது பாமினியின் கூப்பாடு கேட்டு நானும் அவள் குடிசை நோக்கி லாந்தர் விளக்குடன்

சென்றேன். பாமினி புல்லட்டில் வந்தவனை குடிசையை விட்டு வெளியே தள்ளினாள். உள்ளே லஷ்மி அழும் சத்தம் கேட்டது.

புல்லட்டில் வந்தவன் ரதீஷ். பாகல்பூர் பஞ்சாயத்துத் தலைவரின் மகன். அவன் அடிக்கடி பாமினியிடம் வருபவன்தான். அவனுடன் எப்போதும் வரும் இன்னொருவன் வழக்கம்போல் துப்பாக்கியுடன் வெளியே அமர்ந்திருந்தான். நானும் சோம்தேவும் ரதீஷைச் சமாதானப்படுத்தினோம்.

"இன்று சனிக்கிழமை. அவள் இன்று சுத்தபத்தமாய் விரதமிருப்பாள். நாளை வா" என சோம்தேவ் பாமினி சொன்னதையே நிதானமாய் மீண்டும் சொல்லிக் கொண்டிருந்தான். ரதீஷ் முழுபோதையில் இருந்தான். தன் கூட்டாளியிடம் கஞ்சா சிகரெட்டை வாங்கி இழுத்தான். நூறு ரூபாய்க் கட்டை பாமினி மீது வீசினான். "எவ்வளவு பணம் வேணும்னாலும் வாங்கிக்க இப்பவே நீ எனக்கு வேணும் நாளைக்கு விரதமிரு" எனக் கத்தினான். பாமினி ரூபாய்க் கட்டைத் திரும்பவும் அவனிடமே எறிந்துவிட்டுக் குடிசைக்குள் சென்று தட்டியை அடைத்துக் கொண்டாள்.

ரதீஷ் ஆவேசம் வந்தவனாய்க் குடிசையை நோக்கிப் பாய, சோம்தேவ் அவனைத் தடுத்தான். சோம்தேவின் கழுத்தைப் பிடித்து இறுக்கித் தள்ளிவிட்டான். நான் ரதீஷின் கைகளைப் படித்துப் பிரச்சினை வேண்டாமெனச் சொன்னேன்.

ரதீஷ் தனது கூட்டாளியிடம் துப்பாக்கியைப் பறித்து, என்னை வழி விடுமாறு சொல்ல நான் அசையாமல் நின்றேன். துப்பாக்கியின் பின்பக்கத்தால் என் முகத்தில் ஓங்கி அடித்ததும் நினைவிழந்து விழுந்தேன். சிறிது நேரம் கடந்து அரை மயக்கத்தில் முகத்தில் ஈரத்தை உணர்ந்ததும் தடவிப் பார்த்தேன். நெற்றியிலிருந்து ரத்தம் வழிந்து கொண்டிருந்தது. லாந்தர் விளக்கு அணைத்து அருகே கிடந்தது. சமாளித்து எழுந்தேன். சோம்தேவ் ஒரு பெரிய கல்லை எடுத்து ரதீஷைத் தாக்கினான். கீழே விழுந்த ரதீஷ் மீண்டும் எழுந்து துப்பாக்கியால் என்னைத் தாக்கியதைப் போலவே சோம்தேவின் முகத்தில் அடித்தான். தரையில் விழுந்த சோம்தேவ் எழுவதற்குள் துப்பாக்கி வெடித்தது.

சோம்தேவின் அலறலில் என் உடம்பு அதிர்ந்தது. புல்லட் சத்தம் கேட்டது. ரதீஷும் அவனது கூட்டாளியும் தூரத்தில் போவது தெரிந்தது. பாமினி கதவு திறந்து கலக்கத்துடன் வெளியே வந்தாள். நான் இருட்டில் சோம்தேவின் முனகல் கேட்ட திசையில் தவழ்ந்து அவனைக் கண்டுபிடித்தேன். சோம்தேவைத் தூக்கித் தோளில் போட்டு மண்டபத்தில் கிடத்தினேன். பாமினி ஒரு கையில் லஷ்மியுடனும் மறுகையில் லாந்தர் விளக்குடனும் வந்தாள். வெளிச்சத்தில் சோம்தேவின்

இரத்தம் பரவிய சட்டையைக் களைந்து பார்த்ததில் அவனது வலது மார்பில் குண்டு துளைத்து, ரத்தம் ஊற்றைப் போல் நிற்காமல் பெருகியது. பாமினி மாரிலும் தலையிலும் அடித்துக் கொண்டு கதறினாள். பாவா உதடுகளில் விரல் வைத்து அமைதியாயிருக்கச் சொன்னார். சோம்தேவ் பேச்சிழந்து மயங்கிக் கிடந்தான். மூச்சு இருந்தது. பாவா தனது வேட்டிகளில் ஒன்றை கிழித்து சோம்தேவின் மார்பில் கட்டினார். சிறிது ரத்தம் கட்டுப்பட்டிருந்தது. நான் பாமினி குடிசைக்குக் கதவாய் இருந்த மூங்கில் தட்டியைக் கழற்றிக் கொண்டு வந்தேன். அதில் இரு நீண்ட சவுக்குக் கம்புகளைக் கட்டி சோம்தேவை அதில் கிடத்தினேன். பாவா சோம்தேவின் நெற்றியில் கைவைத்துப் பிரார்த்தித்தார். அவனது நெற்றியை முத்தமிட்டார். அவர் கண்கலங்கி முதன் முறையாக அப்போதுதான் பார்த்தேன். பிறகு தலையசைத்தார். பாமினி குழந்தையை அவரிடம் தந்துவிட்டுச் சேலையை ஏற்றிச் செருகி மூங்கில் தட்டியைப் பின்பக்கம் பிடித்தாள். நான் முன்பக்கம் தூக்க, அவள் பின்பக்கம் தூக்க விறுவிறுவென நடக்கத் தொடங்கினோம்.

அதிவேகமாய் நடந்தால் ஒரு மணிநேரத்தில் பாகல்பூரை அடைந்துவிடலாம். அங்கு இருக்கும் அரசு மருத்துவமனையில் சேர்த்துவிட்டால் சோம்தேவைக் காப்பாற்றிவிடலாம். ஒரு பெரிய மண்மேட்டைக் கடந்து முடித்ததும் எனக்கும் பாமினிக்கும் வியர்வை ஆறாய் ஓடியது. மூச்சு வாங்கியது. பாமினி மிகவும் களைத்துப் போனாள். "சிறிது உட்கார்ந்து கொள்கிறாயா?" என்றேன். தலையசைத்து மறுத்தாள். அவள் கண்களில் கண்ணீர் வழிந்தபடி இருந்தது. "எல்லாம் என்னால் தான்" எனத் தன்னையே திட்டிக்கொண்டு வந்தாள். வேகம் கூட்டி நடந்தோம். தூரத்தில் ஓநாய்களின் ஊளைச் சத்தம் கேட்டது.

இன்னும் சிறிது தூரத்தில் மெயின் ரோடு வந்துவிடும். அப்போது சோம்தேவின் முனகல் சத்தம் கேட்டது. மூங்கில் தட்டியைக் கீழே இறக்கி, லாந்தர் வெளிச்சத்தில் அவன் முகத்தைப் பார்த்தேன். விழித்திருந்தான். அவன் கண்கள் பயமற்று இருந்தன. எனக்கு அது வியப்பாக இருந்தது. "உனக்கு ஒன்றும் ஆகாது. இன்னும் பத்து நிமிஷந்தான். ஆஸ்பத்திரியை அடைந்துவிடலாம்" என்றேன். அவன் தீர்க்கமாய் இல்லையெனத் தலையசைத்தான். நீண்ட மூச்சை உள்வாங்கிவிட்டுத் தன் முடிவு தன் கண்களுக்குத் தெரிந்துவிட்டதாய் நிறுத்தி நிறுத்திச் சொன்னான். பாமினி கதறத் தொடங்கிவிட்டாள். அவள் நெற்றியை வருடினான். “என் முடிவு ஏற்கனவே எழுதப்பட்ட விதி, அதற்கு நீ காரணமல்ல. கவலைப்படாதே” என்றான்.

“நம்பிக்கையை விட்டுவிடாதே. இன்னும் சிறிது நேரம்தான் உன்னைக் காப்பாற்றிவிடலாம்” என நான் தட்டியைத் தூக்க முயல அவன் என்னை அருகே அழைத்தான். என் கைகளை இறுகப் பற்றிக்கொண்டான்.

புன்னகை பரவ என் கண்களைப் பார்த்தான். மூச்சு வாங்கக் கஷ்டப்பட்டான். ஏதோ சொல்ல முயன்றான். நான் குனிந்து காது குடுத்தேன். "கரகு பெரி ஜா" எனச் சொன்னான்.. பாமினியிடம் “என்ன சொல்கிறான்” எனக் கேட்டேன். தனக்கும் ஓரியா தெரியாது என்றாள். சிறிது நேரத்தில் அவன் உயிர் அடங்கியது. பாமினி அவனது மார்பில் விழுந்து அழுதாள். நான் என் கைகளை அவனது கைகளிலிருந்து விடுவித்துக் கொண்டு அப்படியே தரையில் அமர்ந்து கொண்டேன்.

போலீஸ் விசாரணையில் நானும் பாமினியும் சாட்சி சொல்லியும் பஞ் சாயத்துத் தலைவர் மகனை கைதுகூடச் செய்யவில்லை. ஸ்டேஷன் இன்ஸ்பெக்டர் அதை அத்துடன் விட்டுவிடுமாறும் இல்லையெனில் பிராத்தல் கேஸில் எங்களைக் கைது செய்ய வேண்டியிருக்குமெனவும் எச்சரித்து அனுப்பினான். இரண்டு நாட்களில் சோம்தேவின் உடலைத் தந்தார்கள்.

மண்டபத்தின் அருகிலிருக்கும் சுடுகாட்டில் சோம்தேவின் உடலுக்கு நான் கொள்ளிவைத்தேன். இரண்டு நாட்கள் யாரும் எதுவும் பேசவில்லை. சாப்பிடவில்லை. மூன்றாம் நாள் பாமினி இரு பைகளையும் குழந்தையையும் மண்டபத்தில் விட்டுவிட்டுத் தனது குடிசைக்குத் தீவைத்தாள். வெண்புகை பரவ கொளுந்துவிட்டு எரிந்தது அது. இனி இந்தத் தொழில் செய்யப்போவதில்லை என்றும் அலகாபாத் சென்று வீட்டு வேலைகள் செய்து வாழப் போவதாகவும் அவள் சொன்னாள்.

பாவாவின் கால்தொட்டு வணங்கினாள். என்னை அழுத கண்களுடன் அணைத்தாள். “சோம்தேவும் நீயும் என் சகோதரர்கள். உங்களைப் போன்று கண்ணியமான ஆண்களைப் பார்த்ததில்லை” என்றாள். நான் அவளைப் பாகல்பூர்வரை சென்று ரயிலேற்றிவிட்டு மண்டபத்திற்குத் திரும்பினேன். பாவா வானத்தை வெறித்தபடி இருந்தார். என்னை அருகே அழைத்தார். ஒரு கரித்துண்டை எடுத்துத் தரையில் எழுதத் தொடங்கினார். “என்னை வாரணாசியில் விட்டுவிடு, சோமனுக்காகத்தான் இங்கு இருந்தேன். இப்போது என் கடைசி சுவாசம் கங்கைக் கரையில், வாரணாசி மண்ணில் போக வேண்டுமென்பதே என் ஒரே விருப்பம். அங்கு இறப்பவர்களுக்கு மறுபிறவி கிடையாது” என ஹிந்தியில் எழுதியிருந்தார். எனக்குத் திடீரென சோம்தேவ் சாகும் தருவாயில் சொன்ன வார்த்தைகள் நினைவுக்கு வந்தன. “கரகு பெரி ஜா” என்றால் என்ன அர்த்தம் எனப் பாவாவிடம் கேட்டேன். என்னை ஆழமாய் ஒரு பார்வை பார்த்தார். பாவா மீண்டும் கரித்துண்டை எடுத்தார். “வீட்டிற்குத் திரும்பிப் போய்விடு” என எழுதினார். “சோம்தேவ் என்னை என் வீட்டிற்கே திரும்ப போகச் சொன்னானா?" எனக் கேட்டேன். பாவா தலையசைத்து ஆமோதித்தார்.

அன்றே பாகல்பூர் சென்று ஒரு மாட்டுவண்டியை அழைத்து வந்தேன். பாவாவை வண்டியில் ஏற்றினேன். எங்கள் இருவரது மூட்டைகளையும் எடுத்துக்கொண்டு கிளம்பினோம். மண்டபம் புள்ளியாய் மறையும்வரை திரும்பிப் பார்த்துக் கொண்டிருந்தேன்.

வாரணாசியை அடைந்து கங்கையில் குளித்துத் தெளிந்தோம். பிறகு காசி விஸ்வநாதர் கோயிலுக்குச் சென்றோம். பாவா எழுதிக்காட்டிய ஒரு மடத்தில் அவரை விட்டுவிட்டு ஆசி வாங்கிவிட்டு நடந்தேன். அவரை அப்படியே விட்டுச் செல்ல மனம் வரவில்லை. அவரிடம் சென்று என்னுடன் வந்துவிடுமாறும், தந்தையைப் போல அவரைப் பார்த்துக் கொள்வேனென்றும் சொன்னேன். அவர் சில நொடிகள் கண்ணிமைக்காமல் என்னைப் பார்த்தார். “காட்டு மரங்களுக்கு நீர் பாய்ச்ச வேண்டிய அவசியம் இல்லை” என மண்ணில் எழுதிக்காட்டினார்.

நான் ஒரு காகிதத்தில் என் முகவரி, தொலைபேசி எண் ஆகியவற்றை எழுதிக் கொடுத்துவிட்டு அவரிடமிருந்து விடைபெற்றேன். ரயில்வே ஸ்டேஷனுக்குச் சென்று சென்னை செல்லும் ரயிலில் ஏறினேன்.

இருள் யாசகன்

கணேசகுமாரன்

இருபுறமும் பெரும் வெளிவிரிந்த காங்கிரீட் வனத்தார்சாலையில் அவனுக்கு வலிப்பு வந்தது. இடது பக்க நரம்புகள் உடம்பில் ஒரே புள்ளியில் குவிந்து இழுக்க பெருந்துக்கத்துடன் மல்லாந்த அவனின் தலை நிலவொளி தடவிய தரையில் மோதியது. சிறிது தூரம் தள்ளி நின்றிருந்த சோடியம் வேப்பர் விளக்கின் வெளிச்சம் அவனைத் தீண்டவந்து முடியாமல் தலைகுனிந்து அதன் எல்லையிலேயே நின்றது. இடது புறம் திரும்பியது முகம். துடித்த நாவினைப் பற்கள் கடித்து அடக்க தரையோடு தரையாய் தேய்ந்தன உதடுகள். இடதுகை மடிந்து நரம்புகள் உள்ளிழுத்து உடலினுள்ளே செருகியது. அகலத் திறந்திருந்த வலது கண்ணில் தெரிந்த பெரிய வானம் நட்சத்திரங்களுடன் இணை சேர்ந்து ஆட ஆட மின்சார நிலா மஞ்சள் பெண்டுலமாய் அலைந்தது. பாம்பின் வாலாய் நெளிந்து சுருண்ட நாக்கு தொண்டைக்குள் சென்று மறைய குரலின்றி ஓலமிட்டான் 'ஆஆஆஆஆஆஆ...' வலதுகை இறுகப்பற்றியிருந்த மூட்டையின் முடிச்சு தளர்ந்தது. வேகமடங்கிய வானம் ஒரே சட்டத்தில் நிலையாய் நிற்க மல்லாந்திருந்த அவனின் மூடிய கண்களின் வழி நீர்வழிந்து செவிக்குழியில் நிரம்பியது. கர்ர்ர்ர்..." 'கர்ர்ர்ர்...' எனத் தொண்டையொலி எழுப்பினான். பாம்பின் வால் நேராகி மீண்டது. துடிப்படங்கிய இடதுகை யானைத் தும்பிக்கையெனக் கனத்தது. வழிதேடிப் பிதுங்கிய எச்சில் தனக்கான பாதையைத் தீர்மானித்து நகர, அசைவற்றுக் கிடந்த அவன் உச்சியிலிருந்து ஓர்வலி மெல்ல ஊர்ந்து கால் விரல் தேடிப் புறப்பட கர்ர்ர்ர்... 'கர்ர்ர்ர்...'

***

வெடித்த பாதங்களில் பதுங்கிக்கிடக்கும் பல தேசங்களின் ருசியுடன் அலையுமவன் தீராச் சாப விழிகளைப் பெற்றவன். உறங்காப் பேய்களை முடிச்சிட்ட மூட்டைக்குள் துள்ளத் துடிக்கும் மரநாக்கு

எப்பொழுதும் அவன் குடல்களைக் கிழித்தெறிந்து விளையாடுகிறது. ஏதுமற்ற தொடக்கத்தில் அவன் முதல் தடம் கிராமமும் அற்ற நகரமும் அற்ற ஓர் இடத்திலிருந்தது. வெயில் தின்று வளர்ந்த அவன் மயிரின் வேர்கள் உடலெங்கும் அழுக்கைச் சுகித்து அடைந்த உச்ச இன்பம் அவனை அவனுக்கே கடவுளாக்கியதில் தலையெங்கிலும் பாம்புகள் சீறிப் படர்ந்தன.

அலை நாவசைத்து இரந்த பசி அடக்கி கண்கள் பாறைகளாகின. பாறையில் சூரியன் மிதந்தது. உதடுகள் சுற்றிலும் மென்மையாய் விரிந்திருந்த மயிர்க்காட்டில் ஒளிரும் புன்னகை வெளித்தெரிய வாயப்பில்லை. பெரும் வலி சுமந்து திரியுமவன் தாள முடியாமல் நொடிகளில் கொலைகள் புரிகிறான். முதல் கொலை நிகழ்ந்தது பௌர்ணமியின் மத்தியில் அதன் பின் அவன் கைகள் நடுங்கவேயில்லை.

அன்று அவன் அலைய மறுத்து அக்கோவிலில் ஒதுங்கியிருந்தான். சிறிய கோபுர உச்சியில் தோன்றிய வெளிச்சம் அங்கேயே மடிய மிகத் தூரமாய் நின்றிருந்த விளக்குக் கம்பத்தின் தலையிலிருந்து தோன்றிய மஞ்சள் ஒளி ரகசியமாய் இருளைப் புணர்ந்து கொண்டிருந்தது. கோவில் பக்கச் சுவற்றில் வர்ணம் உதிர்ந்து சுவர்கள் மீதிருந்த காவல் தெய்வங்கள் பலவற்றின் கைகள் உடைந்திருந்தன. தலை சிதறி இரும்புக் கம்பிகள் வெளித்தெரிய கால் மடக்கி அமர்ந்திருந்த பருமனான ஒரு சிலையின் முழங்கால் பெயர்ந்திருந்தது.

அந்நகரம் சின்னச்சின்ன வீதிகள் கொண்டு நிரம்பியிருந்தது. சர்ப்ப வால் பிடித்தவன் போல் அலைந்து திரிந்து களைத்திருந்தான் அவன். காற்று செத்துப்போன இருட்டில் அவனுடன் இன்னொருவனும் இருந்தான். அவனைப் போல் இன்னொரு யாசகன். மற்றவனிடம் இருந்த உயிர்வாசனை இவனை அசைத்தது. அன்று முழுவதும் உண்ணவில்லையென இவன் யாசகனிடம் யாசகம் செய்தான். இவனின் ஆகிருதி கண்டு அவன் பயந்து மறுத்து மறைத்தான். மிகப்பெரும் சப்தத்துடன் இவன் குடல் கிழிந்தது. இவன் அவன் மீது ஏறிப்படர்ந்தான். மிகச் சுலபமான சுவாசம் அவனுடையது. முகத்தில் முளைத்த இவனின் விரல்களின் அழுத்தம் தாளாமல் அடங்கியது அவன் உடல். இவன் முகத்தில் தெளிவு பிறந்தது. உயிர்ப்பசி அடங்கியபின் எழுந்து நடந்தான். நிலா ஓட்டத்தில் பயம் இருந்தது. விரல் நுழைய மறுத்த உயிர் குடிக்கும் மோதிரத்தையுருவி பாலம் கடக்கையில் சகதியில் உடைந்த நிலவின் மீது விட்டெறிந்தான்.

யாசகர்களின் மரணங்களை உலகம் பதிவு செய்துகொள்வதில்லை. மறுநாளோ அல்லது சில நாள் கழித்தோ தெருவில் கடக்கும் நாசியினைப் பிடுங்கி வந்து மரண அடையாளம் தெரிவிக்கும் துர்நாற்றம்

கொண்ட அச்சடலம் எரிக்கவோ புதைக்கவோ படும். அடங்கிய மூச்சு பசியினால் எனப்படும். இரத்தம் தெறித்திருந்தால் பசியோடு மன நிலையும் கொதித்திருக்கும் போன்ற வசதியான பதில்களில் திருப்திப்பட்டுப் போகும் உலகம் பெரிய கேள்விகளை சந்திக்க அஞ்சும். நேரமின்றி அடுத்த சாவு தேடும். உலகம் யாசகர்களின் மரணங்களை பெரிதும் பதிவு செய்து கொள்வதில்லை.

***

வீரபத்திரசாமி கோவில் விஷேசம். மிக உயரக் கோபுரக்கோவில், மிக அகலப் படிக்கட்டுகளில் படுத்தால் உறக்கம் கனவுகளின்றி அமைதி அடையும். வண்ணப் பெயிண்டிங்கில் புதிதாய் பளபளத்த கோவில் கதவுகளில் கைகால் உயர்த்திய சிற்பங்களின் நடனப்பதிவு. சுவர்களின் மீது பதிக்கப்பட்டிருந்த கண்ணாடிக் கத்திகள் இருளில் பளபளத்தன. அவன் அந்த நகருக்கு வந்து நான்கு நாட்களாகியிருந்தன. கோவி லிலே அன்னதானம் உண்டு அங்கேயே படுத்திருந்தான். அன்றிரவு படிகளில் விளக்கேற்றி பஜனை. கடவுளுக்குப் படைக்கப்பட்ட சோறுண்ண அழைக்கப்பட்டிருந்தவர்களில் அவனும் அவளுமிருந்தனர். யாசகர்களுக்கே முதல் மரியாதை. குப்பைத் தொட்டியில் வீசப்பட்ட எச்சில் இலைகளில் அவன் இலையும் அவள் இலையும் ஒன்றன் மீது ஒன்றாய் விழுந்தன.

புரள்வதும் மிரள்வதுமாய் இரவு. தெருவிளக்குகள் தற்காலிக மரணம் அடைந்திருக்க கண்களில் வெளிச்சம் வைத்திருந்த அவன் எழுந்தான். பெரிய வாசல் கொண்ட கோயிலின் மூலையில் படுத்திருந்த அவளை அடைந்தான். இரவு விருந்தில் அயர்ந்திருந்த அவளின் மார்புகள் ஏறித் தாழ்ந்தன. அவளருகே அமர்ந்து கால் நீட்டி ஒருக்களித்துப் படுத்தவன் அவள் முகச்சுவையைத் தன் நாசியால் உறிஞ்சினான். பலகை போல் விரிந்த அவன் மார்பு அவளை அழுத்திக் கொண்டிருந்தது. விழித்த அவள் உணர்ந்தாள். மெல்ல அவன் பக்கம் திரும்பியவள் அவனைத் தன் மேலே ஏற்றிக் கொண்டாள். அவன் முதுகினில் படிந்த கை நகங்களின் இடுக்குகளில் வெறியுடன் புகுந்தன அழுக்குகள். உடலில் இருந்த எளிதான ஆடைகள் தங்கள் இருப்பை இழந்தன. அவளின் மெலிதான கைகளுக்குள் அவனுடைய உறுதியான புட்டங்கள் சிறைகொள்ளவில்லை. அவளின் ஒட்டு மொத்தத்தையும் அள்ளித் துளி நெருப்பில் திணித்தவன் தொடர் இயங்குதலில் தீ சிதறினான். அவளின் உயித்துளை வழியே புறப்பட்ட பனியின் பயணம் முதற் சூரியனை நனைத்திருந்தது. அருகிலிருந்த வெளியில் பல நூறு காலமாய் வாழ்ந்த ஆலத்தின் வேர்கள் பின்னிப் பிணைந்திருந்தன.

***

ஒதுங்க இடமற்ற இடத்தில் அவன் மழையுடன் போரிட்டான். தோற்றுத் திரும்பியவனுக்கு புகலிடமாய் அத்திண்ணையிருந்தது. வீட்டினுள் குழுமியிருந்த நிறைய மனிதர்களுக்காக நிறைய உணவு. ஏதோ வீட்டு விஷேசம். ஆதிப்பசியடக்க ஒரு பரதேசியைத் தேடிப் புறப்பட்டவர்களின் கண்களில் திண்ணையில் அமர்ந்திருந்த அவன் பட்டான். நீளமான கைகளில் வெடித்துப் புறப்பட்ட நரம்புகள், ஒட்டிப் பிசுபிசுத்த சாம்பல் மயிர்க் கற்றைகள், இடையில் மறைப்பாய் ஓர் துணியும் வலது கையில் ஓர் மூட்டையும், கண்களில் மெலிந்த ஒளியுடனும் அவன் அவர்களுக்கு சிவனாய்த் தோன்றினான். வீட்டினுள் அழைத்து கடவுளுக்கான உபசாரம் நிகழ்ந்தது. உண்ண முடியவில்லை . அன்றிரவு அவன் அந்த ஊர் கோவிலில் தங்கினான். பக்கத்து நிலத்தை நனைத்த மழை உருவாக்கியிருந்த குளிரில் ஊர் நடுங்கியது. சிதிலமைந்திருந்தது கோவில். சிவன் வீற்றிருக்குமிடமென்று புரிந்தது. எல்லா இடங்களிலும் வண்ணங்கள் உதிர்ந்து மழையும் வெயிலும் விருப்பமாய் புணர்ந்ததில் கதவுகள் பலவீனப்பட்டிருந்தன. மிகப் பலமான பூட்டு மட்டும் அக்கதவில் ஒட்டாமல் பயத்துடன் தொங்கியது. நள்ளிரவிற்கு மேல் ஒருவன் வந்தான். வேறுவிதமாயிருந்தான். யாசகனாகவோ பைத்தியமாகவோ கணிக்க முடியாமல் கண்களில் கள்ளம் மறைத்தவனாயிருந்தான். கோவில் வாசலின் கருங்கற் தரையின் சில்லிப்பில் தூக்கம் இறந்திருந்தது. உண்ட சோறு செரிமானமாகாமல் கிடந்த இவனுக்கு தாமதமான உறக்கம் தழுவ தலை உலுக்கி விழித்தான். இவன் மூட்டை பிரிந்து சிதறியிருந்தது. சற்றுத் தள்ளிப் படுத்திருந்தவனின் மூச்சில் சீரற்ற வேகம். வானம் திறந்திருக்க நிலா இல்லை. வேறெதோ வெளிச்சக்கோடு இருவரிடையே படிந்திருந்தது. ஒரு உயிரைத் தின்ற பெருவிருப்பம் கழிந்து வருடங்களாகிவிட்டன. பசியில்லை யெனினும் விரல்கள் லேசான நடுக்கம் கொண்டன. பல நாட்களுக்குப் பிறகு ஊறியிருந்த புது இரத்தம், கிடைத்த நிசித்தனிமை பலமற்ற எதிரியின் அகதி விரல் நடுக்கத்தை நிறுத்த வழிசெய்ய இவன் எழுந்தான். படுத்திருந்தவனை நெருங்கி அவன் உணர்ந்து எதிர்ப்பதற்குள் இவன் கால் பதிந்த அழுத்தத்தில் அவன் தொண்டை மேடு உடைய விரிந்து வெளிறிய கண்களில் இயக்கமற்றுப் போயிருந்தது. அன்றிரவே அவ்வூரை விட்டு வெளியேறினான்.

***

மிக நீளமான படிகள் கொண்ட குளக்கரையில் அமர்ந்திருந்தவன் கையில் இறுகப்பற்றியிருந்த மூட்டையினுள் பசிமரம் வழக்கம்போல் அவன் குடலைத் தின்று கொண்டிருந்தது. சொட்டுக் கருணை ஊறாத நிலத்தில் இனி மரங்கள் முளைக்கவும் மரங்களின் கிளைகளில் அமரக் குயில்கள் வழியற்றுப் போகக் குயிலழுகை கேளாதவர்கள் தூர்ந்து

போன செவிகளுடன் திரிந்தனர். கும்பி காய்ந்து நகர்ந்தவன் ஏந்திய பாத்திரத்தில் எரிந்து விழுந்த வார்த்தைகளில் இவனுக்கான கடைசிச் சொற்கள் கண்டு அதிர்ந்தான். செல்லுமிடமெங்கும் துரத்தும் பசியும் காமமும் வலிப்பும் அடுக்கடுக்காய் பதிந்து நிலை குலைய வைத்திருந்தன. அவனை, அவன் தன்னை இழந்திருந்தான். பசியாலும் வயதாலும் இறுகியிருந்த அவனது தோல் உடல் முழுவதும் பாம்பினையொத்துப் பளபளத்தது.

அன்றிரவு குளக்கரை மண்டபத்தின் ஆழ் இருளில் நினைவு பதறக் கிடந்தான். சிறிய கருங்கல் தேரின் உள் அமைப்பினைக் கொண்டிருந்த குளக்கரை மண்டபத்தின் நாற்புறமும் கருங்கல் தூண்களில் நின்றிருந்த பெயரற்ற சிற்பியின் வழி உதிர்ந்த தெய்வங்கள் மினுமினுத்துச் சிரித்தனர். உலர்ந்த மினுமினுப்பு. வாரம் ஒருமுறை நீர் சுத்திகரிக்கப்படும் கோவில் குளம் அன்றுதான் தன் புதிய நீராடையை உடுத்தித் தளதளத்திருந்தது. அவனது சிவந்த மூளையெங்கும் சிறுசிறு அறைகள் தோன்றி வலிப்பு வந்து வீழ்ந்தவர்களின் குழிந்த கைகளில் இரத்தம் பெருகி வழிந்து உடல் சுருண்டு படுத்திருந்தவன் கண்கள் திறக்குமுன்னே சுவாசம் அலையத் தொடங்கிவிட்டது. விழித்தான் பாதிப் பார்வையில் அவளிருந்தாள். சாப்பிட்டுக் கொண்டிருந்தாள். சிவப்பாய் மெல்லிய உடம்பில் எண்ணெய் காணாத் தலைமுடி. யாசகி. கோபுர உச்சியிலிருந்து நேராக வந்து உடைந்து உள் நுழைந்த வெளிச்சத்தில் முகமெங்கும் வியர்வையிருந்தது. உறைந்த நரம்புகளில் இரத்தம் கொதித்து நிமிர்ந்தான். சாப்பிட்டு முடித்து மிச்சத்தை தனது மூட்டையில் வைத்தவள் தண்ணீர் குடித்து பின் மூட்டையை தலைக்கு வைத்து மல்லாந்தாள். அவன் விரல்களோடு உடலும் உலகமும் நடுங்கின. கண்முன் இரை, வலது கையில் தனது மூட்டையை இறுகப்பற்றியவன் எழுந்தான்.

இருளிலிருந்து வெளிவந்து அவளருகே சென்றான். நாசி சுளித்து விழித்து அமர்ந்தவளின் முகத்தில் அவன் விரல்கள் படிந்து அழுத்தின. பின்மண்டை நச்சென்று தரையில் பதிய அலறினாள். குளத்து நடுநீர் எழுந்து அலைகளை எழுப்பி கரை தொட முடியாமல் முடங்க அலறலைத் தன் தொண்டைக்குள் செலுத்தியவன் அவள் மேல் ஏறிப் படர்ந்தான். எதிர்ப்பற்ற அவள் வாசனையை ஆழ முகர்ந்தான். சரசரவென்று சர்ப்பங்கள் உடலாய் முளைத்து அவன் கபாலமெங்கும் பற்கள் பதித்தன. 'ஹெக்' அவன் இடதுகை தனியே அவனை விட்டு விலகி இடது கண் சுருங்கித் துடிக்கத் தொடங்க நிலை உணர்ந்து நிமிர்ந்து பின் எழ முடியாமல் அவளிடமிருந்து சரிந்தான். கால்கள் உதைத்து நகர கருங்கல் தூணில் தலை மோதியது. 'நங்' ஆஆஆஆஆஆ....' நாக்கு உள்ளிழுத்தது. இன்னொரு முறை கால் உதைக்க மண்டபத்தின் முதல் படியில் உருண்டு விழுந்தான். முகம் திரும்பி படியின் நுனியை

உரசி தோல் தேய்ந்து உடல் புரண்டு அடுத்தபடியில் விழுந்து கன்னத்து எலும்பு அழுந்தியது. 'ஆஆஆஆஆஆ. துடித்த இடதுகை படிகளில் தேய்ந்து நழுவிட வலதுகையில் பற்றியிருந்த மூட்டையில் இறுக்கம் கூடியது, அடுத்த படியில் விழுந்தான். விண்மீனொன்று அதி வேகமாக வான் கிழித்து இறங்கியதைப் பார்த்த வலது கண் முழுதும் கறுப்பு பரவியது. படிகளில் உருண்டு உருண்டு கடைசித் தடுப்பையும் மீறி உடல் திரும்பி தண்ணீரில் விழுந்தான். மூட்டை பிரிந்து குப்புறக் கவிழ்ந்து மிதந்தது திருவோடு. அலறவில்லை .

கோணவாச்சி

ஆங்கரை பைரவி

கோகிலா வீட்டுப் பூனைக்குட்டிகள் பசியில் கத்திக்கொண்டேயிருக்கின்றன. தான் சாப்பிடாவிட்டாலும் கோகிலா அவற்றைப் பட்டினி போடமாட்டாள். அடுக்குப் பானையில் அரிசி இருக்கிறதோ இல்லையோ பூனைகளுக்காக எப்போதும் பன்னும் பிஸ்கட்டும் இருக்கும். வேலைக்குப் போய்விட்டு வீடு திரும்பியதும் தன் கால்களைச் சுற்றும் பூனைகளைத் தூக்கிக் கொஞ்சிய பிறகு அவற்றின் பசியைப் போக்கினால்தான் அவளுக்கு அடுத்த வேலையே ஓடும்.

பூனைகளுக்கென்று தனியே ஒரு கிண்ணத்தில் பால் ஊற்றி வைப்பாள். எங்கெங்கோ அலைந்துவிட்டுப் பசியோடு திரும்பும் பூனைக்குட்டிகள் சளக் சளக் என்று பாலை நக்கிக் குடிக்கும் சத்தமே அவற்றை அக்கம்பக்கத்து வீட்டுக்காரர்களுக்கு காட்டிக் கொடுத்துவிடும்.

கோகிலா எப்படி இருப்பாள்?

அதிகமாகச் சாப்பிட்டுச் செரிக்காமல் வயிறு உப்புசமாகி வாந்தி எடுத்தால் தேவலாம் என நினைப்பவர் ஆள்காட்டி விரலையும் பாம்பு விரலையும் சேர்த்து வாய்க்குள் விட்டுக் குமட்டத் தேவையில்லை. கோகிலாவின் முகத்தைப் பார்த்தால் போதும். வயிற்றுப் போக்கு உள்ளவர் அவள் முகத்தைப் பார்த்தால் போதும் அதிர்ச்சியில் அது நின்றே போகும். இவை எல்லாம் அவளை முதலில் பார்ப்பவர்களுக்குத்தான். எங்கள் தெருவில் அவள் முகம் பழகிவிட்ட ஒன்று.

வாங்கருவாள் மாதிரி முன்பக்கம் நீட்டிய பற்கள் அவளுக்கு. சின்ன வயதில் இரண்டு விரல்களை சூப்பிய பழக்கம் தந்த பலன். தடித்த மேலுதடு. வெந்நீர் போடப் பயன்படும் ஒடுக்கு விழுந்த ஈயத் தேகுசா போல முகத்தோற்றம். கொக்கியாக வளைந்த முன்பற்களைக் கொண்டே

கீழ் உதட்டை மூடிவிடலாம். கோகிலாவிற்கு கீழ் உதடே இல்லையோ எனப் பார்ப்பவர்களுக்குத் தோன்றும் சிரித்தால் கேட்கவே வேண்டாம். வாய் கோணலாய்ப் போகும், அதனால்தானோ என்னவோ ஊரில் எல்லோருக்கும் அவள் கோணவாச்சி.

அவளை யாரோ முதல் தடவை 'கோணவாச்சி' எனக் கூப்பிட்டபோது வலித்திருக்கும். வலி தொடர்ந்தால் மரத்துத்தானே போகும். கோணவாச்சி என்று யாரேனும் கூப்பிட்டால் பெரிதாக எடுத்துக்கொள்ளமாட்டாள் பக்கத்து வீட்டுப் பார்வதி சமயத்தில் 'கோணவாச்சி சித்தி...' என்று அழைப்பாள். 'ஏண்டி உனக்கும் நான் கோணவாச்சியா போயிட்டேன்ல என்றால், 'இல்ல சித்தி நானும் நிறையத் தடவை கோகிலா சித்தி... கோகிலா சித்தின்னு கூப்புட்டேன். நீதான் காதுலயே வாங்கலயா! அதான் கோணவாச்சி சித்தின்னு கூப்புட்டேன்.' என்பாள்.

தன் மனதுக்குப் பிடித்தவர்களை 'கோணவாச்சி' எனக் கூப்பிடச் சொல்லிக் கெஞ்சுவாள். தன் அம்மாவையும் பார்வதியின் அம்மா ருக்மணியையும் அப்படிப் பலமுறை கெஞ்சி இருக்கிறாள். ருக்மணி 'கிறுக்குப் பய புள்ளைக்கு ஆசையைப் பாரு...' எனச் செல்லமாய் கோகிலாவின் கன்னத்தை தட்டுவாள்.

தெரிந்தவர்கள் பழகியவர்களிடம்தான் கோகிலா இப்படிக் கேட்பாள். வேலைக்கு வந்த இடத்தில் அறிமுகமில்லாதவர்கள் யாராவது கோணவாச்சி என்றால் அவ்வளவுதான் அம்மனுக்கு நேர்ந்த மாவிளக்குச் சானையை உருட்டுவது போல வார்த்தைகளாலேயே உருட்டி எடுத்துவிடுவாள். சொன்னது பெண் என்றால் கேட்கவே வேண்டாம். வண்டை வண்டையாகத் திட்டியே கூட்ஸ் வண்டியில் ஏற்றிவிட்டுத்தான் அடுத்த வேலையைக் கவனிப்பாள். அப்படி வாங்கிக்கட்டிக்கொண்டவள் பேசாமல் ரயில் போகும்போது தண்டவாளத்தில் தலையைக் கொடுத்திருக்கலாம் என நினைப்பாள்.

கோகிலாவிற்கு முகம் மட்டும்தான் அப்படி. முகத்திற்கு கீழே மேனகையின் கவர்ச்சி, தாமரை போன்ற, சற்றுப் பெருத்த ஸ்தனங்கள். இரண்டிலும் மதர்ப்பு துலக்கமாகத் தெரியும். அவள் வேகமாக நடக்கும்போதும் பேருந்தைப் பிடிக்க ஓடும் போதும் சுற்றியிருப்பவர்களின் பார்வை அவள் மார்பைக் குத்திட்டு நிற்கும்.

கோகிலாவும் இந்தா எடுத்துக்கோ எனத் திறந்து காட்டும் ரகம் அல்ல. ஆனால் யாரேனும் அப்படிப் பார்க்கமாட்டார்களா என்னும் ஏக்கம் இருந்தது. முதலில் அவளுக்குள் இந்த ஏக்கம் காற்றில் மிதக்கும் ஒற்றை மயிலிறகின் கனம் கொண்டதாய் மட்டுமே இருந்தது. அவள் எட்டாம் வகுப்பு படித்துக்கொண்டிருந்தபோது அந்த பி.டி. வாத்தியார் பீட்டரால்தான் இந்த ஏக்கம் ஆரம்பித்தது.

கோகிலாவிற்கு கால்பந்தாட்டம் மிகவும் பிடித்தமான விளையாட்டு. குறி பார்த்து எட்டி உதைப்பதிலும் கெட்டிக்காரி. அவள் உதைக்கிற உதையில் 'கோல்' என்று காதைக் கிழிக்கும் கூச்சல்களுக்குப் பயந்து பந்து வலைக்குள் போய் விழும். தன்னை மறந்து தலையை மேலே உயர்த்தி உற்சாகத்தோடு பந்தை உதைத்த ஏதோ ஒரு கணத்தில் அவள் முகத்தை மறந்து அதற்குக் கீழே பீட்டரின் பார்வை பதிந்திருக்கவேண்டும். அதிலிருந்து அவன் கவனம் பந்தைவிட்டு கோகிலாவைத்தான் பின் தொடர்ந்து கொண்டிருந்தது. கால்பந்தாட்டத்தின்போது அவன் கோகிலாவைக் கண்கொட்டாமல் பார்த்தான்.

அன்றும் அப்படித்தான் நடந்தது. விளையாட்டு வகுப்பு முடிந்ததற்கான மணி அடித்ததும் மாணவிகள் வகுப்பறையை நோக்கி ஓடினார்கள், கோகிலாவும் ஓட எத்தனித்தாள்.

"ஏய்! கோகிலா... அந்தப் பந்தை எடுத்துட்டுப் போய் என்னோட ரூம்ல வச்சிட்டுப் போ..."

வாத்தியின் குரலுக்குக் கட்டுப்பட்டு 'சரி' என்று பந்தை எடுத்துக்கொண்டு அறையை நோக்கி நடந்தாள். விளையாடிய களைப்பில் மூச்சு வாங்கியது. அடிக்கடி பெருமூச்சு விட்டாள். அப்படி மூச்சுவிட்ட ஒவ்வொரு முறையும் அவள் மார்பு சீராக ஏறியிறங்கியது. நாக்கு வறண்டது. உடம்பெங்கும் வியர்வை கசகசப்பு. தண்ணீர் குடித்தால் தேவலாம்போல் இருந்தது. பந்தை எடுத்துக்கொண்டு போய் வாத்தியின் அறைக்குள் வைத்துவிட்டுச் திரும்பியவளுக்குத் தண்ணீர்க் குடம் தென்பட்டது. அங்கிருந்த டம்ளரை எடுத்து மொண்டு குடித்தாள். அடுத்த வகுப்பிற்கு போக வேண்டிய அவசரம், தாகம், படபடப்பு எல்லாம் ஒன்றாய் சேர்ந்துகொண்டன. மடக்மடக்கென குடித்தபோது நீர்த்துளிகள் அவள் மார்பில் பொட்டுப்பொட்டாய் விழுந்தன. ஒரு துளி ஸ்டிக்கர் பொட்டாயிற்று.

சொல்லிவைத்தாற்போல அந்த அறைக்குள் நுழைந்த பீட்டர் வாத்தி மின்விசிறியின் பட்டனைத் தட்டிவிட்டான். மேலிருந்து இறங்கிய காற்று கோகிலாவின் உடுப்புக்குள் புகுந்து தொப்புள்வரை பரவிக் குளுமையை ஏற்படுத்தியது. சட்டெனத் திரும்பி நகர முற்பட்டவளை அவன் வார்த்தைகள் தடுத்து நிறுத்தின.

"என்ன கோகிலா... தாகமா இருக்கா....? தண்ணி குடிக்கிறியா....? அப்படியே எனக்கும் ஒரு டம்ளர் மொண்டு குடு..."

கதவோரமாய் இருந்த தன் இருக்கையில் அமர்ந்து சட்டையின் மேல்பட்டனை விடுவித்துக் காலரை இழுத்துவிட்டுக் காற்று வாங்கினான். காலர் வழியே இறங்கிய காற்று பின்பக்கம் இடுப்புவரை இறங்கி முன்பக்கம் திரும்பி மேலேறி அவன் தாடையை மோதியது.

வெளியிலிருந்து பார்ப்பவர்களுக்கு உள்ளே எது நடந்தாலும் தெரியாது. படிக்கட்டுகளில் ஏறி வந்தால்தான் உள்ளே நடப்பதைத் தெரிந்து கொள்ள முடியும். பெருக்கப்படாத படிக்கட்டுகளில் உள்ள மணலில் செருப்புகள் மிதிபடும்போது நறநறக்கும் ஓசை உள்ளே இருப்பவர்களை எச்சரித்துவிடும்.

உட்கார்ந்தபடியே காற்று வாங்கியவன் தன் கைக்குட்டையை எடுத்து முகத்தை துடைத்துக் கொண்டான், நன்கு அழுந்தத் துடைத்துக்கொண்டு நிமிர்ந்தபோது எதிரே டம்ளருடன் கோகிலா நின்றிருந்தாள். இருவருக்கும் இடையே மரமேசை இருந்தது. அதன் மேல் வந்த கோபத்தில் அதை எட்டி உதைத்து நகர்த்த நினைத்தான். உதைக்கும் நேரத்தில் ஜன்னலுக்குக் கண்கள் முளைத்துவிடுமோ எனவும் பயந்தான்.

'இப்படி வா கோகிலா' அவளை தன் நாற்காலியின் பக்கம் அழைத்தான். அவள் வருவதற்கு தோதாய் உள்வாங்கி இருந்த கதவின் முதுகைத் தள்ளினான். அது வெளிப்பக்கம் லேசாய் நகர்ந்து கொடுத்தது.

வந்தவள் நீட்டிய டம்ளரை வாங்கியவன் அவள் மார்பில் நீர்த் துளிகள் சிதறி இருந்ததைக் கவனித்தான். வாங்கிய டம்ளரை மேசையில் வைத்துவிட்டுத் தன் இடது கையால் அவள் இடுப்பை வளைத்து தன் பக்கம் இழுத்தான்.

“இப்படியா சட்டையெல்லாம் நனையற மாதிரி குடிக்கிறது பாரு எப்பிடி நனைஞ்சிருக்குன்னு...”

தன் வலது கையால் அவள் மார்பைத் துடைத்தான். மெத்மெத்தென மலரின் மென்மையை உணர்ந்தான். இடது வலதாய் துடைத்துவிட்டான். வெவ்வேறுவிதமாய் அழுந்தத்துடைத்தான். கழுத்தில் தொங்கிக்கொண்டிருந்த விசில் நாற்காலியின் இடது பக்கக் கைப்பிடியில் திரும்பத் திரும்ப மோதி ஓசை எழுப்பியது. ஒரு கையால் அதைக் கழற்றிப் படபடப்போடு மேசை மீது வைக்கமுற்பட்டபோது டம்ளரில் கைப்பட்டு நீர் எல்லாம் அவன் மடியில் கொட்டியது.

“பார்த்தியா எல்லாம் உன்னால்தான் துடைச்சுவிடு” மடியைக் காட்டியபடி சட்டையை தொப்புளுக்கு மேலே தூக்கினான். சிவந்த உடம்பில் பூனை ரோமங்கள்.

“என்ன பார்க்குற துடைச்சுவிடு...” சொல்லிவிட்டு நாற்காலியின் முதுகில் போட்டிருந்து சிறிய துண்டை அவளிடம் தந்தான். திரும்பி கதவிடுக்கின் வழியே வாசலைப் பார்த்தான். யாரும் தென்படவில்லை. கோகிலா அந்தத் துண்டை வாங்கி சங்கோஜத்துடன் தன் இடது கையால் அவன் மடியில் இருந்த ஈரத்தைத் துடைத்தாள். அவள் சற்றும் எதிர்பாராத கணத்தில் அவள் வலது கையைப் பிடித்தான்.

கோகிலா கையை உதறி நகர முற்பட்டாள். அவன் பிடி வலுவாய் இருந்தது.

“இங்க பாரு கோகிலா. நீ நல்லா விளையாடுற. முறையா கோச்சிங் எடுத்துக்கிட்டா நீ எங்கேயோ போயிடுவே...” என்று சொல்லியபடியே தன் இன்னொரு கையை அவள் மார்பில் படரவிட்டான்.

அந்தத் தொடுதல், அழுத்தம் இரண்டும் கோகிலாவிற்குப் பதற்றத்தை ஏற்படுத்தின. நகர நினைத்தவள் கால்களை அசைக்க முடியாமல் தவித்தாள். இதற்குள் வாத்தியின் கை வளைந்து அவள் சட்டைக்குள் நுழைந்திருந்தது. ஆள்காட்டி விரல் அவள் தொப்புளை வட்டமிட்டு வருடியது. அவளுக்குள் முதல் ரசாயன மாற்றம் நிகழ்ந்தது. நாக்கு வறண்டது. அழுகை வருவது போல இருந்தது, உதடுகள் கோணின.

இருந்திருந்தாற்போலப் படிக்கட்டுகளில் கிடந்த மணலின் நறநறப்புச் சத்தம் அவன் காதுகளுக்குக் கண்களை முளைக்க வைத்தது. திடுக்கிட்டு அவளை விடுவித்தான். கதவை உள்பக்கமாய் இழுத்து வெளியே பார்த்தான். யாரோ ஒரு ஆசிரியர் அடுத்த அறைக்குச் சென்று கொண்டிருந்தார்.

“ஓடு... யார்கிட்டேயாவது சொன்னேன்னு வச்சுக்கோ தொலைச்சுப் புடுவேன் ஓடு ஓடு...” என விரட்டினான்.

அதற்குப் பிறகு கோகிலாவின் கவனம் படிப்பின் பக்கம் செல்லவே இல்லை. வாய்ப்புக் கிடைத்தபோதெல்லாம் அவள் உடம்பில் புதுப்புது மென்மைகளை அந்த வாத்தி தேடிக்கொண்டிருந்தான். அந்த விளையாட்டு நாளடைவில் அவளுக்கும் பிடித்துப்போனது. யாரும் பார்த்தால் என்ன ஆகுமோ என்ற பயமும் அவளைப் பந்தாடியது. பார்த்தால் என்ன ஆகும் என கற்பனை செய்துபோது மைதானத்துப் புற்கள் எல்லாம் கால்களாக உருவெடுத்துத் தன்னை எட்டி உதைத்ததைப் போலத் துடித்தாள். உள்ளூர நடுங்கினாள். அந்த நடுக்கம் உடலைப் பாதித்தது. காய்ச்சல் என்று அவ்வப்போது வாரக்கணக்கில் பள்ளிக்கு விடுப்பு போட்டாள்.

அப்படியான விடுப்பு ஒன்று முடிவதற்குள் முதல் நாள் அந்த வாத்தி கோகிலாவின் வீட்டிற்கு வந்தான். அவனைப் பார்த்ததும் அவள் அம்மா படபடப்புடன் எழுந்து வரவேற்றாள்.

அப்போது கோகிலா கட்டிலில் படுத்திருந்தாள். ஆசிரியரைப் பார்த்ததும் எழ முயன்றவளின் தோள்களை தன் இரண்டு கைகளாலும் அழுத்தி பரவாயில்லம்மா படுத்துக்கோ' என்றான். அம்மா மர ஸ்டூல் ஒன்றை இழுத்துத் தட்டினாள். அதில் அமர்ந்து கண்களை நான்கு பக்கமும் சுழலவிட்டவனின் பார்வை கோகிலாவின் மார்பில் இளைப்பாறி

இளைப்பாறிச் சென்றது. தட்டுக்கூடையில் காய்கறி விற்பவளின் மகளுக்கு அத்தனை கவர்ச்சியா என அவன் நினைத்திருக்கலாம்.

அவள் அம்மாவிடம் திரும்பிச் சொன்னான், 'கோகிலா ரொம்ப நல்ல பொண்ணும்மா. எப்படியாவது படிக்கவச்சிடுங்க. எவ்வளவு கஷ்டப்பட்டாவது படிக்கட்டும். பாதியில் ஏதும் நிறுத்திடாதீங்க. பொம்பளை புள்ளைகளுக்குப் படிப்புதான் முக்கியம். ஏதாவது உதவின்னா என்னைக் கேளுங்க. என்னால முடிஞ்சதைச் செய்யறேன்.'

அம்மா குளிர்ந்து போனாள்.

“சாமி... எம்புள்ளையக் கூடப்படிக்கிறதுகளே சீந்தமாட்டேங்குது. கோணவாச்சி... கோணவாச்சின்னு ஊரே கிண்டலடிக்குது. கல்யாணமாயி மூணு வருஷமாப் புள்ளை இல்லாம தவத்துல பொறந்தவ. மருந்து மாத்திரையாலக்கூட மாறாத முகத்தோட பொறந்துட்டா. ஏதோ மலடின்னு இடி வாங்காம இப்படியாவது ஒரு புள்ளை பொறந்துச்சேன்னு மனதை தேத்திக்கிறேன்யா...”

“ஏதோ இம்புட்டு தூரம் எம்புள்ளைக்கி ஆதரவாப் பேசுறீங்க. நீங்க நல்லா இருக்கணும் சாமி. செத்த நேரம் குந்தி இருங்க. நான் ஒரு எட்டு போயீ டீ வாங்கிட்டு வந்துடறேன்...” அம்மா சொம்பை எடுத்துக்கொண்டு வெளியில் ஓடினாள்.

வாத்தியாரும் அதை மறுக்கவில்லை. இதுதான் சாக்கு எனக் கட்டிலின் பக்க விளிம்பில் வந்து அமர்ந்து கொண்டான். குழைந்தான்.

“ஏய் கோணவாச்சி...! ஏய்...” காதோரம் கிசுகிசுத்தான். “ஆமா நீ வெறும் கோகிலாவா இல்ல கோணவாச்சி கோகிலாவா? என்னெப் பார் கோணவாச்சி...” திரும்பிப் படுத்திருந்தவளைக் குரலில் காந்தம் ஏற்றித் தன்பக்கம் திருப்பினான். மல்லாக்கத் திரும்பிப் படுத்தவளின் மார்பில் அவன் கண்கள் விழுந்தன.

“பயப்படுறியா கோகி....? உன்னெப் பார்க்காம இருக்க முடியல. கண்ணை மூடிக்கிட்டுத் தூங்கினாலும் இது ரெண்டும் வந்து என்னை முட்டுது தெரியுமா...? இப்ப உடம்பு எப்படியிருக்கு?” அவள் கழுத்தில் வலது கையை வைத்துப் பார்த்தான். அப்படியே கைகளைக் கீழே இறக்கி மார்பகங்களைத் தடவினான். அவள் நெளிந்தாள். கண்களை மூடிக்கொண்டாள். உள்ளுக்குள் உதறல் எழுந்தது. அவன் கையைத் தட்டவும் முடியாமல் தொடர அனுமதிக்கவும் முடியாமல் தவித்தாள். அவள் ஸ்தனங்கள் அவன் உள்ளங்கையில் மாறி மாறி உருண்டன. தன் உள்ளங்கை நரம்புகளுக்கு அவை ஒத்தடம்போலக் கிறங்கினாள். காம்புகளைத் திருகியபோது எரிச்சல் கலந்த சுகமான வலியில் துவண்டாள். மூளைக்குள் எதுவோ ஒன்று ஏறி அமர்ந்து அவளை

வசமாய் ஒரு இறுக்கு இறுக்கியது. திமிறினாள். அவன் விடுவதாய் இல்லை.

வீட்டிற்குள் சொம்பில் டீயுடன் நுழைந்த அம்மா பத்ரகாளியாய் மாறினாள்.

'எச்சக்கலை நாயே' வில் தொடங்கி அத்தனை கெட்டவார்த்தைகளையும் ஓங்கிக் குரல் எடுத்து வாரி வழித்து அவன் மேல் எறிந்தாள். வார்த்தைகளின் நாற்றம் வாசலில் இறங்கித் தெருவில் பாய்ந்து பக்கத்து வீடுகளின் கதவுகளைத் தட்டியது. ஆட்களைத் திரட்டிக் கோகிலா வீட்டு வாசலில் கொண்டுவந்து நிறுத்தியது. கோகிலாவின் அம்மா கொதிக்கக் கொதிக்கச் சொம்பில் இருந்த டீயை வாத்தியின் முகத்தில் கொட்டினாள். அவன் துடிதுடித்துப்போனான். பக்கத்து வீட்டு ருக்மணியின் கணவன் வண்டிக்குச் சென்றுவிட்டு அப்போதுதான் திரும்பியிருந்தான். தெரு பதறியதைப் பார்த்தவன், வாத்தியின் சட்டையைக் கொத்தாகப் பிடித்துக் குத்தினான், மூக்கு உடைந்து ரத்தம் வழிந்ததது. கோகிலாவின் அம்மா வாத்தியை எட்டி உதைத்தாள். கோகிலா மின்சாரம் தாக்கியவளாய் அப்போது இருந்தாள். மனம் கருகியது போன்ற உணர்வெழுந்தது.

நடைப் பிணமாய் வெளியேறிய பீட்டர் வாத்தி அன்று மாலையே ரயிலில் அடிபட்டுப் பிணமானான். அவன் இறந்து முப்பது முடியும் வரைக்கும் கோகிலாவால் தூங்க முடியவில்லை. குளித்தபோதும் மார்புக்கு சோப்பு போட்டபோதும் அவன் நினைப்பு வந்தது. அந்த நினைப்பு சுகமாகவும் இருந்தது, ரணமாகவும் இருந்தது. அதன்பிறகு அம்மா கோகிலாவை பள்ளிக்கு அனுப்பவில்லை.

எங்கேனும் வெளியில் சென்றுவந்தால் மகளுக்கு ஆறுதலாயிருக்கும் எனக் கோகிலாவின் அம்மா நினைத்துக் கொண்டிருந்தபோது சமயபுரத்துச் சித்திரைத் தேர்த் திருவிழா வந்தது. தான் காய்கறி வியாபாரத்துக்குப் போக வேண்டியிருந்ததால் பக்கத்து வீட்டு ருக்கமணியோடு கோகிலாவை அனுப்பி வைத்தாள்.

கூட்டம் என்றால் அப்படிப்பட்டக் கூட்டம். எள் விழுந்தாலும் தரையில் விழாத அளவுக்கு கூட்டம். பார்வதியைப் பிடித்துக்கொண்டு நடப்பதற்கு ருக்மணி மிகவும் அவஸ்தைப்பட்டாள். 'ஏய் கோணவாச்சி பார்த்து வாடி!' பின்பக்கம் திரும்பிக் குரல் கொடுத்தபடி நகர்ந்தாள் ருக்மணி. கோகிலாவிற்கு அவஸ்தையாய் இருந்ததது. தண்ணீர் பந்தலில் இருந்த மோரும், பானகமும் வயிறு முழுக்க நிறைந்திருந்தன. சிறுநீர் நெருக்கும் அவஸ்தை அவளுக்குள். எங்குப்போவது என்றும் தெரியவில்லை. அடிக்கடி ஏப்பம் வந்து பானகமும் மோரும் தொண்டைக்குழி வரை வந்து எட்டிப்பார்த்தன. செருமிக்கொண்ட அந்த நேரத்தில்தான்

முரட்டுக்கை ஒன்று அவளது இடது பக்க மார்பை அழுத்திப் பிடித்து திருகிவிட்டுக் கும்பலில் மறைந்தது.

கோகிலாவால் கத்தவும் முடியவில்லை. கோகிலா கத்தியிருந்தாலும் அவளது குரல் ருக்மணிக்கு கேட்டிருக்காது. அந்தக் கைக்கு உரியவன் மார்பைத் திருகியபோதே வேகமாய் குரல் எழுப்பித் தன் பக்தியைக் காட்டியிருந்தான்.

'ஓம் சக்தி பராசக்தி. பராசக்தி ஓம் சக்தி...'

கோகிலாவால் நடக்க முடியவில்லை. திருகுபட்ட இடம் எரிந்தது. சுத்தமாய் தளர்ந்துபோனாள். ஜனத்திரளில் வெப்பம் உடல் எங்கும் பரவியது. ஏதோ அனலில் நடப்பதுபோலவும் இருந்தது. வயிறு வலிக்க ஆரம்பித்தது.

"ருக்மணி அக்கா..." வலது கையைத் தூக்கி அழைத்தாள். அப்படியே ஓரமாய் உட்கார்ந்துவிட்டாள். ருக்மணி ஓடிவந்தாள். ஓடிவந்தபோது இடிப்பட்டிருக்கக்கூடும். பார்வதி சிணுங்கியபடி இருந்தாள்.

"என்னடி கோணவாச்சி....?"

"வயித்தை வலிக்குது ஒண்ணுக்குப் போவணும்..." அழுதாள்.

மார்பின் எரிச்சல், வயிற்று உபாதை இரண்டும் சேர்ந்துகொண்டதால் கோகிலாவால் அழுவதைத் தவிர வேறு ஒன்றும் செய்ய முடியவில்லை.

"பானகம், மோரு, பட்டைச்சாதம் எல்லாம் ஓசியில் கிடைக்கிதுன்னு நல்லாத் தின்னா இப்படித்தான். கொஞ்சம் பொறுத்துக்கடி. தேர் வரப்போகுது. பார்த்துட்டுப் போயிடலாம்" ருக்மணியின் முகத்தில் எரிச்சல் தெரிந்தது. முகமெங்கும் வெறுப்புச் சுருக்கம். அந்தச் சுருக்கங்களில் 'இவளோடு பெரிய எழவாப்போச்சு...' என்கிற கசப்பும் இருந்தது. பார்வதியின் சிணுங்கல் அதிகரித்தது. அவள் கன்னத்தில் ருக்மணி ஒரு இடி இடித்தாள். அவள் அழ ஆரம்பித்தாள்.

ஆத்தாளைப் பார்க்க முடியாதோ என்ற கோபம் ருக்மணிக்கும்.

"இன்னும் கொஞ்சதூரம் நடடி கோகிலா தெப்பக்குளம் பக்கத்தில ஒரு மண்டபம் இருக்குல்ல. அங்கனக்குள்ள ஒண்ணுக்குப் போறதுக்கு ஒரு மறைப்பு கட்டி வச்சிருப்பாங்க, அங்கன போகலாம் வா..." என்றாள்.

அடி வயிற்றுக்குள் சாட்டையடியாய் உணர்ந்தாள். வலி விண்விண் என்று தெரித்தது. கீழ் உதட்டை மடக்கிக் கடித்துக்கொண்டு எழுந்தாள் நடை தடுமாறியது. இன்னும் இடது பக்க மார்பில் எரிச்சல் இருந்தது. திருகியவனை சபித்துக்கொண்டாள். அவள் வலதுபக்க காதைப் கிழிப்பது போல ஒருவன் கத்தினான். 'ஓம் சக்தி பராசக்தி...' கத்தியதோடு

நிற்கவில்லை. அந்தக் குரலுக்குரியவனின் கை வலது பக்க மார்பைத் திருகியது. வலுக்கூட்டிப் பின்பக்கம் திரும்பினாள் கோகிலா. முதுகு காட்டி வேகமாய் நடந்தவனின் சட்டைக் காலரைக் கொத்தாகப் பிடித்து மல்லாக்கத் தள்ளினாள்.

தேவடியாப் பயலே உன்னையக் கொண்டி குழியில வைக்க... ஏண்டா இப்டி அலையறிங்க நாய்களா....! சன்னதம் வந்தவள் போல கத்தினாள். தடுமாறி விழுந்தவனை காலால் மிதித்தாள். அவனைப் பிடித்த கேடு காலமோ என்னவோ? மப்டியில் இருந்த பெண் போலீஸ் அவனைத் துவைத்து எடுத்து இழுத்துக்கொண்டு போனாள்.

கோகிலாவுக்கு உடம்பு முழுவதும் வேதனைக் கொடி படர்ந்தது. கழுத்தைச் சுற்றி உயிரைத் திருகியது. கால்கள் வலிக்க ஆரம்பித்தன. ருக்மணி அக்கா பதற்றமாகவே இருந்தாள். இவளோடு ஏன் வந்தோம் என்பதுபோல அடிக்கடி கோகிலாவை ஓரக்கண்ணால் எரித்தாள். மறைப்பு கட்டிய இடத்தில் கோகிலா நுழைந்தாள். தரை எங்கும் சிறுநீர் கோலம் விதம்விதமாய் இருந்தது. கோலம் காலில் ஒட்டிவிடாமல் அடியெடுத்து வைத்தாள். ப்ளீச்சிங் பவுடர் வாசனை அவள் மூக்கைச் சுரண்டி அரிப்பை ஏற்படுத்தியது. ஓர் இடத்தில் நின்று பாவாடையைத் தூக்கிக்கொண்டு அப்படியே உட்கார்ந்தாள். உள்ளே போனவளை இன்னமும் காணோமே என்று மறைப்புக்குள் நுழைந்த ருக்மணி கோகிலாவின் புட்டத்தைப் பார்த்ததும் மிரட்சியோடு நின்றாள். ரத்தக்கறை. தலையில் அடித்துக்கொண்டாள்.

தீட்டோடு ஆத்தாளைப் பார்க்க விரும்பாமல் வீடு திரும்பிய இருவரையும் இடி வேறு விதமாய்த் தாக்கியது. காய்கறி விற்கப்போயிருந்த கோகிலாவின் அம்மா நடுரோட்டில் தட்டுக்கூடை சிதறி ரத்தவெள்ளத்தில் கிடந்தாள். குச்சில குந்தும்போதே ஆத்தாளை தின்னுடுச்சு இன்னும் யாரைத் திங்கப்போகுதோ....?' ஒண்ணுவிட்ட உறவுகள் ரெண்டுவிட்ட உறவுகள் எல்லாம் கோகிலாவை மென்று தின்றன. அத்தனை உறவுகளும் கோகிலாவை உடன் வைத்துக்கொள்ளக்கூடாது என்பதில் உறுதியாய் இருந்தன. ருக்மணிதான் ஆதரவாய் இருந்தாள். வயல்வேலையையும், அம்மா சுமந்த அந்தத் தட்டுக் கூடையையும் தன் வாழ்க்கைக்கு ஆதாரமாய் வைத்துக்கொண்ட கோகிலா ஆள் துணைக்கும் சில பூனைகளை வளர்த்தாள். அவற்றின் சேட்டைகளை ரசித்தாள். அவை பசியில் கத்தினால் போதும் எங்கிருந்தாலும் வந்துவிடுவாள். அந்தப் பூனைகளும் அவ்வப்போது அக்கம்பக்கத்துக்குச் சென்று பாத்திரங்களை உருட்டி வம்புச்சண்டையை இழுத்துவந்தன.

தனிமையில் இருக்கும்போது அந்த வாத்தியின் முகமும் அவன் தொடுதல்களும் நினைவுக்கு வந்துவிடும். அவன் தன்னால்தான் செத்துப்போனானோ என்கிற நினைப்பும் வருத்தத்தைத் தரும். ஆள்

இல்லாத வீட்டிற்கு கதவை உள்பக்கம் தாழ்போட்டுக் கட்டிலில் படுத்துக்கொண்டு கண்களை மூடிக்கொள்வாள். உள்ளுக்குள் அந்த வாத்தி வந்து நிற்பான். அவனது குறுகுறுக்கும் கைகள் இவளை ஆக்கிரமிக்கும். தன் கைகளையே வாத்தியின் கைகளாக நினைத்துக் கொள்வாள். அவை உடம்பெங்கும் விளையாடும். மார்பில் மட்டும் கூடுதல் நேரம் எடுத்துக்கொள்ளும். அப்போது பெருமூச்சுகள் அடுத்தடுத்து வெளியேறும் கீழே இறங்கும் கைகள் தொப்புள்வரை படரும். ஆள்காட்டி விரல்கள் அங்குக் கோலமிடும் உள்ளுக்குள் வாத்தியும் இவளும் ஆடையின்றி இறுக அணைத்துப் புரண்டு கொண்டிருப்பார்கள். அவள் உடம்பெங்கும் நர்த்தனமிட்ட விரல்கள் மேலும் சற்றுக் கீழே இறங்கும். அவற்றில் இரண்டை வாத்தியாகவே உருவகித்து தன் உள்ளே உள்ளே வாங்கிக்கொள்வாள். இவளுக்கு ஏற்படும் களைப்பு வாத்தியின் மீது கவியும், கண்ணீர்த்துளிகள் மெதுவாக வழிய கோகிலா அப்படியே உறங்கிப்போவாள்.

பீட்டர் வாத்திக்குப் பிறகு அவளை வேறு யாரும் விருப்பத்தோடு அணுகவில்லை. அவளை வெறித்துப் பார்த்த கண்களில் காமம் தெரிந்தது. முதன்முதலாய்க் கோகிலாவைப் பார்ப்பவர்கள் அவள் மார்பை உற்றுப்பார்த்து திகிலடைந்து பிறகுதான் பேசவே தொடங்குவார்கள். ஏதாவது விசேஷங்களுக்குச் சென்றாலும் இவள் தனித்துக் காட்சிப் பொருளாய் மாறுவாள். வயல்வேலைக்குச் சென்றாலும் இவள் உழைப்பில் ஒரு சுமை கூடுதலாய் இருக்கும்.

தெருவில் யாருக்கேனும் பிரசவம் அல்லது உடம்பு சரியில்லையென்றால் இவளைத்தான் கூப்பிடுவார்கள். ஆனால் ‘எப்படியிருக்கிறாய்?’ ‘இன்று என்ன சமயல்?’ ‘சாப்பிட்டாயா?’ என்று கேட்க ஊரில் ஒரு நாதியில்லை. ருக்மணியின் வீடுதான் ஆதரவாக இருந்தது. கோகிலா வீட்டு முருங்கைக்காய் சாம்பார் ருக்மணி வீட்டுக்குப்போகும் அங்கிருந்து கறிக்குழம்பு இவள் வீட்டுக்கு வரும். ருக்மணி இவளைத் தன் தங்கையாகவே பாவித்தாள். பார்வதியும் பாசத்தைக் காட்டினாள். கல்லூரிப் படிப்புக்கு வந்துவிட்ட பார்வதி கோகிலாவைப் பார்க்கும்போது ஏக்கம் பெருமூச்சாய் வெளிப்பட்டு அவள் கவனத்தைக் கவராமலேயே அவள் மார்பகங்களில் படியும்.

இரவின் தனிமையில் கோகிலாவைப் பீடித்திருந்த உணர்வுகள் அவளைத் தாறுமாறாய் கிழித்துப்போட்டன. அப்படிப்பட்ட நேரங்களில் கதவைத் தாழிட்டுக்கொண்டு ஜன்னல்களையும் மூடிவிட்டு கண்ணாடிமுன் நின்று அழுவாள், தன் அழுகையும் கதறலும் வெளியே கேட்கக்கூடாதென அப்போதெல்லாம் வானொலியின் ஓசையை அதிகப்படுத்தி விடுவாள்.

“ஏண்டி கோணவாச்சி. உனக்கு வெட்கமே இல்லையாடி? என்னாடி புத்தியிது? உன்னை நீயே திருப்திப்படுத்திக்கிட்டு.... கேவலமா

இல்லையா உனக்கு? பொறந்ததுதான் பொறந்தியே ஏண்டி இப்படிக் கோணவாயோட எத்துப் பல்லுச் சிறுக்கியா பொறந்து தொலச்சே.. கழுத்துக்கு கீழே உனக்கு ஏண்டி இம்புட்டு அழகு. இதனால உனக்கு என்ன லாபம்? சோத்து மேல பீயைத் தூக்கி வைச்ச மாதிரி இந்த மூஞ்சி. அசிங்கமா இருக்குற....”

புலம்புவாள், துடைப்பத்தை எடுத்து தன்னைத்தானே மாறி மாறி அடித்துக்கொள்வாள். கை ஓயும் மட்டும் அப்படியே அடித்துக் கொண்டிருந்துவிட்டு சுவர் ஓரமாய் சரிந்து உட்கார்ந்து கொள்வாள். விடிந்ததும் வழக்கம்போல வீட்டு வேலைகளைக் கவனிப்பாள். கிடைத்தால் வயல் வேலைக்குச் செல்வாள். பூனைகளோடு தானும் பூனையாகி மகிழ்வாள். பூனைகள் பசியோடு கத்துவதை மட்டும் பொறுத்துக் கொள்ளவேமாட்டாள். ருக்மணி வீட்டிலிருந்து பழையதை யாவது வாங்கிவந்து பூனைகளின் பசியை அடக்கிவிட்டுத்தான் மறுவேலை பார்ப்பாள். பார்வதிக்கு சிரிப்புத்தான் வரும்.

“சித்தி...! நான் பூனையா பொறந்திருக்கக் கூடாதான்னு இப்ப எனக்குத் தோணுது. எல்லாம் நல்லா இருக்கு. ஆனா சில ராத்திரி உன் வீட்டு ரேடியோவை நாலு ஊருக்கு கேட்கறமாதிரி அலறவிடுறதுதான் கஷ்டமாயிருக்கு....”

கோகிலா பதில் சொல்லாமல் கலகலவெனச் சிரிப்பாள். அப்போது குலுங்கும் மார்பகங்களை பார்வதி ரசிப்பாள். உள்ளே இருக்கும் ஏக்கம் மேலே எழுந்து ஆடும். அது சில நேரங்களில் வார்த்தைகளில் வழியும்.

“கோகிலா சித்தி... நீ மட்டும் என்னாத்தத் தின்கிற? உனக்கு மட்டும் இத்தோ தண்டி இருக்கு....?”

பார்வதியின் இந்தக் கேள்வியும் உடனே புறப்பட்டிருக்காது. கோகிலாவிற்கு பேன் பார்க்கும்போதோ வேலைக்குப் போன இடத்தில் நடந்தவற்றை வாய்கிழியப் பேசும்போதோ–குறிப்பாக கோகிலா பூவாய் மலர்ந்து சிரிக்கிற நேரங்களில் அந்தக் கேள்வியைத் தூக்கிப் போடுவாள்.

கோகிலாவிற்கு முகத்தில் கல் விழுந்தது போலிருக்கும். சட்டெனச் சிரிப்பை அடக்கி நிமிர்ந்து பார்வதியைப் பார்ப்பாள். அந்தப் பார்வையில் கோபத்தின் சுவடே இருக்காது.

'ஏண்டி.... நீயும் பலதடவை கேட்டுட்ட! உனக்கும் இதுமேலதாண்டி கண்ணு. என்னாடி பண்றது எல்லோரும் திங்கறதைத்தான் நானும் திங்கறேன். உனக்கு வாயில கொழுப்பு, கொத்தனாருக்குக் கொட்டையில் கொழுப்பு. அவன் பொண்டாட்டிக்கு குண்டியில கொழுப்பு எனக்கு மாருல கொழுப்பு, உனக்கு வேணும்னா சொல்லு அறுத்துத் தர்றேன். நீ ஒட்டவச்சுக்கோ. இங்க பாருடி இதைத் தூக்கிட்டு நான் படுறபாடு

சிவனடைஞ்சி போயிடும் தெரியுமா? சட்டுனு ஓட முடியாது. எகிறி எகிறி குதிக்கும், என் ஓட்டத்தையே தலைல தட்டுற மாதிரி இருக்கும்...'

பார்வதி சிரிப்பாள். ஈரும் பேனும் இல்லாத தலையில் அவை இருப்பதுபோலக் குத்துவாள். கோகிலாவின் தலை ஆடும். அவளுக்கு உச்சந்தலையில் அரிப்பு அடங்குவதுபோல இருக்கும் பார்வதிக்கும் ஒரு அரிப்பு இருந்தது.

கோகிலா ஒரு நாள் ரேடியோவைச் சத்தமாய் அலறவிட்டிருந்தாள். கதவை அடைத்துவிட்டு வீட்டிற்குள் ஏன் இத்தனை சத்தமாக ரேடியோ கேட்டது என்னும் யோசனையோடு பார்வதி கோகிலா வீட்டுக் கதவைத் தட்டினாள். திறப்பதாய் இல்லை. தட்டும் ஓசை உள்ளே கேட்டால்தானே? நடந்துபோய் பின்பக்க ஜன்னலில் கைவைத்தாள். தாழ்ப்பாள் இல்லாத ஜன்னலாய் இருந்ததால் அது திறந்துகொண்டது. பார்வதியால் உள்ளே பார்க்க முடிந்தது.

கோகிலா தன்னைத்தானே துடைப்பத்தாள் அடித்துக்கொண்டே அழுதுகொண்டிருந்தாள், பார்வதி மிரண்டு போனாள்.

“சித்தி... சித்தி என்னது இது கோலம்? கதவைத் திற சித்தி...” பார்வதி கலங்கினாள். அவள் வாசல் பக்கம் வருவதற்கும் கோகிலா கதவைத் திறப்பதற்கும் சரியாய் இருந்தது. கலைந்த தலையையும் அழுது சிவந்த கண்களையும் பார்த்த பார்வதி விசும்பினாள். உள்ளே வந்து கதவைத் தாழிட்டாள்.

“என்ன சித்தி ஆச்சு? ஏன் இப்படி....? நீ அழுது நான் பார்த்ததே இல்லையே...!”

பார்வதியின் கேள்வி கோகிலாவிற்கு எப்படி இருந்ததோ வெடித்து அழுதாள். அழுதவளைப் பார்வதி அப்படியே தன்னோடு அணைத்துக் கொண்டாள். தன் முகத்தில் பதிந்த அவள் மார்பின் அழுத்தத்தை ரசிக்க அந்த நேரம் உசிதமல்ல என்பதையும் புரிந்து கொண்டாள். அப்படியே கோகிலாவைத் தரையில் உட்காரவைத்து தானும் பக்கத்தில் அமர்ந்துகொண்டாள். தன் எல்லாக் கதைகளையும் மறைக்காமல் சொல்லி முடித்த கோகிலாவிற்கு நெஞ்சை அடைப்பது போலிருந்தது. மார்பைப் பிடித்துக்கொண்டு “வலிக்குதடி ரொம்ப வலிக்குதடி. இது எத்தனை நாள் சுமை தெரியுமா? இப்பத்தாண்டி இறங்கின மாதிரி இருக்கு. பார்வதி ஏதோ அடைக்குறாப்ல இருக்கு, கொஞ்சம் தண்ணி குடேன்...” என அரட்டினாள்.

பார்வதி தண்ணீர் மொண்டுவந்து கொடுத்தாள். கோகிலா மடக்கடக்கென்று குடித்தபோது தண்ணீர் மார்பில் சிந்தியது.

“மெதுவாகக் குடி சித்தி மார்ல சிந்துது பாரு...” பார்வதி அழுந்தத்

துடைத்துவிட்டாள். பார்வதி வெறுமனே தண்ணீரை மட்டும் துடைத்து விட்டதாகத் தெரியவில்லை. அவள் கையில் அழுத்தம் தேவைக்கதிகமாக இருந்ததாகவும் இவளுக்குப் பட்டது.

சொம்பைப் பக்கத்தில் வைத்தபடி கோகிலா சொன்னாள், “எங்க பி.டி. வாத்தியாரும் இப்படித்தாண்டி ஆரம்பிச்சாரு...” சொல்லிவிட்டு சிரித்தாள். பார்வதியும் முறுவலித்தாள். கோகிலாவிற்கு வலி அதிகமாயிற்று.

“பார்வதி, மாரை ரொம்ப வலிக்குதடி...”

“பின்னே வலிக்காதா... மாங்கு மாங்குன்னு அடிச்சுகிட்டா வலிக்காம என்ன பண்ணும்? தைலம் எங்கே இருக்கு...”

தைலம் இருக்கும் இடத்தை விரல் நீட்டிச் சுட்டிகாட்டினாள். பார்வதி போய் எடுத்துவந்தாள்.

“ஜாக்கெட்ட அவுரு சித்தி...”

கோகிலா தயங்கினாள்.

“எங்கிட்ட என்ன தயக்கம்? அவுரு...”

கோகிலாவின் மார்பகங்கள் பார்வதிக்கு கிறக்கத்தை ஏற்படுத்தின. அதை வெளிக்காட்டிக் கொள்ளாமல், கை நிறையத் தைலம் எடுத்து தேய்த்துவிட்டாள். இரண்டு ஸ்தனங்களும் அவள் தேய்ப்புக்கு எகிறின. கோகிலாவிற்கு வாத்தியின் நினைப்பு வந்தது.

இருவரில் யார் முதலில் சமிக்ஞையை வெளிப்படுத்தினார்கள் என்பதை அறுதியிட்டுச் சொல்லமுடியாது. அவர்களும் பொருட்படுத்தவில்லை. கோகிலாவின் மார்பகங்களை வெறித்துப் பார்த்த தன் முகத்தை நோக்கி மௌனமாக வேண்டுமா? என அவள் கேட்டதாகப் பார்வதி நினைத்தாள். தைலம் உலர ஆரம்பித்ததும் தன் ஸ்தனங்களை மெதுவாக வருடிக்கொண்டிருந்த இருகைகளும் கோகிலாவிற்கு அதுவரை தெரியவந்திராத பார்வதியை உணர்த்தின. கோகிலா அவள் கைகளை பீட்டர் வாத்தியின் கைகளாகவே வரித்து தானே வழி காட்டினாள். அவள் ஆடை ஏற்கனவே தளர்ந்திருந்ததால் பார்வதியின் விரல்கள் கோகிலாவின் உடலில் தடையில்லாமல் சஞ்சரித்தன. அவள் நாபியை வட்டமிட்ட விரல்கள் கீழிறங்கி கோகிலாவின் நிதம்பத்தில் தாமதித்தன. பீட்டர் வாத்தியின் ஆள்காட்டி விரல் மேற்கொண்டு செய்யவேண்டியதை உணர்த்துவது கோகிலாவின் கடமையாயிற்று. இதற்குள் இருவரும் தங்கள் தேகங்களைப் போலவே தயக்கம், சங்கோஜம் என எல்லாவற்றையும் முற்றாகக் களைந்திருந்தார்கள்.

மென்மையைத் தான் வைத்திருப்பதைவிட வேறிடத்தில் தொட்டு

அனுபவிப்பதன் சுகம் அலாதியானது என்பதை இருவருமே அன்று அறிந்துகொண்டார்கள். முழுக்கிறக்கத்தில் கோகிலாவின் முகத்தை ஏறெடுத்துப் பார்த்த பார்வதிக்கு அவள் அழகாகவே தோன்றினாள்

அன்றிலிருந்து இருவருக்குமான பிரத்யேக உலகம் உருவாகி வளர்ந்தது. வேறு யாருக்கும் அனுமதியில்லாத பிரபஞ்சம் அது. இருவரும் அவரவர் உடம்பின் ரகசியங்களை மலர்த்திக் கொண்டிருந்தார்கள்.

வேறு யாரிடமும் கேட்டறிய முடியாத சந்தேகங்களைப் பார்வதி கோகிலாவிடம் சங்கோஜமற்றுக் கேட்டாள்.

“சித்தி ! ஆம்பளைங்க பைக் ஓட்டுறப்போ எதுக்கு ஆம்பளையோடு முன்பக்கம் இந்த பொம்பளைங்க கையை வச்சிருக்காங்க....?”

“எல்லோரும் வச்சுக்கமாட்டாங்க. வண்டி ஓட்டுறவனுக்கு முந்தி விரிக்கிறவங்கதான் அப்டி கையை வச்சுக்குவாளுக. அக்கா தங்கச்சி எல்லாம் கையை முதுகுல வச்சிருப்பாங்க. பொண்டாட்டி, பொண்டாட்டி மாதிரி இருக்குற பொம்பளைங்க முன்பக்கம்தான் வச்சிருப்பாங்க. பின்னாடி இருக்குறவங்களுக்கு ஒரு பிடிமானம் வேண்டாமா? குண்டும் குழியுமா இருந்தா எப்பிடி உட்காரமுடியும்? பிடிமானம் தேவையா இருந்தா வேணும்னே வண்டி ஓட்றவன் பள்ளத்துல விடுவான்.”

கோகிலாவின் பகடி பார்வதிக்கு சிரிப்பு மூட்டும்.

“ஏன் சித்தி... நீ எப்பவாச்சும் அப்படிப் போயிருக்கியா பின்னாடி உக்காந்து?”

கோகிலாவிற்கு பதில் சொல்லத் தோன்றவில்லை. உள்ளுக்குள் அந்த வாழை வியாபாரி வந்து நின்றான். பெரியதனக்காரன். வாழைத் தோட்டங்களிலிருந்து தார்களை லாரிகளில் ஏற்றிக் கேரளா, பம்பாய் எனக் கொளுத்த லாபத்திற்கு அனுப்பிக் கொண்டிருந்தான். எப்போதும் அவனிடம் இருபத்தைந்து பேராவது வேலை செய்து கொண்டிருந்தார்கள். தார் வெட்டுபவன், தார் பிடிப்பவன், லாரியில் அடுக்குபவன் தவிரத் தார் தூக்குபவர்கள் மட்டும் இருபது பேராவது இருந்தார்கள். அவர்களில் கோகிலாதான் வஞ்சனை இல்லாமல் உழைத்தாள்.

ஒரு மழை நாளில் நல்ல கனமான மூன்று வாழைத் தார்களை தட்டில் வைத்து தூக்கிக்கொண்டு போனாள். சுமையில் தலை ஆடியது. சும்மாடு விழும் நிலை வேறு. வரப்பில் நிதானமாக நடந்து வந்தவளுக்கு கால் வழுக்கியது. தாரோடும் தட்டோடும் மடைவாய்க் கட்டைக்கு பக்கத்தில் விழுந்தாள். அவள் விழுந்ததைப் பார்த்தவர்கள் ஓடிப்போய் தூக்கிவிட்டார்கள். களத்து மேட்டில் லாரி நின்ற இடத்துக்கு எப்படியோ நடத்திக்கொண்டு போனார்கள். முட்டிக்காலில்

ரத்தம் கொட்டியது. ஆஸ்பத்திரிக்கு வேறு யாரைத் துணைக்கு அனுப்பினாலும் வேலை கெட்டுப்போகும் என அந்த வியாபாரியே கோகிலாவை அழைத்துப்போகத் தீர்மானித்தான். அவனிடம் வேலைசெய்த பெரும்பாலானவர்கள் அவன் சாதிக்காரர்களானதால் எல்லோரும் அவனை மாமன் மச்சான் என உறவுமுறை வைத்துத்தான் அழைத்தார்கள்.

அவன் பைக்கில் பின்னாடி ஏறி அமர்ந்து கேரியைப் பிடித்துக்கொண்டாள்.

"ஏய் கோணவாச்சி....! மாமாவ நல்லா புடுச்சுக்கடி, மறுபடி விழுந்து தொலைச்சிடாதே..." யாரோ கிண்டலாய்ச் சொல்லவும் அந்த வியாபாரிக்குள்ளிருந்து சிரிப்பு எட்டிப் பார்த்தது. வண்டி புறப்பட்டது. ஆஸ்பத்திரிக்கு குறைந்தது ஆறு கிலோமீட்டர் தூரம் இருக்கும். மழைக்காலம். பாதை வேறு சரியில்லை. குண்டு குழிகளில் பைக் ஏறி இறங்கியபோது கோகிலா தடுமாறி அவன் முதுகில் மார்பு மோதிப் பின்னுக்கு வந்தாள்.

"கோணவாச்சி...!" அவன் குரலில் இருந்த குழைவைக் கோகிலா கவனித்தாள்.

"இந்தா புள்ள கோவணாச்சி..."

"ம் சொல்லு மாமா...."

"ஏன் தடுமாறுறே? கொஞ்சம் முன்னாடி தள்ளி உட்காரு இடுப்பைப் புடிச்சிக்கோ. இதுல என்ன இருக்கு?"

அவன் இடுப்பை இவள் பிடித்துக்கொண்டபோது அவன் வேண்டு மென்றே வண்டியை ஒரு பள்ளத்தில் இறக்கி ஏற்றினான். தடுமாறிய கோகிலா தன் வலது கையால் பிடியை மேலும் இறுக்கினாள். அவன் வயிற்றை எக்கிய போது இவள் கை கீழிறங்கியது. பதறிப்போய் எடுத்தாள்.

"பரவாயில்ல கோணவாச்சி வச்சுக்கோ."

பைக் இப்போது அடர்ந்த இரண்டு வாழைத் தோட்டங்களுக்கிடையே நின்றது. ஆளரவம் இல்லை. வண்டி மீண்டும் புறப்பட்டபோது கோகிலாவின் விரல்கள் பிசுபிசுத்திருந்தன.

அதற்குப் பிறகு பலமுறை கோகிலா அவன் பைக்கில் அமர்ந்து சென்றபோது யாருக்கும் எதுவும் எண்ணத் தோன்றவில்லை. கோகிலா அவனை முழுவதுமாய் நம்பினாள். அவன்தான் உலகம் என்று எண்ணத் தொடங்கினாள்..

ஒரு நாள் கோகிலாவின் தெருவிலிருக்கும் வயல்காரரிடம் வியாபாரம்

பேசவந்தவன் அவள் வீட்டிற்கும் வந்தான். அவள் தனிமை அவனுக்கு தோதாய் இருந்தது. கோகிலாவும் அவனை முழுமனதாய் நம்பியதால் அவனுடன் ஒத்துப்போனாள். முதன்முறையாய் தனக்கு ஒரு ஆணின் ஸ்பரிசம் விரும்பிக் கிடைக்கப்போகிற நினைப்பே அவளுக்கு ஒரு அழகைக் கொண்டுவந்திருந்தது. கட்டிலில் கிடந்தாள். அவன் மேலே படர்ந்தான். அவள் முழுவதுமாய் மலர்ந்ததை உணர்ந்தவன் எழுந்து உள்ளாடையைக் கழற்றிவிட்டு, எப்போதும் பைக்குள் வைத்திருக்கும் ஆணுறையை எடுத்ததைக் கோகிலா பார்த்ததும் முகம் சுருங்கினாள், விருட்டென எழுந்தாள்.

“ஏன் மாமா உன் குழந்தையை நான் சுமக்கக்கூடாதா?”

“உனக்கு அப்படி ஒரு ஆசை இருக்கா....? என் புள்ளைய நீ சுமக்க ஆசைப்படலாம் ஆனா அது நடக்காது...”

“ஏன்?”

“நீ என்ன எனக்குப் பொண்டாட்டியா?”

“ஆகப்போறவதானே... நானும்”

“உம் மூஞ்சியக் கண்ணாடியில பாரு. அப்புறம் எம் புள்ளைக்கு ஆசைப்படு... புரியுதா....?”

“நான் என்ன தேவ்டியான்னு நினைச்சுட்டியா?”

“இதை நான் வேறத் தனியா சொல்லணுமா....?”

“போடா வெளியே நாயே...” துடைப்பத்தை எடுத்து அவனை அடிக்க ஓங்கினாள். அவன் அவளை எட்டி உதைத்தான். வாக்குவாதம் கைகலப்பில் முடிந்தது. சத்தம் கேட்டு ருக்மணி ஓடிவந்தாள். தெருவே அந்த வியாபாரியை காறித் துப்பியது.

“ஆம்பள இல்லாத வூடுன்னா அலையறானுக. நாறப்பயலுக.” ருக்மணியின் கணவன்தான் கோகிலாவைச் சமாதானப்படுத்தினான்.

“போ, கோகிலா, உன் தலையெழுத்து என்ன பண்றது? இவனைப் போய் நம்பி வேலைக்குப் போறீங்களே... இப்பப் பார்த்தல்ல அவன் புத்தியை...”

அன்று இரவு கோகிலா வீட்டில் வானொலி சத்தமாகப் பாடியது.

கோகிலா எல்லாவற்றையும் மறந்துவிடத்தான் முயன்றாள். பூனைகளிடமும் வேலையிலும் தன் கவனத்தைத் திருப்பினாள். அந்த சம்பவத்திற்குப் பிறகு ஆண்கள் என்றாலே கோகிலாவுக்கு கசந்தது.

இப்படியிருந்தபோது கோகிலாவின் மனம், உடம்பு என எல்லாவற்றின்

உணர்வுகளுக்கும் பார்வதி வடிகாலாய் வந்து சேர்ந்திருந்தாள். அந்த உறவு எங்கே கொண்டுபோய் சேர்க்கும் என்னும் உதறலும் அவர்களுக்கு இல்லாமலில்லை. ஆனால் நாளுக்கு நாள் புதுப்புது பரிமாணங்களைக் காட்டிக்கொண்டிருந்த உறவால் வெறெதையும் பொருட்படுத்தும் மனநிலையில் அவர்கள் இல்லை.

அன்று இரவு பார்வதி கோகிலா வீட்டில்தான் தூங்கினாள். இருவரும் தரையில் படுத்துக்கொண்டார்கள். பார்வதி கோகிலாவின் மேல் கவிந்து இயங்கினாள்.

வேலையிலிருந்து திரும்பிய பார்வதியின் அப்பா வீடு பூட்டியிருக்கவும், கோகிலா வீட்டிற்கு வந்தான். கதவைத் தள்ளினான். அப்போது ருக்மணிக்கு வயிறு ஒரு மாதிரி இருக்கிறது என முள்ளுக்காட்டுப் பக்கம் சென்றிருந்தாள்.

கதவை உள்பக்கம் தள்ளியவன் உள்பக்கம் தாழிடப்பட்டிருந்ததால் தட்டினான்.

'கோகிலா' கூப்பிட்டுப் பார்த்தான் திறக்கவே இல்லை. நடந்துபோய் ஜன்னல் பக்கம் பார்த்தபோது மின்சாரம் தாக்கியவனாய் நின்றான். தலையில் அடித்துக்கொண்டான். வெளியில் தெரிந்தால் மானம் போகும் எனப் பயந்தான். வீட்டிற்குள் கோகிலாவும் பார்வதியும் அவசர அவசரமாய் உடையை உடுத்திக்கொண்டார்கள். வேகமாய் வந்து வாசல் பக்கம் கதவைத் தட்டினான். கோகிலாதான் நடுக்கத்துடன் கதவைத் திறந்தாள். நுழைந்த வேகத்தில் கோகிலாவின் நடு வயிற்றில் எட்டி உதைத்தான். கதவை உள் பக்கமாய் சாத்திவிட்டுக் கத்தினான்.

அந்த வசைகள் பீட்டர் வாத்தியைத் தன் அம்மா திட்டியதை ஒத்திருந்ததைக் கோகிலா கவனித்தாள்.

"நாயே... நாயே.... நீ அப்படியே இருக்கலாம் தப்பு இல்ல. இப்பத்தாண்டி புரியுது அந்த வாத்தி உன்னாலதான் ரயில்ல விழுந்து செத்துப்போனான்." கோகிலாவை மீண்டும் எட்டி உதைத்தான். பூனைகள் பயந்து நடுங்கிப் பீரோ இடுக்கிலும் அடுக்குப்பானையைச் சுத்திலும் ஒளிந்துகொண்டன.

அங்கேயே பார்வதியையும் அடித்துத் துவைத்தான். அவள் வாய் பொத்தி அழுதாள். "வாடி வீட்டுக்கு" கதவைத் திறந்து கொண்டு வெளியேறினான். அவர்கள் போனபிறகு கதவைத் தாழ்போட்டுத் திரும்பிய கோகிலா வானொலியைச் சத்தமாக வைத்தாள்.

வீடு திரும்பிய பார்வதி வானொலி ஓசை கேட்டு மிரண்டாள் அழுதாள்.

"தேவடியா.... துப்புக் கெட்ட நாயி, இவ்வளவு நடந்து ரேடியோ கேட்குது பாரு தூத்தேறி..."

பார்வதிக்கு தூக்கம் வரவில்லை. வானொலிச் சத்தம் கேட்டுக்கொண்டே யிருந்தது. எப்போது தூங்கினாளோ தெரியாது.

விடிந்ததும் தண்ணீர் எடுக்கக் குடத்தோடு பார்வதி வெளியே வந்தாள். அவள் கோகிலா வீட்டைத் தாண்டித்தான் போயாக வேண்டும். பெண்கள் சிலர் கோகிலா வீட்டுக் கதவைத் தட்டி “கோணவாச்சி கோணவாச்சி” எனக் கத்திக்கொண்டிருந்தார்கள், வீட்டுக்குள் பூனைகளின் சத்தம் மட்டும் கேட்டுக்கொண்டிருந்தது.

தஞ்சை ப்ரகாஷும் மிஷன்தெரு ரம்யாவும்......

லஷ்மி சரவணக்குமார்

இந்தமுறை எப்படியும் நல்லதொரு அறையினை அமர்த்திக் கொள்ளவேண்டுமென்கிற எனது எதிர்பார்ப்பு அந்த அறையைத் திறந்த சில நொடிகளிலேயே தகர்ந்து போனது. எட்டு மணி நேரத்திற்கும் அதிகமான பயணக்களைப்பு இப்பொழுது இன்னும் அதிகமாயிருந்தது. பல வருட தூசியப்பிய அவ்வறையில் போன நூற்றாண்டு மனிதன் எவனாவது கடைசியாய் தங்கிச் சென்றிருக்கக்கூடும். இன்னும் விலகாத ஒரு பெருநாற்றம் அறையில் நிறைந்து கிடக்க, இரண்டு மாடிகள் என்னோடு எதையும் கையிலெடுக்காமல் நடந்து வந்த ரூம்பாய் சில்லரை கேட்டு நின்றான். ரூம்பாயென்று சொல்லமுடியாத ஓல்டுபாய் அவன். அதிகமாகப் போனால் மூனே முக்கால் அடி, அவன் உயரத்திற்கு சம்பந்தமேயில்லாமல் ஒரு பேண்ட்டும் அதனோடு சிரமத்துடன் ஒத்துப்போக முயற்சிக்கிற சட்டையுமாய் என்னை அதிகபட்ச எரிச்சலுக்குட்படுத்தும் எல்லாத் தகுதிகளுடனுமிருந்தான். அவனைச் சொல்லி குறையில்லை. பாதி உறக்கத்தில் பேருந்து நிலையத்திற்கு அருகிலேயே இருக்கிறதென்கிற வேகத்தில் நான் வந்ததற்கும் வெளியிலிருந்து பார்க்க சுமாரான விடுதியாய்த் தெரிகிறதென நம்பிக் கொண்டதற்கும் அவனை எப்படி குறைசொல்ல முடியும்? பத்து ரூபாய்க்குக் குறைத்து வாங்குவதில்லை என்கிற அவன் உறுதியும் ஐந்து ரூபாய்க்கு மேல் கொடுக்கப்போவதில்லை என்கிற என் உறுதியும் சில நிமிடங்கள் வார்த்தையாக மோதி, ஆகக்கடைசியாய் எப்பொழுதும்போல் நானே தோல்வியைத் தழுவினேன்.

தஞ்சாவூருக்கு வருவது இதுவொன்றும் புதிதில்லை, எவ்வளவோமுறை நண்பர்களுடனும், தனித்தும் வந்து போயிருக்கும் இவ்வூரில் எல்லா வீதிகளும் மிக நன்றாய் பரிச்சமாயிருந்த ஒன்றுதான். முன்பு இங்கு வந்து தங்கிப்போகிற தினங்கள் நண்பர்களின் வீடுகளிலோ அல்லது

வேறு நண்பர்களின் விடுதிகளிலோ கழிவதாயிருக்கும். அங்கெல்லாம் குடிப்பதற்கும் சத்தமாகப் பேசி சண்டை போடுவதற்கும் நண்பர்களென சில அப்பாவிகளிருப்பதால் இந்தச் சிக்கலில்லை. இந்தமுறை நான் வந்தது அலுவலக வேலையாய். ஒரேநாளில் செய்து முடிக்கவென நிறைய வேலைகளிருந்ததால் நண்பர்களைச் சந்திப்பதென்கிற விருப்பம் நிபந்தனைகளின்றி என்னால் ஒதுக்கப்பட்டிருந்தது. மூன்று வருடத்திற்குப் பிறகு கிடைத்திருக்கும் வேலையிது. இதையும் கெடுத்துக் கொண்டால், பிறகு மறுபடியும் இலக்கியவாதி என்கிற பெயரில் நண்பர்களிடம் ஓசிச்சோறு தின்னத்தான் காத்துக்கிடக்க வேண்டும். அப்படியிருப்பது ஒன்றும் இழுக்கான விசயமுமல்ல. துரதிர்ஷ்டவசமாய் இப்பொழுது கல்யாண ஆசை. இருபத்தியேழு வயதில் இப்படியானதொரு ஆசை வருவதிலும் தவறு இருக்கப்போவதில்லை. ஆக, எவ்வளவு முடியுமோ அவ்வளவு விரைவில் அறையிலிருந்து கிளம்பிப் போகவேண்டுமென நினைத்துக் கொண்டேன்.

ஒரு அரைமணி நேரம் ஓய்வெடுக்கலாமென நினைத்துப படுத்திருந்தவனை அதற்கெல்லாம் அவகாசமில்லை என எழுப்பியது அலைபேசி அழைப்பு. எழுந்து பேசிக்கொண்டிருக்கும் போதே ஓல்டுபாய் மீண்டும் அறைக்கதவைத் தட்டினான். ‘தண்ணி ஏதும் வேணுமா சார்…?’ அப்படியே மூஞ்சியில் ஒரு குத்துவிடலாமா என்கிற கோபம் எனக்கு. ‘வேணும்னா கூப்டறேன்…’ சொல்லி அனுப்பினேன். இனி படுக்க முடியாது. அரைமணி நேரத்தில் மருத்துவக்கல்லூரி வருவதாகச் சொல்லிவிட்டுக் குளிக்கப் போனேன். பைப்பைத் திறந்து சில நிமிடங்களுக்கு எந்தவிதமான எதிர்வினையுமில்லை. மேலும் கீழுமாகப் பார்த்துவிட்டு அறைக்கதவைத் திறந்து யாரையாவது கூப்பிடலாமெனப் போகையில் தடபுட சத்தத்துடன் தற்கொலை செய்துகொள்ளக் காத்திருப்பதைப் போல் நீர் வழிந்தது. தூய பொன்நிற நீர். குளிக்கிற விருப்பமே போயிருந்தது. நல்ல வேகத்தில் தண்ணீர் வரத் துவங்கியிருந்த சில நொடிகளுக்குப்பின் தண்ணீர் நிறம் மாறியது. வாளியிலிருந்த தண்ணீரைக் கீழே கொட்டிவிட்டு குளிக்க நீர் பிடித்துக் கொண்டிருக்கும்போதே ஓல்டுபாய் கதவைத் தட்டினான். “ஸார், பக்கத்து கடைல இட்லி அம்சமா இருக்கும்…. முடியறதுக்குள்ள நாலு இட்லி கெட்டி வாங்கி வந்துரட்டுமா?…”

இவனுக்கு என்ன பதில்தான் சொல்லித் தொலைப்பது. பையிலிருந்து இருபது ரூபாயை எடுத்துக் கொடுத்தேன். 'இத வெச்சு நீ போயி சாப்பிடுப்பா, எனக்கு வேணாம்'. காசை கையில் வாங்கிக்கொண்டு சந்தோசமாக இறங்கிப் போனான். மீண்டும் நான் குளியலறைக்குப் போனபோது ஒருவழியாக வாளி நிறைந்திருந்தது.

வேலைகளை மட்டும் முடித்துவிட்டு அதிகபட்சம் மிஷன் தெரு

போவதற்கான சாத்தியங்களிருந்தாலும் தவிர்த்துவிட வேண்டுமென உறுதியாயிருந்தேன். அப்படியொன்றும் பெரிய பகையெதுவும் அந்த வீதியுடன் இல்லை. எனக்கு விருப்பமான ஒரு எழுத்தாளனும், நான் சில வருடங்களுக்கு முன் நேசித்த ஒரு பெண்ணும் அந்த வீதியைச் சேர்ந்தவர்கள். தேவையில்லாமல் இப்போது அவர்களின் நினைவுகளில் மூழ்கி உணர்வெழுச்சி கொள்ள விரும்பவில்லை நான். ரம்யா இப்பொழுது அதே வீதியிலிருப்பாளா என்பது தெரியவில்லை. அவளின் வீடு இன்னும் அங்குதானிருப்பதாக நண்பர்கள் சொல்லியிருக்கிறார்கள். கொஞ்சம் பழைய பிராமண வீடு, நிறம் உதிர்ந்த முன் சுவர்கள், வீட்டிற்குள் மூன்று பழைய காற்றாடிகளில் ராட்சத டொரய்ங் சத்தம் என பல காலத்தைய நினைவுகளைச் சுமந்தது. அவ்வீட்டில் ஆள்புக முடியா இடமென எங்களுக்கே எங்களுக்கான சில ரகசிய இடங்களை நாங்கள் தெரிந்து வைத்திருந்தோம். அவளுக்குத் திருமணமெனச் சொல்லி என்னிடமிருந்து விலகும் நாள் வரையிலும் அந்த ரகசிய இடங்களை வேறு யாரும் அறிந்திருக்கவில்லை. ஒருவேளை, அவளுக்கு முன்பாக அவளின் அம்மாவும் அல்லது அவ்வீட்டு ஆண்களும் பயன்படுத்தி மறந்துபோயிருந்த இடமாகவும் அது இருந்திருக்கலாம். ரகசியங்கள் சுமந்த இருள் கொண்ட அறையது.

நான் ப்ரகாஷைப் பிடிக்குமென்றதும் அவளும் வாசித்தாள். துரதிர்ஷ்ட வசமாய் அவளுக்கும் பிடித்திருந்தது. அருவருப்பு இவ்வளவு சுவையானதா? என்பாள். அருவருப்பை விடவும் சுவையானதிருக்க முடியுமா என்ன? அவளை ரங்கமணி என என்னைக் கூப்பிடச் சொன்னதற்காக பெருங்கோபம் கொண்டவள், “நீ ஒரே சமயத்தில் ரங்கமணியையும், உன்னையும் சேர்த்து அவமானப்படுத்துகிறாய்” எனக்குப் புரியாதொரு உண்மையைச் சொல்லும் ஆர்வமிருந்தது அவளிடம். உண்மையில் பெருங் காமம் கொண்டலைபவனாய் உன்னைக் காட்டிக் கொள்ளும் அறியாச் சிறுவன் நீ... இப்படி அவள் சொன்னது சில முறை நாங்கள் நிர்வாணங் கண்ட பிறகுதான். எனக்கு அவளே விருப்பம், என் வீரமல்ல, இருக்கலாமென்றேன். 'இல்லை, அதுதான் நிதர்சனமென்றாள்.' பிறகு நான் ரங்கமணியை வெறுக்கத் துவங்கினேன். என்னிடமிருந்த மீனின் சிறகுகள் நாவலை முதலில் நண்பனொருவனுக்கு கொடுக்கலாமென்றுதான் நினைத்தேன், அவள் இப்படிப் பேசிய நாளில் ஒவ்வொரு பக்கமாய்க் கிழித்துப் போட்டுவிட்டேன். மிஷன் தெருவிற்கு என்னை நன்றாகத் தெரியும். என் பாதடிகளின் ரகசியங்கள் என் எச்சிலின் வாசனை எல்லாமும்.

அப்படியே ப்ரகாஷின் மீது நான் கொண்டிருக்கும் காதலும். இப்பொழுது அந்த வீதியில் ப்ரகாஷின் வீடும் ரம்யாவின் வீடும் இருக்கவே செய்கிறது. அவர்களிருவரும் இல்லை. மீனின் சிறகுகள்

நாவலில் வரும் ரங்கமணியின் காதலிகளும், கடைசிக் கட்டி மாம்பழம் கதையின் குடும்பமும் தஞ்சையின் ஏதோவொரு மூலையில்தான் ஒளிந்து கிடக்க வேண்டும். தஞ்சையைச் சுற்றி நிறைய இடங்களில் அவர்களின் சாயலுள்ள நிறையப் பேரைப் பார்த்திருக்கிறேன். இப்பொழுது எனக்கு மிக அந்நியமாகத் தெரியும் இவ்வூர் நான் பார்த்து, நேசித்த ஊராக என் முன்னாலில்லை. மருத்துவக்கல்லூரி தாண்டிப் போகும்போது முன்பொருமுறை குடித்துவிட்டு நண்பர்களுடன் லேடீஸ் ஹாஸ்டல் சுவர் ஏறிக் குதித்தது நினைவிற்கு வந்தது. நைட் ஷோ என்று கூட்டிப்போனவர்கள் கடைசி வரையிலும் பார்க்கப் போவது லைவ் ஷோ என்பதைச் சொல்லவே இல்லை. உண்மையில் எதிர்பார்த்த மாதிரியொன்றும் இல்லை அந்த தினம். இப்பொழுது அதனை பழைய நினைவாக நினைத்துப் பார்க்கையில் சில நொடிகள் என்னை வயதானவனாக எனக்கு உணர்த்தியது.

வெயில் ஏறியடிக்க நீர்வரத்தற்ற காவிரியைப் பார்த்தபடி ரயிலடியிலிருந்து வரும் ஆற்றுப் பாலத்தில் நின்றிருந்தேன். உடல் முழுக்க சோர்வு. வங்கியில் சென்று பணம் போட வேண்டும். மதிய உணவிற்கு நண்பர்கள் யார் வீட்டிற்காவது செல்லலாமா என ஓரத்தில் விருப்பம். பழக்கப்பட்ட சுவை. திருவையாறு போகலாம். ஆற்றில் நீரில்லாவிட்டாலும் பிராமணாள் வீட்டில் நல்ல சாப்பாடு கிடைக்கும்.

அதற்கெல்லாம் வாய்ப்பில்லாதபடி என்னோடு வந்திருந்த நண்பரே தன் வீட்டில் சாப்பிட அழைத்துப் போனார். இப்போதைக்கு இதுதான் சிறந்த முடிவு. செலவில்லாத தீர்வாயிருக்கும்போது சுவையை எங்கிருந்து யோசிக்க?

மிச்சமாக இருந்த இன்னும் சில வேலைகளை முடித்து நான் அறை திரும்ப பதினொரு மணியைத் தாண்டியிருந்தது. காலை வரையிலும் அறையிருப்பதால் இருந்து ஓய்வெடுத்துவிட்டு அதிகாலையில் போகலாமென நினைத்துக் கொண்டேன். ஓல்டுபாய் லாட்ஜில் இருக்கக் கூடாதென்கிற என் வேண்டுதல் பொய்யானது. பிரகதீஸ்வரர் வழக்கம்போல் என்னை ஏமாற்றியிருந்தார். என்னைப் பார்த்து உற்சாகமாய் சிரித்தான். சரக்கடித்திருக்க வேண்டும், வாய் வடகிழக்காக கோணி வளைந்தது. 'ஸாப்டியா தல...' இது புதுவிதமான மரியாதை, அல்லது தோழமை. நான் ஒரு முட்டாள்தனமான சிரிப்புடன் தலையாட்டியபடியே படியேறினேன். சரக்கு வாங்கியரவா?.... நான் குடிப்பதில்லை என்றேன். 'ரீல் வுடாத தல... அதான் உன் வயித்துல தெரியுதே நீ எம்புட்டுக் குடிப்பேன்னு?.....' இதெல்லாமா தெரியும்... இது குடித்து வளர்ந்த வயிறுதான். உடல் நார்மலாகவும் வயிறு மட்டும் அப்நார்மலாகவும் பார்க்க கொஞ்சம் புஷ்டியான தேவாங்கைப் போலிருப்பேன். ரம்யா இப்படித்தான் கூப்படுவாள். சமீபமாய் நான்

குடிப்பதில்லையென சிரமத்துடன் ஒரு பொய் சொல்லித்தான் அவனைக் கடக்க வேண்டியிருந்தது. அறைக்குள் நல்ல வெக்கை, எல்லா ஜன்னல்களையும் திறந்து விட திமுதிமுவென அறைக்குள் காற்று வந்ததில் கொஞ்சம் ஆறுதல். நீண்ட நேரம் விழித்திருக்க விருப்பமில்லை, விளக்கை அணைத்துவிட்டு டி.வி. மட்டும் ஓட சத்தத்தை குறைவாக வைத்துவிட்டுப் படுத்துவிட்டேன்.

கொஞ்சநேரத்தில் அந்த தளத்தில் கொலுசு சப்தம் கேட்டது. முதலில் வேறு அறைக்கானதாயிருக்குமென நினைத்தேன். மற்ற அறைகளில் ஆட்கள் யாருமில்லை என்கிற நினைவு வர, அந்த சப்தம் என் அறைக்கு சமீபமாய் இருந்தது. குசுகுசுவென இரண்டு குரல்கள் பேசிக்கொண்டன. பேச்சு சப்தம் நின்றதும், கை வளையல்கள் ஆட கதவுத் தட்டப்படும் ஓசை. ஒரே நேரத்தில் திறந்துவிடுகிற ஆர்வமும், வேண்டாமென்கிற தயக்கமுமாய்க் கிடந்தேன். சில முறைத் தட்டி அந்தக் கொலுசு சப்தம் திரும்பி நடந்து போகும் சப்தம் கேட்க எழுந்து போய்க் கதவைத் திறந்தேன். “ஏதாவது வேணுமா?” இதுமாதிரியான முட்டாள்தனமான கேள்வியை நள்ளிரவு சந்திக்கும் பெண்ணிடம் ஒரு பத்தாம் வகுப்புப் பையன்கூட கேட்டிருக்க மாட்டான். அவள் பதிலுக்கு சிரித்தாள். அறைக்குள் வந்தாள். எனக்கு அவள் உடல் விருப்பமாயிருந்தும் அவள் தோற்றம் பிடிக்கவில்லை. அதை அவளிடம் எப்படிச் சொல்வது. கையில் காசில்லை என்றேன். அவள் என் அனுமதி எதிர்பாராமலேயே ஹேங்கரில் தொங்கிக் கொண்டிருந்த பேண்ட்டில் கைவிட்டு கொஞ்சம் பணம் எடுத்து எண்ணிப் பார்த்துவிட்டு நூறு ருபாயை மட்டும் கையில் எடுத்துக் கொண்டு இது போதுமென்றாள்.

நான் இன்னொரு முறை முட்டாள்தனமாகச் சிரித்தேன். பேரைக் கேட்டேன். 'ஜம்னா' பேர் சொல்வதில் அவளுக்கு விருப்பமிருந்தது. இது பரிச்சயமான பெயர்தான். ப்ரகாஷின் இன்னொரு பாத்திரம்தான் இந்த அறைக்குள் ஊடுருவியிருக்கிறது. “நீ ராஜுவா?” கள்ளம் நாவலின் நினைவில் கேட்க, 'ஏன் அவுகமேல மட்டுந்தேன் ஏறுவியளோ...? மத்த ஆளுகன்னா கசக்குமா?... நான் அவள் தோள்களைத் தொட்டபடி ‘பேர் அவுக மாதிரி இருந்துச்சு’ என்றேன். இந்தமுறை என்னைச் சிரிக்க அனுமதிக்கவில்லை அவளின் இறுக்கம். இப்படி வாடகை மனைவிகளுடன் நிகழும் வழக்கமானதொரு புணர்ச்சிதான் அவளுடனும் நிகழ்ந்தது. என்னுடலை இறுக்கி நான் இயந்திரமாக, அவள் ‘எல்லோர் கிட்டயும் நீ இப்படித்தானா? இல்ல எங்கிட்ட மட்டுமா’ என்றாள். என் இயந்திரம் தளர்ந்து பாதி உயிர்கொண்ட மனிதனாகியது. அப்படியொன்றும் மோசமான இரவாக இல்லை. பின்னிரவிற்கு முன்பாகவே கிளம்பிவிட்டாள். அலைச்சலில் நான் சோர்வாயிருப்பதாய்ச் சொல்ல, கை கால்களைப் பிடித்துவிட்டவள் போகும்போது என்னிடம் சொல்ல வேண்டுமென்கிற நோக்கமெதுவுமில்லாதவளாய் அப்படியே

உறங்கச் செய்துவிட்டுப் போயிருந்தாள்.

ஜன்னலுக்குள் கொஞ்சம் வெளிச்சமும் நிறைய காற்றும் கசிந்து சேர்ந்திருந்தது. திறந்து கிடந்த அறையில் நுழைந்து என்னை எழுப்பிய உருவம் அவளாகத்தான் இருக்குமென 'எனக்குப் போதும் இனி முடியாது' கண் திறக்காம சொன்னேன். 'மிஷன்தெரு பொம்பளைனா மட்டும் வேணுமோ?...' பேசியது சந்தேகமே இல்லாமல் ஆண்குரல். ஓல்டுபாயாக இருக்குமோ என கண்ணைத் திறந்தால், அவனுக்கு எப்படி மிஷன் மேட்டர் தெரியும் என்கிற குழப்பம். கட்டிலுக்கு மிக நெருக்கமாக நாற்காலி போட்டு அமர்ந்திருந்த உருவத்திற்கு முன் கழுத்து வரையிலும் தாடி மயிர். மலர்ச்சியான கண்கள். இந்த மனிதனை உனக்கு நன்றாய்த் தெரியுமென மனம் சொன்னது. சந்தேகமே இல்லை. இது ப்ரகாஷ்தான். ஆனா அந்த ஆள் செத்து ரொம்ப வருஷமாச்சே... குழப்பத்தோடு உட்கார்ந்தவனை 'வந்த வேல முடிஞ்சதா' ஆதரவாக கேட்டது ப்ரகாஷ்தான். ஆவியோ நிஜமோ ப்ரகாஷிடம் பேசுவதற்கு நிறைய இருக்கிறதுதானே. 'ம் முடிஞ்சதுங்க...' அண்ணே , அப்பா, ஐயா, எப்பிடிக் கூப்பிட? இந்த பதில் எங்களிருவரையும் கொஞ்சம் மௌனமாக்கியது. நான் பேச விரும்பினேன். ஆனாலும் இப்பொழுது அவர் பேச விரும்பினார். 'ரம்யாவ பாக்கலையா?...' நான் நிமிர்ந்து அவரைப் பார்த்துவிட்டு 'உங்களுக்கு ரம்யாவத் தெரியுமா?' மிஷன் தெருப் பெண்களை மற்ற எல்லோரையும் விட எனக்கு நல்லாத் தெரியும்...' அவர் சிரித்தது எனக்குப் பிடித்திருந்தது. களையான முகம். நான் சந்தோசப்பட்டேன்.

ரம்யா அதே வீதியிலிருப்பதாக அவர் சொன்னதை என்னால் நம்பமுடியவில்லை. அவள் மீதான நம்பிக்கையில், 'ரகசியங்கள் ஒளிந்து கிடக்கும் இருளுக்கருகில் அதனை மறந்து வசிக்கும் பெண்ணில்லை அவள்' நான் சொல்லவும் மௌனமாக சிரித்தவர் 'பெண்கள் ரகசியங்களை செரிக்கவும் அதனோடு பிணைந்து கிடக்கவும் பெரு விருப்பம் கொண்டவர்களென்றார்.' எனக்கு அந்த உரையாடல் கசந்த கனமது. என் மௌனத்தால் அவரைப் புறக்கணிக்கவே முடிவு செய்தேன். சில தினங்களுக்கு முன் வெளியாகியிருந்த என் புத்தகத்தையும் என்னுடைய சில கதைகளின் கையெழுத்துப் படிகளையும் எடுத்து என்முன்னால் நீட்டியவர் 'இவையனைத்தும் குப்பை' சிறிதும் தாமதமில்லாமல் கிழித்தார். அந்தக் காகிதம் ஒவ்வொன்றும் என்னுடலின் ஒரு அங்கம் கிழிவதைப் போல் வேதனையளிக்க, 'என்மீது நிகழ்த்தப்படும் வன்முறை' என்றேன். அவர் சிரித்தார் காகிதங்கள் கிழிவது இன்னும் வேகமாகியது. 'நீயும் நானும் வன்மங்களையும் அதற்குப் பின்னாலிருக்கும் அழகையும் தானே பேசியிருக்கிறோம்; அருவருப்பின் சுவை மறந்து போனதா?...' எனக்கு மறக்கவில்லை. அதற்காக என்னுடல் கிழிவதை எப்படிப் பார்க்க முடியும்?...

முகத்தை சுளித்து வேறுபக்கம் திரும்பியவனை சொத்தென ஒரு அறைவிட்டார். அதுவரையிலும் சந்தேகத்துடனிருந்த அவரின் இருப்பு காட்டமாக அந்த நிமிடம் உறுதியானது. 'மிஷன் தெருப் பெண்கள் அவ்வளவு பேரையும் மானசீகமாகப் புணர்ந்தவன் நீ... என் கதைகளை அதற்காகத்தானே காதலிப்பதாய்ச் சொன்னாய்... நான் இல்லையென பொய் சொல்ல முடியுமா என்ன? அமைதியாயிருந்தேன். இன்னொரு அறை விழ, நான் எழுந்து நின்று கொண்டேன் சிரமத்துடன் கோபமான ஒரு முகத்தை அவருக்குக் காட்டினேன்.' 'பெண்கள் கோபப்படுவதைப் போலிருக்கிறது உன் முகம்...' அவரின் குரல் எனக்கு ரம்யாவை நினைவுபடுத்தியது. அவளும் இதைத்தான் சொல்வாள். சோர்வோடு உட்கார்ந்தேன். 'நீ என்மீதான வன்மத்தை ரங்கமணியின் மீதும், மிஷன் தெருப் பெண்களின் மீதும் காட்டினாய் நான் பதிலுக்கு உன் பிரதியின் மீது காட்டுகிறேன்.' 'எழுத்தாளனுக்கு வன்மம் அழகில்லை' என்றேன்... 'உன்னைத் தவிர எல்லோருக்கும் நீ உபதேசம் சொல்வாய்' என அவர் சொன்னது உண்மையெனப் பட்டது. அவரிடம் அதிகம் பேச விரும்பவில்லை . அவரின் கதைகளை மட்டுமே நேசிப்பதாகவும் அவரை வெறுப்பதாகவும் சொல்லி அந்த கடைசியாயிருந்த ஜம்னாவையும் இன்று நீ விட்டு வைக்கவில்லை'.

சில மணிநேரங்களுக்கு முன் வந்தவள் யாரின் நிழலென குழப்பம் கொண்டேன். அவளுடலை உணரமுடிந்ததும் நான் நெகிழ்வாய் அவளுக்குள் கிளர்ந்து எழுந்ததும் உண்மைதான். ஆக அவள் இங்குதான் எங்கேயோ இவ்வளவு காலமும் இருந்திருக்க வேண்டும். ஒரு பெண்ணுடலை நான் அவமதித்துவிட்ட கோபம் அவரிடமிருந்தது. கடைசியாக மிச்சமிருந்த என் கைப்பிரதிகளைக் கிழித்தவர் விடிவதற்குள்ளாக நான் ஜம்னாவிடம் மன்னிப்புக் கேட்க வேண்டுமென்றார். நான் அவளைத் தேட எனக்கு அவகாசமில்லை எனவும் நான் உறங்கியாக வேண்டுமெனவும் சொல்ல, தனது கடைசி ஆயுதமாய் ரம்யாவிற்கு நான் எழுதிய கடிதங்களை எடுத்தார். 'உன்னுடையதிலேயே கொஞ்சம் விருப்பமானது எனக்கு இதுதான், இதையும் வன்கொலைக்கு உட்படுத்தி விடாதே' எனக்கு ரம்யாவின் உடலும் என்னுடலும் ஒரே சமயத்தில் கிழிபடுவதைத் தாங்க முடியாது. ஜம்னா எங்கு போயிருப்பாள். விடிவதற்கு முந்தைய ஏதாவதொரு இருளப்பிய தெருவில் நிச்சயம் அவளைப் பார்க்க முடியும். அவரைக் காத்திருக்கச் சொல்லிவிட்டு மாடிப்படியிறங்கி ஓடினேன். என்னோடு விடிவதற்கு முந்தைய காற்று பெரும் விசையுடன் தொடர்ந்து வந்தது.

பழைய பேருந்து நிலையத்திலிருந்து பெரிய கோவில் நோக்கிச் செல்லும் மூன்றாவது வளைவிலேயே ஜம்னாவைப் பார்த்துவிட்டேன். மன்னிப்புகள் அல்லது நேசங்கொண்ட முத்தமிடுதல் அல்லது

எனது சில துளிக்கண்ணீர் எது அவளை சரிப்படுத்தும்?.... யோசனைகளுடன் நெருங்கினேன், என்னை அருவருப்பாகப் பார்த்தவள் எதிர்த்திசையில் நடந்தாள். ஓடிப்போய் அவளை நெருங்கின வேகத்தில் முதுகிலும் கழுத்திலும் முத்தமிட்டேன். எனக்கு ரம்யாவின் நினைவு. சம்பந்தமேயில்லாமல் அவளது வாசனையை இவளுடலில் உணர்வதாக நினைத்துக் கொண்டேன். நீண்ட அந்த வீதியின் சுவரில் அவளை சாய்த்து விருப்பத்துடன் அள்ளிக்கொள்ள அவள் என்னுடலை சிறிதும் பொருட்படுத்தியிருக்கவில்லை. விடிவதற்கு முந்தைய இந்த நேரத்தில் அவளுடல் தனித்துவமிக்கதொன்றாய்ப் பட்டது. மிக மோசமான அவளின் அங்க அளவுகளில்கூட ஆர்வங் காட்டியவனாய்த் தழுவிக்கொண்டிருந்தேன். அறைக்குக் கூட்டிவரும் உத்தேசமெதுவுமில்லை. அதுவரையிலுமான காத்திருப்பிற்கு நேரமிருந்திருக்கவில்லை. ஆளரவமற்ற இந்தச் சாலையின் இருளில் அவளுடலுக்குள் மூழ்கி எழுந்த பொழுது இதுவரையிலுமான மிஷன் தெரு பெண்கள் அவ்வளவுபேரின் சாயலையும் இவள் ஒருத்தியிடம் பார்த்துவிட்ட திருப்தி.

ரம்யா அறையில் காத்திருப்பாள், ப்ரகாஷோடு. அவள் கொலை செய்யப்படுவதை நான் விரும்பியிருக்கவில்லை. ஜம்னாவின் உடலை நான் துன்புறுத்தியிருக்கவில்லை குறைந்தபட்சம் ஒரு தகவலாகவாவது அவரிடம் சொல்ல வேண்டி அறைக்கு ஓடி வந்தேன். வெளியிலிருந்ததைவிட அறைக்குள் நல்ல வெளிச்சமிருந்தது. ஆளிருப்பதற்கான எந்த தடயங்களுமின்றி நிதானமாய்க் கிடந்தது அறை. நீலவெளிச்சம் கண்களுக்குள் நிரம்ப ரம்யாவிற்கு எதுவும் ஆகியிருக்கவில்லையென திடமாக நம்பனேன். காலை நான் விழித்தெழுந்திருக்கையில் சாலையில் வாகனங்கள் இறைச்சலோடு அலறும் சப்தத்தினைக் கேட்க முடிந்தது. உடலில் கடுமையான சோர்விருந்தும் அடுத்த வேலைகளில் கொண்டிருந்த கவனம் காரணமாய் சற்று வேகமாகவே கிளம்பினேன். சாவியை வாங்கிக் கொண்ட லாட்ஜ் ஆள் 'இரவு முழுக்க அறையில் பேச்சரவம் கேட்டதாய்க் கூறினார்'. உறங்கிய பின் நிகழும் எதையும் நான் நினைவில் வைப்பதில்லை என்றதும் 'நல்லது' என சிரித்துக் கொண்டார். லாட்ஜிலிருந்து கிளம்புகிற நேரம் வரையிலும் ஓல்டுபாய் திரும்பியிருக்கவில்லை. சாலையில் இறங்கி நடக்கையில் தற்செயலாக அறையைத் திரும்பி பார்த்தபொழுது தாடி வைத்த ஒரு ஆளும், ஒரு மத்திம வயதுப் பெண்ணும் அறைக்குள் சிரித்துப் பேசியபடி இருப்பது போலிருந்தது, பேருந்தைப் பிடிக்க வேண்டிய வேகத்தில் அங்கிருந்து வேகமாக வாகனச் சத்தத்திற்குள் ஓடி மறைந்தேன்.

பூனைகள் இல்லாத வீடு

சந்திரா

எங்கள் தெருமுழுக்கத் தோரணம் கட்டியிருந்தார்கள். மாவிலை மணத்துக் கொண்டிருந்தது. அண்ணனும் நானும் ஒலிநாடாவின் இசையை அதிகப்படுத்திக் கொண்டிருந்தோம். ஒலி பெருத்து தெப்பக்குளம் தாண்டி மீனாட்சி அம்மன் கோவில் வரை கேட்டிருக்கும் போலிருக்கிறது. எங்கள் தெரு முழுக்க கூட்டம் நிரம்பி வழிந்திருந்தது. நான் புதிதாய்ப் போட்டிருந்த பச்சை கலர் கோடு போட்ட வெள்ளைச் சட்டையும் கால்களை மூழ்கிக்கொண்டிருந்த நீல பேண்ட்டுமாய் வாசலில் நின்ற கூட்டத்தை கர்வத்துடன் பார்த்தேன். அம்மாவின் பட்டுப்புடவையைப் போன்று அக்காவும் கத்தரிப்பூ நிறத்தில் பட்டுப்புடவை உடுத்தியிருந்தாள். இன்று அவள் கூந்தல் நீளமாகி சிவப்புக் கலர் குஞ்சத்துடன் தொங்கிக் கொண்டிருந்தது. தலையில் நிறைய பூ வைத்திருந்தாள். தெருவில் வெள்ளை நிற அம்பாசிடர் கார் நின்றிருந்தது. நான் ஒரு மகாராஜனைப் போல் வீறுநடை போட்டு படியில் இறங்கினேன். பேண்ட் பாதம் முழுதும் நிரப்பி என்னைத் தடுக்கி விழ வைத்தது. உடனே பிரபுவையும் சிவக்குமாரையும் பார்த்தேன். அவர்கள் சிரிக்கவில்லை. ஒரு கையில் பேண்ட்டை நன்றாக தூக்கிப் பிடித்தபடி காரின் முன்சீட்டில் உட்கார்ந்தேன். பேண்ட்டின் நீளத்தினை குறைக்கவாவது நான் வளர வேண்டும் என்று நினைத்தேன். பிரபுவும் சிவக்குமாரும் நாங்களும் காரில் வருகிறோம் என்றார்கள். எனக்கும் அவர்களை என் பக்கத்தில் உட்கார வைத்துக்கொள்ள ஆசைதான். அப்போது என் அண்ணன வில்லனைப் போல் அவர்களை ஒரு முறை முறைத்து ஸ்டைலாக கார் கதவை திறக்க முயன்றான். அவனின் ஒல்லியான கைகளுக்கு கதவு அசைந்துகூட கொடுக்கவில்லை . பிரபு ஓடிவந்து ஒரு சேவகனைப் போல் கதவைத் திறந்துவிட்டான். அப்பவும் அண்ணன் அவனை முறைத்தான். அவன் தள்ளிப்போய் நின்று கொண்டான்.

காரில் உட்கார்ந்திருப்பதற்கான அனைத்து பந்தாக்களையும் செய்தேன். காரில் இருந்த கண்ணாடியில் தலையைச் சீவிக் கொண்டேன். அடம்பிடித்து அழுது தைத்த முழுக்கைச் சட்டையை அப்பாவைப் போல் மடக்கிவிட்டு அண்ணனின் அரைக்கைச் சட்டையைப் பார்த்துச் சிரித்தேன். சாந்தி அக்காவும் அவளது தோழிகளும் சிரித்தபடி காரில் பின்சீட்டில் உட்கார்ந்தார்கள். செல்வி அக்கா வழக்கம்போல் சாந்தி அக்காவுடன் சண்டை போட்டிருப்பாள் போல. அவள் காரில் ஏறாமல் பழத்தட்டைக் கையில் ஏந்தியபடி சித்தி, பெரியம்மா, அத்தை கோஷ்டிகளுடன் நடந்துவரத் தயாரானாள். சின்னவளே இன்னைக்குமா வீம்பு புடிக்கணும் நீயும் கார்ல உட்கார்ந்துக்கடி' என்ற அம்மாவை முறைத்துவிட்டு, தட்டை படிக்கட்டில் வைத்து விட்டு வீட்டுக்குள் ஓடிப்போய் உட்கார்ந்துகொண்டாள். செல்வி அக்காள், சாந்தி அக்காவைப் போல் இன்று தாவணி போட்டிருந்தது அழகாயிருந்தது. மேளக்காரர்கள் காருக்கு முன்னால் நின்று வாசிப்பை ஆரம்பித்தார்கள். 'செவ்வந்தி பூ முடிச்ச சின்னக்கா' பாட்டு ஒலிபெருக்கியில் வாசிப்பை மீறி கேட்டுக் கொண்டிருந்தது. திடீரென்று ஒலிபெருக்கியின் சத்தம் நின்றுவிட்டது.

புதுவெள்ளை வேட்டியை மடக்கிக் கட்டியிருந்த அப்பா விடுவிடுவென்று காருக்குப் பக்கத்தில் வந்தார். எல்லோரையும் இறங்கச் சொன்னார். சாந்தி அக்காவைத் தரதரவென்று வீட்டுக்குள் இழுத்துப் போனார். ஒலிபெருக்கி, பாட்டு, கார், மேளம் எல்லா சந்தோசமும் போச்சு. எனக்கு அவமானம் பிய்த்துத் தின்றது. அவர் எங்களைப் பார்த்த ஒரு பார்வையிலேயே பிரபு, சிவக்குமாரு, கூட்டம் யாரையும் திரும்பிப் பார்க்காமல் அவர் பின்னால் ஒடுங்கிக்கொண்டு போனோம். முற்றத்திலிருந்த மர நாற்காலியில் அக்காவை உட்கார வைத்து அறிவியல் புத்தகத்தைக் கையில் கொடுத்தார் அப்பா. அக்காவும் அதுவரை படித்துக்கொண்டிருந்துவிட்டு சமையலறையில் தண்ணீர் குடிக்கப் போனவளைப் போல இயல்பாக படிக்க வேண்டிய பக்கத்தை எடுத்துப் படித்தாள். நீர்மூழ்கிக் கப்பலின் செயல்பாடுகளை கண்ணை மூடிக்கொண்டு ஒவ்வொரு வரியாக மனப்பாடம் செய்தாள். அப்பா எங்களிடம் அதிகாரத்தை கட்டவிழ்க்கும் முன்னே நான் முற்றத்தின் தெற்கு மூலையிலும் அண்ணன் வடக்கு மூலையிலும் உட்கார்ந்து படித்துக் கொண்டிருந்தோம். செல்வி அக்கா கோவிலைத் தாண்டியிருந்த கொய்யா மரத்தருகில் நடந்தபடி படித்தாள். அம்மா, கல்யாணம் நின்று போனதில் பெரும் வருத்தம் அடைந்தவளாக சித்தி, பெரியம்மாவுடன் சமையலறையில் உட்கார்ந்து அழுதாள். அப்பா வாத்தியாரைப் போல் கைகளைப் பின்னால் கட்டிக் கொண்டு எங்களையெல்லாம் கவனித்துக் கொண்டிருந்தார்.

எல்லாத்துக்கும் காரணம் செல்வி அக்காதான். அவள்தான் முதலில் கோபித்துக்கொண்டு வந்தாள். மாப்பிள்ளையையும் பார்க்கவில்லை. கார் ஊர்வலமும் போச்சு. கோபத்துடன் எழுந்துபோய் அவளை என் கை ஓயுமட்டும் அடித்தேன். "டேய் செந்திலு எந்திரிடா எதுக்கடா இப்படி கையைத் தூக்கி காத்துலு அடிச்சுகிருக்க. ராத்திரி பேய்க்கதை கேட்காத, கெட்ட கெட்ட கனவா வரும்ன்னு சொன்னா கேட்குறியா?"

"எம்மா ராத்திரி கல்யாணக் கதைதானம்மா சொன்ன" என்றேன். கண்களைக் கசக்கியபடி "உனக்கு தெனமும் இதே வேலையாப் போச்சுடா ராத்திரி கதை கேக்கிறது. காலையில கனவு கண்டுட்டு எந்திரிக்கிறது? சரி எந்திரி காப்பியை குடிச்சிட்டு பெரியப்பா வீட்டுக்கு போயிட்டு வா. சீக்கிரம் சோறாக்கணுமில்ல" என்ற அம்மாவிடம் சீனி அண்ணனை போகச் சொல்லு. தெனைக்கும் நானே போக முடியாது. பெரியப்பா முறைக்கிறாரும்மா." "அண்ணன் பெரிய பையனாயிட்டான்ல வெட்கப்படுறாண்டா, நீ போயிட்டு வாடா." "நான் ஆறாவது படிக்கிறேன் அவன் எட்டாவது படிக்கிறான். அதுக்குள்ள அவன் பெரிய பையனாயிட்டானா! நானும் டவுசர் போட்டிருக்கேன். அவனும் டவுசர் போட்டிருக்கான். அவன் பேண்ட் போடட்டும் அப்பதான் பெரியவனாவான்." அம்மா என் நாடியைப் பிடித்துக் கெஞ்ச ஆரம்பித்துவிட்டது. செல்வி அக்கா அதற்குள் குளித்து முடித்து யூனிபார்ம் போட்டிருந்தாள். அவள் ஆம்பளப் பையன் சட்டை போட்டிருந்தது எனக்கு எரிச்சலாக இருந்தது. இவள் சட்டை போட்டுக்கொண்டு அலைந்தால் ஊரில் யார்தான் என்னை ஆம்பளையாக மதிப்பார்கள். அதுவும் கூடப்படிக்கும் இந்துமதி நான் ஆம்பளப் பையன் என்பதைக் கொஞ்சம்கூட மதிக்காமல் சண்டை வரும்போதெல்லாம் என்மேல் உட்கார்ந்து முதுகில் குத்துகிறாள். அவளுடன் சண்டை போட தினமும் கொஞ்சம் அதிகமாக சாப்பிட வேண்டியிருக்கிறது. அதற்கும் கொஞ்ச காலமாக வீட்டில் வழியில்லாமல் போய்விட்டது. ராத்திரி விளையாடும்போது அவள் என்னை அடித்ததும் வீட்டுக்கு வந்து சாப்பிட்டு விட்டு வீரமாகப் போய் அடிக்கலாம் என்றால் அம்மா சோத்து பாத்திரத்தையெல்லாம் கழுவி வைத்திருக்கிறது. பெரியப்பா வீட்டுக்குப் போய் அரிசியும் பருப்பும் வாங்கும் நாளிலிருந்து இப்படித்தான் வீட்டில் மறுசோறு சாப்பிட முடியாமல் போய்விடுகிறது. தினமும் ஒரு படி அரிசி என்று கணக்கு வைத்துதான் கொடுக்கிறார் பெரியப்பா.

அம்மா எப்படியோ கெஞ்சிக் கூத்தாடி தினமும் என்னை பெரியப்பா வீட்டிற்கு காலையில் அனுப்பி விடுகிறது. நானும் சாந்தி அக்கா தையல் பீரியடில் பின்னிய சிவப்பு வெள்ளையும் கலந்த வயர் பைக்குள் ஒரு மஞ்சள் துணிப்பையை எடுத்து வைத்துக்கொண்டு அடுத்த தெருவில் இருக்கும் பெரியப்பா வீட்டுக்குப் போகிறேன். பெரியம்மா நான்

போவதற்கு முன்பே அரிசி, பருப்பு, காய் எல்லாவற்றையும் ரெடியாக வைத்திருக்கும். முன்னெல்லாம் சாப்பாட்டுச் செலவுக்கு மாதம் ஒரு முறை என்று பணமாகத்தான் கொடுத்துக் கொண்டிருந்தார்கள். பாதி மாதத்திலேயே பணத்தை செலவழித்துவிட்டு சாப்பாட்டுக்கு வழியில்லை என்று அவர்கள் வீட்டுப் பக்கம் போய் நின்றதும் இப்படி தினமும் அரிசியாகக் கொடுப்பதை வழக்கமாக்கிவிட்டார்கள். பெரியம்மா அரிசியைத் துணிப்பையில் கொட்டி வயர்பைக்குள் வைக்கும். காகிதத்திலிருக்கும் பருப்பு, காய்கறிகளை மேலாக்க போட்டு "சூதானமா கொண்டு போ செந்திலு" இந்த வார்த்தையை பெரியம்மா தினமும் சொல்வதைப் போல பெரியப்பாவும் ஒரு விசயத்தை தினமும் சொல்லிக் கொண்டிருந்தார். "உங்கப்பா கடைப்பக்கம் வரமாட்டாராமா? வேலை பார்த்தா கிரீடம் இறங்கிப் போகும். ரெண்டு பொம்பளப் பிள்ளைக வளர்ந்து கல்யாணத்துக்கு நிக்கப் போகுதுக. இவரு சாமிய கட்டிக்கிட்டு அழுகுறாரு. வயலை வித்தாச்சு, வடக்குத்தெரு வீட்டை வித்தாச்சு இன்னும் எதை விக்கப் போறாரோ? விக்கிறதுக்கு இன்னும் என்னயிருக்கு. உங்க அக்காகாரிகதான் சொத்தில் பங்கு வேணுமின்னு எல்லாத்தையும் கோர்ட்டுல கொண்டு நிறுத்திட்டாளுகளே" எங்கப்பா காலையில் கந்தசஷ்டி கவசத்தை பயபக்தியுடன் சொல்வதைப் போல, பெரியப்பாவும் சிரத்தையுடன் இதை என்னிடம் சொல்லிக் கொண்டிருந்தார். "சின்னப்பையன் அவங்கிட்ட போய் தெனமும் இதையே சொல்லிக்கிட்டிருந்தா நல்லாவாயிருக்கு" என்று சொல்லும் பெரியம்மாவை, "எல்லாம் உன் தங்கச்சியை சொல்லணும். புருஷன வீட்டுக்குள்ள பொத்தி பொத்தி வச்சிகிட்டு. புருசனை லட்சணமா வேலைக்கு போகச் சொல்ல துப்பில்ல" என்று பெரியப்பா பேசிக்கொண்டிருக்கும்போதே அவர்கள் வீட்டின் நீளமான படியைத் தாண்டி குறுக்குச் சந்து வழியாக எங்க வீட்டின் பின்பக்கம் நுழைந்து வீட்டுக்குள் வந்திருப்பேன்.

ஊரில் எங்கள் வீட்டை 'கோவில் வீடு' என்றுதான் கூப்பிடுவார்கள். துட்டு பெருத்திருந்த காலத்தில் என்னோட தாத்தா வீட்டோட சிவன் கோயிலைக் கட்டி வைத்திருந்தார். கோவில் வாசல் வடக்குத் தெருவிலும் வீட்டு வாசல் கிழக்குத் தெருவிலும் இருக்கும். இப்படி இரண்டு தெருக்களைக் கொண்ட ஒரு செவ்வக வடிவமைப்பில் இருந்தது எங்கள் வீடு. வீட்டின் நடுவில் நான்கு பக்கமும் ஓடுகள் வேய்ந்த முற்றம் இருந்தது. முற்றத்தின் மேற்கு பக்கம் இரண்டு அறைகளும், முற்றத்தின் கிழக்குப் பக்கம் இரண்டு அறைகளும் இருந்தன. ஒவ்வொரு அறைக்கு முன்னால் வராண்டாவைப் போன்று கொஞ்சம் இடம் காலியாக இருக்கும். ஒவ்வொரு முற்றமும் தனித்தனி வீடு போலிருக்கும். தெற்கு முற்றத்தினைத் தொடர்ந்து ஒரு படுக்கை அறையும், ஒரு நீண்ட வராண்டாவும், தானியங்களை அடைத்து வைக்க மரத்தால் ஆன

சேந்தியும், அதனைத் தாண்டி கடைசியாக சமையலறையும் இருக்கும். வடக்கு முற்றம் அறைகளற்று வாசலைக் கொண்டிருந்தது. இதிலிருந்து இருபதடி தூரத்தில் சிவன் கோவிலும் கிணறும் இருந்தது. சிவன்தான் பிரதான கடவுள் என்றாலும் பிள்ளையார், நந்தி, முருகன் எல்லாமே சேர்ந்திருந்தது. வீட்டு கோவில் என்பதால் எப்போதாவது வரும் ஒன்றிரண்டு ஊர்க்காரர்களைத் தவிர யாரும் எங்கள் கோவிலுக்கு வருவதில்லை. வீட்டில் கோவில் கட்டியிருந்ததுதான் எங்களின் எல்லா துன்பத்திற்கும் காரணம் என்று ஊர்க்காரர்கள் பேசிக்கொண்டார்கள். எங்கள் கோவிலில் நந்தி மட்டும் எனக்கு விருப்பமானதாக இருந்தது. வீட்டில் அப்பா இல்லாத நேரத்தில் அம்மா வீட்டுக்குள் வேலை பார்த்துக் கொண்டிருக்கும் போது யாருக்கும் தெரியாமல் நந்தியில் சவாரி செய்வேன். அப்பாவோடு பூஜை செய்துகொண்டிருக்கும் போது “என்மேல் சவாரி செஞ்சதை உங்கப்பாகிட்ட சொல்லிடவா” என்பதைப் போல் நந்தி பார்ப்பதாகத் தோன்றும். பார்வையை நந்தி பக்கத்திலிருந்து திருப்பிக் கொள்வேன். அதுமட்டும் அப்பாவுக்கு தெரிந்தால் என்னைக் கொன்றே விடுவார்.

சாப்பிடுவது தூங்குவதைப் போல தினமும் திருவாசகமும் கந்தசஷ்டி கவசமும் படிக்க வேண்டும் என்பது எழுதப்படாத சட்டமாகியிருந்தது. அண்ணன் எட்டாம் வகுப்பு போனதிலிருந்து “பள்ளிக்கூடத்தில நெறையா படிக்கச் சொல்றாங்க” என்று காலையில் புத்தகத்தை தூக்கி உட்கார்ந்து கொள்கிறான். இன்னும் இரண்டு முழுபரீட்சை லீவு முடிந்தால்தான் நான் திருவாசகத்திலிருந்தும் கந்தசஷ்டி கவசத்திலிருந்தும் விடுபட முடியும். ஆனால் தமிழ்ப் பாடத்தில் நான் தான் முதல் மதிப்பெண் வாங்கினேன். திருக்குறளை அப்பா தினமும் தலைகீழாக மனப்பாடம் பண்ண வைத்துவிட்டார்.

நாங்கள் சாப்பிடும்போதே அப்பாவும் எங்களோடு சேர்ந்து சாப்பிட்டு, வேலைக்குப் போகிறவரைப் போல நாங்கள் கிளம்பும்போது அவரும் வெளியே கிளம்பிவிடுவார். அப்புறம் அனுப்பானடியிலிருக்கிற அத்தனை வீட்டுப் பிரச்னைகளுக்கும் சோனையா கோவிலில் இருக்கும் புங்கைமரத்தடியில் உட்கார்ந்து பஞ்சாயத்து பேச ஆரம்பித்து விடுவார்.

அந்தக் கூட்டத்தில் இவர் வயதுள்ளவர்கள் கொஞ்ச பேர்தான் இருப்பார்கள். வேலை வெட்டி செய்து ஓய்ந்து போய் வீட்டில் பொழுதைக் கழிக்க முடியாமல் இருக்கும் கிழடுகள் அந்தக் கூட்டத்தில் அதிகமாக இருக்கும். ராத்திரி கூட்டத்தில் வேலைக்குப் போய்விட்டு வீடு திரும்பியிருக்கும் இவர் வயதுக்குக் கீழே உள்ள இளைஞர்களோடு தெப்பக்குளத்துப் படிக்கட்டில் உட்கார்ந்து கதை பேசிக்கொண்டிருப்பார். வாரத்திற்கு இரண்டு நாள் இவர் வக்கீலைப் போய் பார்க்கும் நாளில் ஏதோ மிகப்பெரும் பிரச்னை முடிக்கப்படாமல்

கெட்டுப்போய் கிடப்பில் கிடக்கிறது என்பதைப் போல ராத்திரி பதினொரு மணிவரை அவசரமாகப் பேசிக்கொண்டிருப்பார்கள். அப்பா பேசிப் பேசி ஓய்ந்து கொண்டிருந்தார். பீடி, சிகரெட், சீட்டு இப்படி எந்த கெட்ட பழக்கமும் இல்லை . நிறைய பேசுவார். நிறைய டீ சாப்பிடுவார். அதுவும் ஓசி டீ குடிக்கிறதா என்று குடும்பப் பெருமை பேசி அடுத்தவனுக்கு டீ வாங்கித் தருவாரே தவிர அவர் யாரிடமும் ஓசி டீ குடிக்கமாட்டார். பெரியப்பாவிற்குத் தெரியாமல் பெரியம்மா கொடுக்கும் சில்லறைப் பணத்தை வீட்டு மேற்செலவுக்குப் போக மிச்சத்தை அம்மா அப்பாவுக்கு கொடுக்கும்.

அப்பா வீட்டுக்கு லேட்டாக வரும் ராத்திரிகளில் நாங்கள் முற்றத்தில் பாயை விரித்து வரிசையாகப் படுத்திருப்போம். அப்போதெல்லாம் யாருடையதோ போல அம்மா தன்னுடைய கதையை எங்களிடம் சொல்லும். அம்மாவின் ஜாக்கெட் பின்னை நோண்டியபடி வயிற்றுச் சூட்டின் வெதுவெதுப்பில் படுத்தபடி கதையைக் கேட்டுக் கொண்டிருப்பேன். அம்மாவின் ஜாக்கெட் பின்னை நோண்டும் பழக்கம் வெகு நாட்களாக என்னைவிட்டுப் போகவில்லை. அக்காக்களும் அண்ணனும் என்னை ஓயாமல் கிண்டல் செய்த பின்புதான் அதனைக் கைவிட்டேன்.

அம்மாவிடம் கதை கேட்டுக்கொண்டே அதற்கு இணையாக கற்பனையிலும் மூழ்கிவிடுவேன். செல்வி அக்கா, சாந்தி அக்கா, சீனி அண்ணன் எல்லோரும் கதையைக் கேட்டுக் கொண்டிருந்தாலும் அம்மா என்னைப் பார்த்துதான் கதையைச் சொல்லிக் கொண்டிருக்கும்.

“என்னடா செந்திலு கதையை கேக்குறியா” என்று என் கற்பனையை அறிந்ததுபோல அவ்வப்போது கடிவாளத்தைப் போட்டு கதையைத் தொடர்ந்து சொல்லும். உலகத்தில் மிக சுவாரசியமானதும் நெகிழ்வானதும் எங்கம்மா வாழ்ந்த கதைதான் என்று நினைத்துக் கொள்வேன். வாழ்க்கையைச் சொல்லித் தீர்ந்துபோன அம்மா ஒரே கதையை வேறு வேறு வடிவங்களில் மாற்றிச் சொல்லும். ராஜா ராணி கதை சொல்லும்போதும் முதல்ல ராணி சந்தோசமாக இருப்பாள். அப்புறம் ராணியோட வாழ்க்கை அலைபுரண்டு சோகமாயிடும். இல்லையென்றால் கொடுமைப்பட்டு வேலைக்காரியாக இருக்கும் இளவரசி ஏஞ்சலாக மாறிவிடுவாள். அம்மா சொல்லும் எல்லாக் கதைகளும் சந்தோசமும் துக்கமும் சேர்ந்ததாகத்தான் இருக்கும். முன்பு சொன்ன கதையின் ஜாடையில் இன்னொரு கதை இல்லாமல் இருந்தாலும் அம்மாவைத்தான் எல்லாக் கதைகளிலும் கதாநாயகியாக நினைத்துக்கொள்வேன்.

எங்கள் வீட்டில் வறுமை இருந்தாலும் அம்மாவும் நாங்களும் நண்பர்களைப் போல் விளையாடிக் கொண்டிருந்தோம். எது வாங்கிச்

சாப்பிட்டாலும் அம்மாவுக்கும் சேர்த்து ஐந்து பங்காக்கி சாப்பிடுவோம். நான் என்னோட பங்கைச் சீக்கிரம் சாப்பிட்டு விடுவேன். அம்மா எப்போதும் தன் பங்கை கடைசியில்தான் சாப்பிடும். அது எனக்கு கொடுப்பதற்காகத்தான். "சீக்கிரம் சாப்பிடும்மா. இவன் உன் பங்கை பிடுங்கிக்குவான்" என்று அண்ணன் என் பங்கு இருக்கும் கையைப் பிடித்துக் கொள்வான். "சின்ன பையன் அவனுக்கு ஆசையா இருக்கும்ல, இனிமேல் நான் சாப்பிட்டு என்ன ஆகப்போகுது" என்று தன் பங்கில் பாதியை அம்மா கொடுத்துவிடும். எனக்கு விவரம் தெரியத் தெரிய என் பங்கை கடைசியாக சாப்பிட்டேன். திருடன் போலீஸ் விளையாட்டு, தாயம், ஒளிந்து விளையாடுவது என்று விளையாடித் தீர்க்காத தனது இளமைக் காலத்தையெல்லாம் அம்மா சரிக்குச் சமமாக எங்களோடு பகிர்ந்து கொண்டது.

கையில் பணம் புழங்கவில்லை என்றாலும் வீட்டில் இருந்த பல பொருள்கள் நாங்கள் வசதிபடைத்தவர்கள் என்பதை எங்களையறியாமல் எங்களுக்குள் ஞாபகப்படுத்திக்கொண்டே இருந்தது. சுவருக்குள் புதைந்து இருக்கும் மர அலமாரிகள், நீளமான சமையலறை, முற்றத்துப் பெரிய மரத்தூண்கள், இப்போது காலியாகக் கிடக்கும் தானிய சேந்தி இன்னும் இன்னும்... சிதலமடைந்து கரையான் ஏறிக்கிடந்த மரச்சாமான்கள் ஏழ்மையை மீறிய ஒரு கர்வததை ஏற்படுத்தியிருந்தது. புங்கைமரத்தடியில் விளையாடும்போது உடன் விளையாடும் சிநேகிதர்கள் சாப்பிடக் கொடுக்கும் பண்டங்களை வாங்க மறுத்து நாங்கள் அறியாத எங்கள் வீட்டின் பழைய செழுமையை அவர்களுக்கு உணர்த்தினோம். ஆனால் இந்துமதி காக்காகடி கடித்துக் கொடுக்கும் திண்பண்டங்களை வாங்காமல் இருக்க முடியவில்லை.

எங்கள் வீட்டில் இருக்கும் பழங்காலத்துப் பொருள்களில் எனக்குப் பிடித்தமானது வெண்கல அன்னபட்சி விளக்குதான். பம்பரம் மாதிரியான குடுவை அமைப்பில் இருக்கும் நடுப்பகுதி. கீழ்பகுதியில் இருக்கும் திரிபோட்ட விளக்கு நடுப்பகுதியோடு திருகு போட்டு இணைந்திருக்கும். வெண்கலத்தில் அன்னபட்சி உருவம் செய்யப்பட்டு அது குடுவையின் மேல்பகுதியில் அழகுக்காகப் பொருத்தப்பட்டிருக்கும். இதுவும் நடுப்பகுதியோடு திருகுபோட்டு இணைந்திருக்கும். அன்னபட்சியையும், விளக்கையும் நடுப்பகுதியிலிருந்து தனித்தனியே கழற்றி எடுத்துவிடலாம். விளக்குப் பகுதியைத் திருகி எடுத்துக் குடுவையில் எண்ணெய் ஊற்றி, பின் விளக்கை மாட்டினால், குடுவையிலிருந்து எண்ணெய் வழிந்து விளக்கில் விழும். அன்னப்பட்சிக்கு மேலே கொக்கியை அரை அடி நீளத்திற்கு செயின் போல செய்து முற்றத்துச் சுவரில் மாட்டியிருப்பார்கள்.

குடுவையில் ஒரு படி எண்ணெய் நிறையுமாம். கார்த்திகை மாதங்களில்

நாளெல்லாம் விளக்கு எரிந்து கொண்டிருக்குமாம். எங்களுக்கு விவரம் தெரிந்த நாளிலிருந்து குடுவை முழுமையாக நிறைந்ததில்லை. விளக்கின் கீழ்ப்பகுதியில் மட்டும் எண்ணெய் ஊற்றி விளக்கு ஏற்றினோம். குடுவை முழுவதும் எண்ணெய் ஊற்றி விளக்கேற்ற வேண்டுமென்று செல்வி அக்காவும், சாந்தி அக்காவும் தீராத ஆசை கொண்டிருந்தார்கள்.

வீட்டில் யாரும் இல்லாத நாட்களில் எங்களுக்கு விளையாட ஏதாவது பழங்காலத்துப் பொருள்கள் ஒளிந்து கிடக்கின்றதா என்று வீட்டை நானும் அண்ணனும் சல்லடை போட்டுத் தேடிக்கொண்டிருப்போம். அப்படித்தான் தானிய சேந்திக்குப் போகும் மெச்சு படிக்குக் கீழே தூசி படிந்து கிடந்த பழைய தொட்டில், துருப்பிடித்த இரும்புச் சாமான்களை வெளியே எடுத்துவிட்டு அங்கே தேடியபோது மரப்பலகை ஒன்று தரையோடு தரையாக சேர்ந்திருந்தது. மரப்பலகையைத் தனியே எடுத்துப் பார்த்தால் சதுரமான குழி ஒன்று தரைக்கு அடியில் ஓடியது. யாருக்கும் தெரியாத வீட்டின் பாதாள அறையைக் கண்டுபிடித்துவிட்டதாக நானும் அண்ணனும் குதியாட்டம் போட்டோம். இருண்ட குழி ஆழமாகி உள்ளே இழுத்துக் கொண்டால் என்ன செய்வது என்று யோசித்துக் கொண்டிருக்கும்போதே அப்பா வரும் அரவம் கேட்க எல்லாவற்றையும் பழையபடி மூடிவிட்டோம்.

ராத்திரி வீட்டில் எல்லோரும் தூங்கிய பின் நானும் அண்ணனும் குசுகுசுவென்று இதைப்பற்றியே பேசிக்கொண்டிருந்தோம். ஆளரவமற்ற இன்னொருநாள் அண்ணன் பேட்டரிலைட்டை உள்ளே அடிக்க நான் குழிக்குள் இறங்கினேன். அது என் உயரத்திற்கும் கொஞ்சம் குறைவாகவே இருந்தது. அந்த குழிக்குள் ஒரு பழங்காலத்து இரும்புப் பெட்டி புதைக்கப்பட்டிருந்தது. அதை முழுவதுமாக துழாவித் தேடினேன். ஒரு பித்தளை செம்பு, குழந்தைக்கு பால் புகட்டும் சங்கு, களிமண்ணால் செய்யப்பட்ட ஏதோ சாமியின் உருவம் தவிர காலியாகத்தான் கிடந்தது பெட்டி. ஏமாற்றம் பொங்க பித்தளைச் செம்பை மட்டும் எடுத்துக்கொண்டு வெளியேறினேன். கடகடவென்று செம்புக்குள் ஏதோ சத்தம் வந்தது. செம்பை கவிழ்த்துப் பார்த்தால் பழைய தாயத்து, பழைய நாணயம், அப்புறம் முடிந்த துணி ஒன்றும் இருந்தது. முடிச்சை அவிழ்த்துப் பார்த்தால் சரஸ்வதி படம் போட்ட ஒரு வெள்ளிக்காசும் ஒரு தங்கக்காசும் மின்னிக் கொண்டிருந்தது. ஓடிப்போய் அம்மாவிடம் கொடுத்தோம். எல்லாச் சொத்தும் திரும்பி வந்ததைப் போல அம்மா சந்தோசப்பட்டது. தங்கக்காசு கிடைத்தபின் எல்லோருக்கும் தெரியும்படியே வீட்டை நோண்ட ஆரம்பித்தோம். அதற்குபின் ஒரு பித்தளைகாசு கூட எங்கள் கைக்குச் சிக்கவில்லை. ஆனால் அம்மா மறபடியும் தாத்தாவின் செல்வச் செழிப்பைப் பற்றி கதை சொல்ல அது ஆதாரமாய் அமைந்துவிட்டது. அப்போதெல்லாம்

தாத்தாவிடம் பெட்டி பெட்டியாக வெள்ளிக்காசு இருக்குமாம். மாதம் ஒருமுறை பௌர்ணமி வெளிச்சத்தில் வெள்ளிக்காசையெல்லாம் காயப்போடுவாராம். பளீரென்று மின்னும் நிலா வெளிச்சம் பட்டால் வெள்ளி கறுத்துப்போகாமல் பளபளவென்று அப்படியே இருக்குமாம். அம்மா இப்படி கதை சொல்லியே தன்னைத்தானே திருப்திப்படுத்திக் கொண்டது.

நல்லா படிக்காமச் சொத்தை நம்பி இருந்ததாலதானே எந்த வேலைக்கும் போக முடியாமப் போச்சு. படிக்காததால கோர்ட்டு கேஸுன்னு ஏமாந்து போயாச்சு. நாங்களாவது படித்து பேங்க் ஆபிஸர், கலெக்டர், டாக்டர் என்று பெரிய வேலையில் இருக்க வேண்டுமென்று அப்பா ஆசைப்பட்டார். சர்வாதிகாரியைப் போல் வீட்டில் அமர்ந்து கொண்டு எங்களை அட்டம் பிசகவிடாமல் படிக்கச் சொல்லுவார். எப்போதும் புத்தகமும் கையுமாக இருக்க வேண்டும் என்று வெறி கொண்டு அடக்கினார். அக்காக்களை சமையலறைப் பக்கம் கூட எட்டிப் பார்க்கவிடமாட்டார். வீட்டுக்குத் தேவையான தண்ணீரையும் கிணத்திலிருந்து அவரே எடுத்தார். எங்களுக்கு கிடைத்த குறைந்தபட்ச வீட்டு வாடகையிலும், ஒத்தி கிடைத்த வரன்கட்டை வயலை அம்மா அப்படி இப்படி என்று பணத்தைச் சேர்த்து வைத்து திருப்பி அதை வாரத்திற்கு விட்டதில் கிடைத்த நெல்லும் எங்களின் வருச சாப்பாட்டுக்குச் சரியாகப் போய்விட்டது.

சாந்தி அக்கா எம்.எஸ்.சி., முதல் வருசம் படித்துக் கொண்டிருந்தது. அது காலேஜுக்கு போய்கொண்டே பிள்ளைகளுக்கு டியூசன் சொல்லிக் கொடுத்தது. சின்ன அக்கா பி.ஏ., மூன்றாம் வருசமும், சீனி அண்ணன் பி.எஸ்.ஸியும் படித்துக் கொண்டிருந்தார்கள். அப்பா இப்போதெல்லாம் பேச்சையும் டீயையும் குறைத்துக் கொண்டார். குடும்பத்துப் பெருமைகளை யெல்லாம் பிள்ளைகளின் படிப்பில் மீட்டெடுத்துவிடலாம் என்று அவர் மனதில் புது நம்பிக்கை விட்டிருந்தது. அக்கா படிப்பிற்குத் தேவையான புத்தகங்களை விலைக்கி வாங்க முடியாதென்பதால் அப்பா மதுரையில் இருக்கும் சென்ட்ரல் நூலகத்திலும், யுனிவர்சிட்டி நூலகத்திலும் உறுப்பினரானார். அக்காக்கள், அண்ணன் எழுதிக் கொடுக்கும் புத்தகங்களை பகலெல்லாம் நூலகத்தில் தேடி அலைந்தார். தேவையான பக்கங்களை ஜெராக்ஸ் எடுத்து வைத்துக்கொண்டு அவர்கள் படித்தார்கள்.

'சொததில்லாம, வேலைக்கு போகாம பிள்ளைகளப் படிக்க வைச்சிட்டாருப்பா' என்று ஊர்க்காரர்கள் அப்பாவை பெருமையாகச் சொன்னார்கள். "வீட்ல கஞ்சிக்கில்ல, அதுல பிள்ளைகளுக்கு படிப்பு என்ன வேண்டி கிடக்குன்னு" பெரியப்பா பொறுமிக் கொண்டிருந்தார். நான் இப்போது பேண்ட் போட்டு ப்ளஸ் ஒன்

போய்க் கொண்டிருந்தேன். இப்போதெல்லாம் பெரியப்பா வீட்டுக்குப் பையை எடுத்துப் போவதில்லை. ஆனால் அக்கா கல்லூரியில் ஏதாவது பங்ஷன் என்றால் பெரியம்மா மகள் சுமதி அக்காவிடம் போய் நல்ல பூப்போட்ட சேலை வாங்கி வா என்று அனுப்பிவிடுகிறது. “நல்ல சேலையை குடுடி” என்று பெரியம்மா சொல்வதைக் காதில் வாங்காமல், சிறிதும் விருப்பமின்றி தன்னிடம் இருக்கும் மிக மோசமான சேலையைத் தூக்கிக் கொடுக்கும் சுமதி அக்கா. அதுவே சாந்தி அக்காவிற்கு சந்தோசமாகத்தான் இருக்கும். எப்போதும் கட்டும் மூன்று சேலையைத் தவிர்த்து, இன்னொரு சேலை கட்டிக்கொண்டு போவதே திருப்தி தந்தது, அக்கா முகம் சந்தோசமாகிவிடும். அக்காவிற்கு எந்தச் சேலையைக் கட்டினாலும் அழகாக இருப்பது வேறு சுமதி அக்காவிற்கு எரிச்சலாக இருந்தது.

படிப்புச் செலவு கட்டுக்கடங்காமல் போய்க் கொண்டிருந்தது. ஆனால் அவருடைய சந்தோசமெல்லாம் மிகப்பக்கத்தில் இருந்தது. இன்னும் ஒன்றிரண்டு வருடங்களில் எல்லாம் சம்பாதிக்கப் போகிறார்கள் என்பதே அவர் வாழ்வதற்கான புது உத்வேகமாக இருந்தது. பிள்ளைகள் படிப்பை முடிக்கும் நேரத்தில் காரியத்தைக் கெடுத்து விடக்கூடாதென்று அவர் ஒரு போதும் செய்யத் துணியாத காரியத்தைச் செய்தார். ஏற்கனவே நாங்கள் வாடகைக்கு விட்டிருந்த தெற்கு தெரு வீட்டில் இருந்து கொண்டு இந்த வீட்டை வாடகைக்கு விடலாமென்று அம்மா சொன்ன போதெல்லாம் , 'எங்கப்பா வாழ்ந்த பூர்வீக வீட்ல வேறெவனும் காலடி எடுத்து வைக்கிறதா? என் உயிரே போனாலும் அதைச் செய்யமாட்டேன்' என்றவர் எங்கள் கோவில் வீட்டு முற்றத்தை வாடகைக்கு விட முடிவு செய்தார். இரண்டு சமையலறையைக் கட்டி இரண்டு குடும்பங்களை வாடகைக்கு அமர்த்தினார். ஒவ்வொரு வீட்டுக்கும் நானூறு, நானூறு என்று எந்நூறு கிடைத்தது. வீட்டின் நிதி நிலைமைக்கு அது உதவியாகத்தானிருந்தது. ஆனால் நாங்கள் எங்கள் முற்றத்தை இழந்திருந்தோம். அதற்குப் பின் எங்கள் முற்றத்து விளையாட்டுகளும் பேச்சுக்களும் அம்மா சொல்லும் கதைகளும் எங்களை விட்டுப் போயிருந்தது. தெற்கு முற்றத்தினைத் தாண்டியிருக்கும் பகுதியில் நாங்கள் குடியிருந்தோம். செல்வி அக்காவும், சாந்தி அக்காவும் அறையினுள் போய் ஓயாமல் படித்துக் கொண்டிருந்தார்கள். அண்ணன் வராண்டாவில் உட்கார்ந்து படித்துக் கொண்டிருந்தான். எல்லோரும் தனித்தனி தீவுகளாக படிப்பில் மூழ்கிவிட்டார்கள். நான் நன்றாகப் படிக்கவில்லை. உருப்படாமல் போகப் போகிறேன் என்று அப்பா வழக்கம்போல என்னைத் திட்டிக் கொண்டிருந்தார்.

வாடகைக்கு விடப்பட்ட மேற்கு பக்க முற்றத்தில் ஒரு கணவன், மனைவி அவர்களின் குழந்தை மூவரும் குடியிருந்தனர். ராத்திரியில் குழந்தையின் அழுகை முற்றம் முழுதும் நிரம்பி கனத்துக் கிடந்தது. பகல் முழுக்க

முற்றத்தில் எப்போதும் ஆட்கள் நடமாடிக் கொண்டிருந்தார்கள். அப்பளம் போடும் சிறுகம்பெனிக்கு கிழக்கு முற்றத்தினை வாடகைக்கு விட்டிருந்தோம். சாயம் மங்கிய சேலையும் உடைந்து கொண்டிருக்கும் கண்ணாடி வளையல்களையும் அணிந்திருந்த பெண்களும், சேலை கட்டும் பருவம் வந்தும் தாவணி உடுத்தியிருந்த பெண்களும் செல்வி அக்காவையும் சாந்தி அக்காவையும் ஞாபகமூட்டி கலக்கமடையச் செய்தார்கள். அவர்களும் எங்களைப் போல் சிரிப்பை மறந்தவர்களாகவோ அல்லது முற்றத்தை இழந்தவர்களாகவோ இருக்கலாம். ஏக்கங்களின் பெருமூச்சுகளை சுமந்திருக்கும் முற்றத்தினை நான் முழுவதுமாக துறக்கத் தொடங்கினேன்.

முற்றத்து ஓடு நனைந்து கிடக்கும் ஐப்பசி மாத மழைக்காலத்தில், என்னோடு எப்போதும் சண்டைபோடும் இந்துமதியை அவங்க மாமாவிற்கு கல்யாணம் பண்ணிக்கொடுத்தார்கள். அவளும் நானும் ஒரே வயதில் இருந்தோம். அவள் கல்யாணம் பண்ணிப் போனதும் நான் என்னை ஒரு இளைஞனைப் போல உணர்ந்தேன். எனக்கான காதலியை நான் கண்டுபிடிக்கவில்லை. என்றாலும் காதல் உணர்வு மனதிற்குள் துருத்திக்கொண்டு நின்றது. வறுமையை மீறி ஒரு சந்தோசம் புதிதாய் வேர் கொண்டிருந்தது.

தண்ணீரில்லாமல் வற்றிக் கிடக்கும் காலங்களில் நண்பர்களோடு சேர்ந்து தெப்பக்குளத்திற்குள் கிரிக்கெட் விளையாடிக் கொண்டும், தண்ணீர் நிறைந்திருக்கும் காலங்களில் படிக்கட்டில் உட்கார்ந்து கதை பேசிக்கொண்டும் இருந்தபோது எங்கள் வீட்டுக்கு ஒரு சாம்பல் பூனை வந்தது. எங்கள் பக்கத்து வீட்டுக்கு குடிவந்திருந்த சாம்வேல் பாதிரியார் வீட்டுப் பூனைதான் அது. சாயங்கால வேலையில் ஜெபக்கூட்டம் நடந்தது அந்த வீட்டில். ஜெபக்கூட்டம் நடக்கும் போது உருகி உருகி மன்னிப்புக் கேட்கும் வயிறு கனத்த மனிதரின் கால்களுக்கிடையே பூனை ஓடி அவரை ரத்தம் பரிய பிராண்டி விட்டது. பாதிரியாருக்கு கோபம் பொத்துக் கொண்டுவர சாம்பல் பூனையை கையிலிருந்த ஜெபக்கட்டையால் அடித்து விலகி ஓடச் செய்தார். பூனை பெருங்கத்தலாக தன் எதிர்ப்பை தெரிவித்துவிட்டு எங்கள் வீட்டு மதில்களில் நடக்க ஆரம்பித்தது. பாதிரியாரின் ஜெபக்கூட்டத்திலிருந்து தப்பி வந்த பூனைக்கு அப்பாவின் கந்தசஷ்டி கவசம் பாடாய்படுத்தியது. முற்றத்தின் ஆள் நடமாட்டம் பூனைக்கு மிகவும் வேதனையைத் தந்து சுதந்திரமற்ற ஒரு இருப்பிடத்தில் அல்லாடிக் கொண்டிருந்தது.

வீட்டில் கிடந்த சிதிலமடைந்த பொருள்களால் வீடு பூச்சி, பல்லி, பாம்பு, பூரான், எலிகளின் வசிப்பிடமாய்ப் போனது. முற்றத்தில் அப்பளக் கம்பெனிக்காரர்கள் தினம் ஒரு பாம்பை அடித்துக் கொன்றார்கள். நான் படுத்திருந்த பாய்க்கு கீழே பாம்பை பார்த்தபின் வீடெல்லாம் பாம்பாகி

எங்கள் காலடியில் ஊர்வதாகத் தோன்றியது. வெளியாட்களை வீட்டுக்கு குடிவைத்து வீடு சுத்தமில்லாமல் போனது சாமிக்குப் பிடிக்காமல் இப்படி பாம்பாக வீட்டில் நெளிகிறது என்று அப்பா முற்றத்தில் குடியேறிய வாடகைக்காரர்களை வெளியேற்றினார். வீட்டில் தேவையில்லாமல் கிடந்த பொருள்களையெல்லாம் தூக்கி வீசியெறிந்தார். வீட்டைச் சுத்தம் செய்யும்போது இரண்டு பாம்புகள் அப்பாவின் கைக்குச் சிக்காமல் கோவில் பக்கம் ஊர்ந்து ஒளிந்து கொண்டது. எங்கள் முற்றம் திரும்ப கிடைத்தது. ஆனால் அதில் பழைய சந்தோசம் இல்லை. அம்மா கதை சொல்வதை நிறுத்திவிட்டது. முன்பு போல முற்றத்தில் பாய் விரித்து வரிசையாக படுத்துறங்குவதில்லை. அக்காக்கள் கல்லூரிப் படிப்பினை முடித்து விட்டு உள் அறையே கதியென்று ஏதாவது கவர்மெண்ட் பரீட்சைக்கு படித்துக் கொண்டிருந்தார்கள். நானும் கல்லூரியில் முதல் வருடம் சேர்ந்துவிட்டாலும் இன்னும் மனதளவில் அன்பைத் தேடும் சிறுவனாகவே இருந்தேன். வீட்டில் எல்லோரும் என்னை ஒரு இளைஞனைப் போலவே நடத்தினார்கள். அப்பா இப்போது எதற்காகவும் கை ஓங்குவதில்லை. மடியில் சாய்த்துக் கொள்ளும் அம்மாவின் ஸ்பரிசத்தை இழந்தேன். எல்லோரும் என்னிலிருந்து தூரமாகிப் போனார்கள். பிடி நழுவிப்போன அம்மாவின் கைகளை இறுகப் பற்றிக்கொண்டேன். சமைக்கும்போதெல்லாம் அம்மாவுக்கு உதவி செய்து சிநேகிதத்தை வளர்த்துக் கொண்டிருந்தேன். அம்மாவின் பார்வையில் படவென்றே ஓயாமல் தடுக்கித் தடுக்கி விழுந்தேன். நான் ஒவ்வொரு முறையும் தடுக்கி விழப்போகும் வேளையில் 'டேய் செந்திலு பாத்துடா' என்று அம்மா பதறித் துடிக்கும்போது அம்மாவிற்கு என் மேல்தான் அதிக பாசம் என்று நினைத்துக்கொள்வேன். ஒரு நாளும் அம்மாவை விட்டுப் பிரிந்திருக்க முடியாது என்று தோன்றியது. 'ஏண்டா எப்பப்பாரு அம்மாவை பயமுறுத்துற' என்று சீனி அண்ணன் என்னைத் திட்டியது. அண்ணனும் என்னைப் போலவே அம்மாவின் மேல் யாரும் அறியாத தனிப் பிரியத்தை வைத்திருந்தது.

தினம் தினம் தொடரும் தனது பால்யகால கனவினை அம்மா மறந்துவிட்டது. மகள்களின் திருமணத்தைப் பற்றி யோசிக்கும் போது பெருமலையைத் தலையில் தூக்கி வைத்திருக்கும் சுமையுடன் மருகிப் போனது. சாந்தி அக்காவிற்கு மாப்பிள்ளை பார்த்தார்கள். மாப்பிள்ளை நல்ல வேலையில் இருந்தார். ஓரளவுக்கு வசதியும் இருந்தது. அக்கா படித்திருப்பதால் பத்து பவுன் நகை போட்டால் போதும் என்றார்கள். வீட்டில் ஒரு பொட்டுத் தங்கமில்லை. இந்தக் கல்யாணம் நடக்குமென்று யாருக்குமே நம்பிக்கையில்லை. சாந்தி அக்கா மூலையில் உட்கார்ந்து அழுது கொண்டிருந்தது. கட்டிக் கொள்வதற்கு நல்ல சேலைகூட இல்லை; அப்புறம் நகைக்கு எங்கே போவது. இப்போது அம்மா பெரியப்பா வீட்டிற்கு போனது. நகையோடு திரும்பி வந்து

சாந்தி அக்கா கழுத்தில் பத்து பவுன் பெருமானமுள்ள நகையும் மீதி நகையை செல்வி அக்கா கழுத்திலும் போட்டது. பெரியப்பாவிற்கு கோவில் கட்டி கும்பிடலாம் என்று செல்வி அக்காவும் நானும் பேசிக் கொண்டோம். எல்லாம் தெரிந்ததைப் போல சீனி அண்ணன் பேசாமல் இருந்தது. என்னைவிட அண்ணனிடம்தான் அம்மா இன்னும் ரகசியப் பகிர்வினை கொண்டிருந்தது. அம்மா வாய்திறந்து "இது நம்மளோட நகைதாண்டா " என்றது. ஒன்றும் புரியாமல் அம்மாவையே பார்த்துக் கொண்டிருந்தேன். "நம்ம சொத்து கோர்ட்டு கேஸுன்னு போயிட்டிருந்தப்ப பெரியப்பா ஜவுளிக்கடையிலும் பெருத்த நஷ்டமா போச்சு. தன்னோட நகைகளை குடுத்தும் பணம் பத்தலன்னு அக்கா எங்கிட்ட வந்து நகையை கொடு தொழில் விருத்தியானதும் திருப்பி தந்திர்றேன்னு கேட்டுச்சு. நம்ம வீட்லயும் இருக்கிற பொருளெல்லாம் அழிஞ்சுகிட்டே போகுது அதாவது மிஞ்சட்டுமேன்னுதான அதை கணக்குல வைக்காம விட்டுட்டேன். பெரியப்பா நகையை திருப்பி குடுக்கிறேனு சொன்னப்பல்லாம் வேணான்னுட்டேன். அதுக்கு வட்டி மாதிரிதான் தினம் தினம் சாப்பாட்டுக்கு அரிசி கொடுத்தாங்க" என்றதும் எனக்கு கண்ணீர் மிதந்து கொண்டு அம்மாவின் மேல் கோபமாக வந்தது. ஒவ்வொரு நாளும் ஒரு பிச்சைக்காரனைப் போல அவங்க வீட்டு வாசற்படியில் வெட்கம் பிய்த்து தின்னக் கூனிக் குறுகி நின்று அரிசியை வாங்கி வந்திருக்கிறேன். அதுவும் பெரியப்பா பையனுடன் கூட விளையாடும்போது நான் ஜெயித்தாலும் அவனுக்கு விட்டுக் கொடுக்க வேண்டியிருந்தது. இல்லையென்றால் 'நாளைக்கு எங்க வீட்டுக்கு அரிசி வாங்க வாடி எங்கப்பாகிட்ட சொல்லிக் குடுக்க விடாம செய்யிறேன்' என்பான். அம்மா என்னைப் பழிவாங்கிவிட்டதாக மொட்டை மாடியில் தனிமையில் அழுதுகிடந்தேன். 'டேய் இதைப் போய் பெரிய விசயமா நெனைச்சுக்கிட்டு' என்று எல்லோரும் என்னை சமாதானம் செய்தார்கள். அம்மாவைத் தவிர யாரும் என் வலி அறியாதவர்களாக இருந்தார்கள். அம்மா மட்டும் என் கைகளைப் பிடித்துக் கெஞ்சியது.

சாந்தி அக்காவிற்கு கல்யாணம் முடிந்து இரண்டு மூன்று மாதங்களிலேயே செல்வி அக்காவிற்கு கல்யாணம் முடிந்தது. அப்பா ஒத்திக்கு கிடந்த தெற்குத் தெரு வீட்டை விற்று கல்யாணச் செலவுக்கு பயன்படுத்திக் கொண்டார். அக்கா பற்றிய என் கல்யாணக் கனவில் வந்தது போல அப்பா நடந்துகொள்ளவில்லை. எல்லா வேலையும் உற்சாகமாக அவரே செய்து முடித்தார். அக்காக்களை வீட்டில் இருக்காமல் வேலைக்குப் போகச் சொன்னார். சீனி அண்ணனுக்கு சிவகங்கையில் புரொபஸர் வேலை கிடைத்தது. நானும் அம்மாவும் அப்பாவும் வீட்டில் தனித்திருந்தோம். எங்களுக்கிடையேயான பேச்சு வார்த்தை குறைந்து போயிருந்தது. மசக்கையில் மயங்கிக் கொண்டிருந்த சாம்பல் பூனை

மதிலிலிருந்து இறங்கி மெச்சில் தானிய அறையில் ஒதுங்கிக் கொண்டது. ஐந்து பூனைக்குட்டிகளை பிரசவித்தது சாம்பல் பூனை. அம்மா தானிய அறையில் ஒரு வட்டியில் பாலை ஊற்றி வைத்தது. சாம்பல் பூனை குட்டிப்பூனையை வாயில் கவ்வி ஒரு இடத்திலிருந்து இன்னொரு இடத்திற்கு கொண்டு செல்லும் அழகைப் பார்த்து அம்மா மகிழ்ச்சி கொண்டது. சாம்பல் பூனை பாதிரியார் வீட்டை முழுவதுமாக மறந்து அதன் குட்டிகளுடன் எங்கள் முற்றத்து வெளியில் நடந்து திரிந்தது. பூனையின் பொருட்டு நானும் அம்மாவும் பழையபடி சிநேகிதமானோம். சாம்பல் பூனையையும் அதன் குட்டிகளையும் பற்றி வாய் ஓயாது அம்மா பேசிக் கொண்டிருந்தது. இரண்டு பூனைகளை நாய் கவ்விக்கொண்டு போனதும் சாம்பல் பூனை வெறிகொண்டு, என்ன செய்தும் வீட்டில் பெருகிக்கிடந்த எலிகளைத் துப்புரவாக வீட்டிலிருந்து அடித்துத் துரத்தியது.

கறுப்பி, சிவப்பி, பொன்னி என்று ஒவ்வொரு பூனைக்கும் ஒரு பெயர் வைத்து நானும் அம்மாவும் கூப்பிட்டோம். சாம்பல் பூனையை மட்டும் பெரிய பூனை என்றோம். “டேய் இந்த கறுப்பிக்கு எவ்வளவு திமிரு பாருடா நான் வச்ச சோறை சாப்பிடாம அப்படியே வச்சிருக்கு, கறுப்பியும் சிவப்பியும் சண்டை போட்டுச்சுடா...’ தினமும் நான் கல்லூரியிலிருந்து திரும்பும்போது இப்படி பூனைகளைப் பற்றிய கதைகளை மட்டுமே சொல்லிக்கொண்டிருந்தது அம்மா. நானும் பதிலுக்கு “இந்த கறுப்பி அப்படியா செஞ்சுச்சு? நான் கவனிச்சுக்கிறேன்” என்பேன். பொன்னி யாருக்கும் தெரியாமல் காணாமல் போன அன்று அம்மா சாப்பிடாமல் தூங்கியது. பிள்ளைப் பாசம் போல் பூனைப் பாசமும் அம்மாவிற்கு ஒட்டிக் கொண்டது. சேட்டை செய்யும் சிறுவனை கண்ணெதிரிலேயே வைத்திருப்பது போல கறுப்பி பின்னாடியும் சிவப்பி பின்னாடியும் அம்மா அலைந்து கொண்டிருந்தது. எங்கம்மாவின் குழந்தைகளைப் போல கறுப்பியும், சிவப்பியும் அம்மா மடியில் படுத்துறங்கியது. கறுப்பி பாலை மட்டும் விரும்பி சாப்பிடும். மற்ற பொருள்களை மோந்து கூட பார்க்காது. சிவப்பி எது கொடுத்தாலும் சாப்பிட்டுக் கொள்ளும். சாந்தி அக்கா பிரசவத்துக்கு அம்மா போயிருந்த நேரத்தில் கறுப்பியும் ஒருநாள் காணாமல் போனாள். அக்கா வீட்டில் இருந்த அம்மாவிடம் இதை நான் தெரியப்படுத்தவில்லை. வீட்டுக்குத் திரும்பிய அம்மா நான் கறுப்பிக்கு பால் ஊற்றாததால்தான் அது வீட்டைவிட்டு ஓடிப்போனது என்று என்மேல் குறைப்பட்டுக் கொண்டது. தான் ஆசைப்படும் அனைத்தும் இப்படி பாதியிலேயே முறிந்து போகும் துரதிருஷ்டத்தை நினைத்துப் பெருங்கவலை கொண்டது அம்மா.

அண்ணன் தனியாகச் சமைக்க சாப்பிடக் கஷ்டப்படுகிறது என்று

அம்மா அண்ணனோடு சிவகங்கையில் ஒரு வீடெடுத்துத் தங்கியது. சிவப்பியை மட்டும் தன்னோடு எடுத்துப் போகலாம் என்ற ஆசை இருந்தாலும் பெரிய பூனை தனியாகக் கஷ்டப்படுமென்று அதை விட்டுப் போனது. அப்பா எனக்குத் துணையாக வீட்டில் இருந்தார். நானும் அப்பாவும் சமைத்துச் சாப்பிட்டோம். சிவப்பி ஒரு குழந்தையின் சிணுங்கலைப் போல் கத்திக் கொண்டு வீடெங்கும் அம்மாவைத் தேடியலைந்து துரும்பாகிப் போனது. கடைசி செமஸ்டர் முடிந்ததும் சிவகங்கைக்கு உடனே வரச்சொல்லி அம்மாவும் அண்ணனும் கடிதம் எழுதினார்கள். 'சிவப்பி எப்படியிருக்கு' என்று அம்மா விசாரித்து எழுதிய கடிதத்திற்கு, தெருவில் அடிபட்டு சிவப்பி செத்துப் போனது என்று சொல்லாமல் சிவப்பியும் எங்கேயோ போய்க் காணாமல் போனது என்றேன். அதற்குப் பின் வந்த கடிதங்களில் மீதிமிருந்த பெரிய பூனையைப் பற்றி ஒரு வார்த்தையைக் கூட அம்மா குறிப்பிடவில்லை .

எலிகளை வேட்டையாடி ஓய்ந்த பெரிய பூனை தானிய சேந்தியில் செத்துக் கிடந்தது பற்றியும் அதை புதைத்த அன்று என்மேல் வீசிய பூனை வாசனை பற்றியும் அம்மாவிடம் சொல்லவில்லை. முற்றத்து வீட்டை அடைத்துப் போட்டுவிட்டு நானும் அப்பாவும் சிவகங்கைக்குப் போன பின்பும் அம்மா 'பெரிய பூனை எப்படிருக்கு' என்று கேட்கவில்லை. அதற்கு மேல் பூனையின் தொடர்பாக எந்த கெட்ட செய்தியையும் அம்மா அறிய விரும்பாமல் இருந்தது. அப்பாதான் போகிற போக்கில் 'நம்ம பெரிய பூனையும் செத்து போச்சில்ல' என்றார். அம்மா எதுவுமே காதில் விழாதது மாதிரி நடந்து கொண்டது. நானும், அம்மாவும், செல்வி அக்காவும், சாந்தி அக்காவும், சீனி அண்ணனும் சேர்ந்து படுத்துறங்கிய முற்றம் இன்று பூனைகளும் இல்லாமல் யாருமற்று வெறுமையாகி தனித்துக் கிடக்கிறது என்பதை அம்மாவுக்கு எப்படிச் சொல்வது.

இசைக்காத மீன்களின் அக்கார்டியன்

அசதா

மீன்கள் வெயிலில் காயத்துவங்கிய அந்தக் காலைப் பொழுதில் காற்றினூடாக நான்கு திசைகளிலும் பின் பறவைகளற்ற வான் நோக்கியும் பரவ ஆரம்பித்த மீன்வாடையால் மூக்கைச் சுளித்தபடி வெளியே வந்தவர்களுக்கு நேற்று ஊர் ஏரியில் மீன் கொள்ளையிட்டது நினைவிலாடியது. எவ்விதப் புகாருமற்றவர்களாய் மீன்வாடையோடு அந்நாளை அவர்கள் தொடங்கிய அக்காலையில் தேவாலயத்தின் பரந்த மைதானத்தைத் தவிர ஊரின் எல்லாவிடங்களிலும் மீன் காய்ந்தது. முற்றங்களில், மொட்டைமாடிகளில், அகலமான தெருக்களின் ஓரங்களில், இடமில்லாதபோது வீட்டுக் கூரைகளில், நடைபாதைகளில், நெல்லடிக்கும் களங்களில் என உயிரின் மினுமினுப்பு இன்னும் மிச்சமிருந்த உடல்களை காலைச் சூரியனுக்குக் காட்டியபடி மீன்கள் பரவிக் கிடந்தன. பிறகே மீன்களைக் கண்ட காக்கைக் கூட்டங்களின் சந்தோஷ இரைச்சல் கேட்டது. அது விரட்டுவோரின் பலவகைக் குரல்களையும் விஞ்சி ஒலித்தது.

தன் அறையிலிருந்து வெளியே வந்த சின்ன பாதர் தாமஸ் வழக்கமாய் பெரிய பாதரின் அறையை நிறைத்து அறைவீடு முழுமையையும் வியாபித்திருக்கும் புகையும் சுருட்டின் மணத்தை எதிர்கொண்டார். பிறகு மெதுவாகவே அவர் மீன்கள் வதங்கும் வாசனையை நுகரத்தொடங்கினார். திடுமென அவ்வாசம் அவரை இன்னொரு காலத்தின் இன்னொரு வெளியின் சீதோஷ்ணத்துக்குள் கொண்டு நிறுத்தியபோது நிகழிலிருந்து வேறுபட்ட அந்தக் காற்றையும் வெயிலையும் வாசனைகளையும் மனிதர்களையும் அவர் உணர்ந்தார். கால நகர்வில் பின்னோக்கி இழுக்கப்பட்டவராகி, இறுகிப் படிமமாகிவிட்டவைகள் தடையற்று நீந்த ஆரம்பித்த தன் நினைவு மீன் வாசமேறி மிக ரம்மியமானதொன்றாகி ஆழ்மனத்தில் உறைந்து போன ஞாபகத்தின்

இடுக்குகளிலும் நுழைவதை அவர் கண்டார். அங்கே அவர் எட்டாம் வகுப்பு படிக்கும் அரைக்கால் சட்டையணிந்த சங்கோஜமிக்க பையனாக இன்னமும் குத்தகைக்காரர்கள் மீன்பிடித்து முடித்திராத ஏரியின் கரையில் பொறுமையற்றுக் காத்திருந்த மக்கள் கூட்டத்துள் ஒருவராக நின்றிருந்தார். “ஊரே நவுந்து போயி கடலோரம் குடியேறிவிட்டமாதிரி இருக்கு சாமி” என்றபடி சோம்பாய் கொண்டு வந்த டீயில் மீன் மணந்தது.

அன்றைய பாடல் பூசைக்குத் தெரிந்து வைத்திருந்த பாடல்களை மேலோட்டமாக ஒருமுறை வாசித்துப் பார்த்த பாதர் தாமஸ் வென்னீர் தயாராவதற்காகக் காத்திருந்த தருணத்தில் சுவரிலிருந்த அந்த ஓவியத்தைப் பார்த்தார். அதுவொரு பரந்த இயற்கைக் காட்சி ஓவியம். அவருக்கு முன்னிருந்த பாதிரியார்களில் யாரோ ஒருவர் வாங்கி மாட்டிவிட்டுப் போயிருந்த அந்த நீர்வண்ண ஓவியத்தில் முன்னணியில் வெளிறிய பூக்கள் காணப்பட்ட புல்வெளியையடுத்து மூடுபனியினூடாக துயரார்ந்த மலையொன்று தெரிந்தது. அம்மலையை சிரமத்துடன் ஏறிக் கடந்தபோது அந்தப் பக்கம் வறண்ட நிலக்காட்சியின் மையமாக ஏரியொன்றை அவர் கண்டார். வினோதமாக அந்தப்பக்கம் மூடுபனி இருக்கவில்லை. அங்கே நீர் துளியுமற்று வறண்டு முழுக்க முழுக்க மீன்களால் நிரம்பி விட்டிருந்த ஏரியில் தத்தளிப்புடன் சிறுமியொருத்தி மூழ்கிக் கொண்டிருப்பதைக் கண்டார். அவள் அவர் எப்போதும் காண்பவளும் இப்போது கைவிடப்படுதலின் துயரத்தைக் கண்களில் கொண்டிருந்தவளுமான மெலிந்த தேகம் கொண்ட குறும்புக்காரச் சிறுமி. "நீரில்லாத ஏரியில் மீன்களால் பயமில்லை" தடுமாற்றத்துடன் தனக்குத் தானே சொன்னவராய் அவர் திரும்பி நடந்தார். ஆனால் நடுங்கிய கால்களை எவ்வளவு பிரயாசைப்பட்டும் நகர்த்த முடியாதவராய் அசைவற்று பீதியுடன் நின்றார். பின்னால் திரும்பிப் பார்க்கவும் அவருக்குத் துணிவில்லை. நீண்ட நெடுநேரம் அசைக்கமுடியாது தரையோடு பிணைந்துவிட்ட பாதங்களை இயலாமையோடு பார்த்தபடியிருந்தார். “கர்த்தர் நம் முன் செல்கையில் நமக்கு எங்கும் பயமில்லை சாமி, சுடுதண்ணி தயாராயிருக்கு” சோம்பாய் வெளியேயிருந்து குரல் கொடுத்தார்.

***

பெரிய வலைகள், கைப்பிடியுடன்கூடிய கச்சா வலைகள், வாளிகள், பழைய வேட்டி, புடவை, துண்டு என அவரவர் மீன் ஆசைக்கும் மீன் பிடிக்கும் திறமைக்கும் ஏற்றவாறு கரைமீது நின்றிருந்த கூட்டத்தில் வெறுங்கையுடன் மீன்பிடி என்ற விளையாட்டுக்காய் வந்திருந்த சிறுவர்களே அதிகமிருந்தனர். இது போலப் பெருங்கூட்டமாய் மீன் பிடிக்க வாய்க்கும் சந்தர்ப்பங்கள் அரிது என்பதனால் ஊரே

கூடித் திரண்டிருந்த அந்த ஏரியின் கரையில் தாமஸ் நின்றிருந்த இடத்திலிருந்து சற்றுத் தள்ளி நின்றிருந்த ஜோஸப்பின் தலையில் கவிர்த்திருந்த பிளாஸ்டிக் வாளியை சற்றே உயர்த்தி அவனைப் பார்த்து முறுவலித்தாள். ஆரஞ்சு வண்ணப் பாவாடையும், வெள்ளைப் பூக்கள் விரவிக் கிடந்த, கைப்பகுதி புடைப்புடன் தைக்கப்பட்ட மேல்சட்டையும் அணிந்திருந்த மெலிந்த தேகத்தினளான அவள் அந்த மஞ்சள் நிற வாளியெனும் வினோதத் தொப்பியினால் ஒளிபொருந்தி வசீகரமிக்கவளாகி நின்றாள். இது போன்ற இடங்களில் அவளைக் காண முடியாதபடிக்கான ஒழுங்குக் கட்டுப்பாடுகள் மதிற்சுவராய் நின்ற குடும்பத்தில் பிறந்திருந்த அவள் அக்கட்டுப்பாடுகளை மீறுவதில் தனித்தவொரு சந்தோஷம் இருப்பதைக் கண்டுபிடித்தவளாயும் எப்போதும் அவற்றை மீறும் துணிவுள்ளவளாயும் இருந்தாள். திடீரென அவனறியாத ஏதோவொரு அன்னியப் பிரதேசத்திலிருந்து அங்கு வந்துவிட்டவளைப் போலிருந்தவளைப் பார்த்து பதிலுக்கு முறுவலித்த தாமஸை இனம் புரியாத ஒரு சந்தோஷம் பற்றியது. வகுப்பில் உடன் படிக்கும் பெண்கள் யாருடனும் பேசியறியாதவனாக இருந்தபோதும் ஜோஸப்பினைப் பார்க்கையில் மட்டும் கிலேசமும் குளிர்ச்சியுமான கிளர்ச்சியொன்று தன்னுள் எழுந்து அடங்குவதை தாமஸ் உணர்ந்திருந்தான். சரியான குறும்புக்காரியும் அடாவடிக்காரியுமான அவள் தன்னைக் காணும் போது மட்டும் கண்களைத் தாழ்த்தி குறுஞ்சிரிப்போடு நாணிச் சென்றுவிடுவதையும் அவனால் புரிந்து கொள்ள முடியாமலிருந்தது. அவன் மஞ்சள் வாளியைக் கீழே இறக்காமல் ஓரக் கண்ணால் அவளையே பார்த்துக் கொண்டிருக்கையில் உச்சி சூரியன் அவளைப் பார்த்தபடியே மேற்கே நகர ஆயத்தமாகியது. "ராத்திரி பொரிச்ச தலப் பெரட்டயக்கூட விடாம பிடிச்சிட்டுத்தான் கரைஏறுவானுங்க போலருக்கு" கூட்டத்திலிருந்த ஒரு முதியவள் சலித்துக் கொண்டாள்.

'தேனினிமையிலும் ஏசுவின் நாமம் திவ்ய மதுரமாமே' அஸ்தகால மணிக்கப்புறம் ஒலித்த ரிக்கார்டைக் கேட்டபடி கண்விழித்த பாதருக்கு அன்று ஞாயிற்றுக்கிழமை என்ற நினைவு வந்தது. அருகே மேசையில், போர்த்தப்பட்டிருந்த மெல்லிய வெள்ளைத் துணிக்குள்ளாக வெக்கைமிகு இரவொன்றை எதிர்கொண்டு உறைந்திருந்த அக்கார்டியனை எடுத்துக் கழுத்தில் மாட்டிக் கொண்டதும் மெதுவாக இளகிய அக்கார்டியன் இறுக்கம் தளர்ந்த துருத்தியினூடாக தன்னை ஆசுவாசப்படுத்திக் கொண்டு தயாரானபோது "உட்கார்ந்தபடி அக்கார்டியன் வாசிப்பது படுத்தபடி கக்கூஸ் போவதற்கு சமம்", மேஜர் செமினரியில் பயின்ற காலத்தில் பாதர் லாசரஸ் கடும் நெடிமிக்க சுருட்டுப் புகையினூடாக உரத்துச் சிரித்தபடி சொன்னதும் தான் தனிமையில் அக்கார்டியன் வாசிக்கும் தருணங்களிலெல்லாம் மாறாத அதே நெடியுடன் ஒலிப்பதுமான அக்குரலை பாதர் தாமஸ் அன்றும் கேட்டார். நரைத்து

அழுக்கேறிய தாடியின் ரோமங்களைக் கடந்து பரவும் அந்த சுருட்டு நெடி பாதர் லாசரஸின் வாசம். அவர் புகைத்த சுருட்டிலிருந்து மட்டுமல்லாமல் அவருக்குள் எங்கேயோயிருந்த அந்தரங்கமான வாசனைகள் கலந்ததுமாய் அது இருந்தது. நெருப்பில் புகையும் வெறும் புகையிலையின் மணமாக மட்டும் அது இருந்ததில்லையென்பதை ஒரு பாதிரியாராகி இந்த ஊருக்கு வந்தபின் நாளெல்லாம் இந்த அறைவீட்டில் தன்னைச் சூழ்ந்திருக்கும் பெரிய பாதிரியாரின் சுருட்டு வாசத்தை ஒப்பிட்டு அவர் உணர்ந்து கொண்டிருந்தார்.

அக்கார்டியன் மட்டுமல்லாது தாமஸுக்கு எவ்வளவோ விஷயங்களில் தெளிவு பெற உதவியிருக்கிறார் பாதர் லாசரஸ். பேராசிரியராகக் குருத்துவக் கல்லூரியில் அவர் கற்பித்த இறையியல் பாடத்துக்கும் நடை போகிற மாலை நேரங்களில் மர்ப்பி டவுன் சிறுவர்களோடு சேர்ந்து கிரிக்கெட் விளையாடுவதோடல்லாமல் பலநேரம் அவர்களோடு நிஜமாகவே சண்டைபோட்டு கோபமாக ஆட்டத்தை முறித்துக் கொண்டு வருவது போன்ற செய்கைகளுக்கும் இடையிலான ஒரு விசித்திர வெளியில் அவர் தன்னை நிறுத்தி வைத்திருந்தார். 'தாமஸ், திஸ் மேன் ஈஸ் எ ரியல் க்ராக்பாட், அன் எக்ஸ்ட்ரீம் எக்ஸெண்ட்ரிக்' தாமஸ் அவரோடு நெருக்கமாகத் தொடங்கிய நாட்களில் கால்பந்து ஆட்டமொன்றின் போது இணையாக ஓடிவந்தபடியே மூத்த செமினரியன் அருள் டேவிட் குசுகுசுப்பாக சொன்னதோடு அவரைப் பற்றி தாமஸ் ஏற்கனவே அறிந்திருந்த செமினரியில் எப்போதும் உலவும் வதந்திகளையும் ஒப்பித்தான். அதில் முத்தாய்ப்பானது அவர் ஒருபால் உறவில் நாட்டங்கொண்டவர் என்பது, 'உன் பின்புறத்தை நீ பத்திரமாய் பார்த்துக்கொள்வது நல்லது' மூச்சு வாங்க ஆங்கிலத்தில் சொல்லிவிட்டு பந்தைக் காலில் காவியபடி அருள் டேவிட் விலகியோடினான்.

***

எக்ஸ் சுபேதார் மிக்கேல் சாமி மதராஸ் என்ஜினியர்ஸில் பாய்ஸ் பட்டாளம் தொடங்கி ஆனரரி கேப்டன் வரையிலான தனது முப்பத்தியிரண்டு வருட சர்வீஸைப் பற்றிப் பேச ஆரம்பித்தாரென்றால் அது கால் நூற்றாண்டுக்கும் சற்றுக்கூடிய இந்திய ராணுவத்தின் வரலாறாகவும் மாறிவிடுவதால் எழுபத்தியொன்றில் பாகிஸ்தான் சண்டையின்போது வங்கதேச எல்லையில் இறைச்சி கிடைக்காமல் அணில்களைச் சுட்டுத் தின்ன நேர்ந்த வீரர்களின் அவலம் தொடங்கி, எண்பத்து நான்கில் ஆபரேஷன் ப்ளூ ஸ்டாரின் போது பொற்கோவிலுக்குள் பூட்ஸ் கால்களுடன் நுழைய நேர்ந்த வீரர்களது மனநெருக்கடி வரையான சுவாரஸ்யமிக்க பின்னணித் தகவல்களை நீங்கள் வேறு யாரிடமும் அத்தனைத் துல்லியமாகப் பெற முடியாது. ஆனால் அவர் அதே சம்பவங்களை ஒரு சிறிதும் கலப்படமின்றி அதே

நபர்களிடம் திரும்பத் திரும்பச் சொன்னபடியிருந்ததனால் அவர் பேச ஆரம்பித்து பேச்சின் கடிவாளத்தை இறுக்கி அதன் அடி வயிற்றில் பூட்ஸ் காலின் பின்புறத்தால் குத்தி வேகமூட்ட முனையும்போது கேட்டுக் கொண்டிருப்பவர் அங்கிருந்து கிளம்புவதற்கான கற்பனையான ஒரு காரணத்தை உருவாக்கியிருப்பார். முதிர் வயதின் பிசகுகள் படிந்த தன் ஞாபகப் பரப்பில் யாரொருவரையும் ஐயப்பட அறியாதவராக மாறிவிட்டிருந்த அவர் சொல்லப்பட்ட காரணத்தினை கரிசனத்துடன் கேட்டு வந்தவரை வழியனுப்பி வைத்துவிட்டு சோர்வுடன் பேச்சை லாயத்தில் கட்டுவார். மனைவி பாக்கியமரியின் மரணத்துக்குப் பின் மௌனம் சகிக்க முடியாத சகவாசியாகிப் போனதால் பேச்சு அவரது தீராத விருப்பமாக மாறியிருந்தது. தொலைபேசிகளின் அண்மையில் பெற்றபாசம் பேணுபவர்களாக பிள்ளைகள். வடநாட்டில் குடும்பத்தோடு இருக்கும் பெரியவன் மோசஸ், அடுத்தவன் ஸ்டாலின் கடல் தாண்டி சிங்கப்பூரிலிருக்க அவன் மனைவி தாய்வீட்டிலிருந்தாள். கடைக்குட்டி ஜோஸப்பின். ஜோஸப்பினின் நினைவு அவரைத் தடுமாற வைத்தது. அவளைப் பற்றிய நினைவு எப்போதும் மிக்கேல் சாமியின் நினைவாற்றலின் செதில்களை உதிர்த்துவிடச் செய்து, பழகியதானாலும் அந்தப் பழைய வலியினை நிகழ்காலத்தினுடையதாகவும் மாற்றி விடுவது. பாக்கியம் எவ்வளவு சொன்னாள். ஏன் அப்படி நடந்துகொண்டோம். எங்கிருந்து அப்படியொரு மூர்க்கம் வந்தது. ஆடிக்கொண்டிருந்த நாற்காலி நின்றபோது மிக்கேல்சாமியின் விழியோரம் துளி நீர் தெரிந்தது. சலனமும் நிச்சலமுமான மனஓட்டம் சில கணங்கள் குமிழியிட்டுப் பின் அடங்கியது. போர்ட்பிளேரில் ஏழே நாட்களில் ஒரு விமான ஓடுபாதையை அமைக்கத் தன் கம்பெனிக்கு கமாண்டர் கர்னல் ராம்நாத் உத்தரவிட்டதும் அவர் லாயத்திலிருந்து திரும்பக் குதிரையொன்றை அவிழ்த்துத் தயாரானார். திரும்பவும் நாற்காலி ஆடத்தொடங்கியது.

***

விபச்சாரத்தில் சிக்கிய பெண்ணைக் காப்பாற்ற உங்களுள் பாவம் செய்யாதவன் அவள் மீது முதல் கல்லை எறியட்டும் என்றவர் ஒரு பெண்ணை இச்சையோடு நோக்கும்போதே அவளோடு உன் மனதில் நீ விபச்சாரம் செய்தாயிற்று எனச் சொல்வது முரணாயிருக்கிறது ஒரு லிபரல் சடாரென கன்ஸர்வேடிவ் பள்ளத்தில் இறங்குவது போல.

பதிலாக எதுவும் சொல்லாமல் பாதர் லாசரஸ் எழுந்து அக்கார்டியனில் 'உன் திரு யாழினில் இறைவா' வாசிக்க ஆரம்பித்தார். அவர் இந்தப் பாடலை வாசிக்கிறார் என்றால் உற்சாகமான மனநிலையில் இருக்கிறார் என்று அர்த்தம். அபூர்வமாகவே அவர் இந்தப் பாடலை வாசிப்பார். அன்று 'யாழினை நீயும் மீட்டுகையில், இந்த ஏழையின் இதயம் துயில் கலையும்' வரியினை சங்கதிகள் எல்லாம் சேர்த்து இரண்டு மூன்று

தரம் திரும்பத் திரும்ப வாசித்தார்.

“பாதர் இன்னைக்கு ரொம்ப உற்சாகமாக இருக்கீங்க போல”

பாதர் லாசரஸ் சிரித்தார். அக்கார்டியனை மெதுவாக மேசைமீது வைத்தபின் சொன்னார் “தாமஸ், பைபிள்ள ஏசுவுக்கு லிபரல் இமேஜ் உண்டாகற அல்லது உண்டாக்கப்படற இடங்கள்ள நீ சொன்ன முதல் சந்தர்ப்பமும் முக்கியமான ஒண்ணு. ஆனா நீ குறிப்பிடும் இந்த இரண்டு சந்தர்ப்பங்களையும் ஒப்பிட்டு அவர் கன்ஸர்வேடிவோனு நினைக்கத் தூண்டறது உன்னுடைய வயசு”. பாதர் மறுபடியும் சிரித்தார். சிரிப்பை நிறுத்திவிட்டு ஒரு கணம் தாமஸின் கண்களையே உற்றுப் பார்த்தவர் கேட்டார் “யார் அந்தப் பெண்?”

எதிர்பாராத இந்தக் கேள்வி தாமஸை சற்றே நிலைகுலைய வைத்தது. அவன் மெளனமாக அமர்ந்திருந்தான். அவன் தோளில் ஆதரவாய்க் கை வைத்தார் “கமான் மை பாய், ஐ வாஸ் ஜஸ்ட் கிடிங்”.

"இல்ல பாதர், உங்ககிட்ட நான் பொய்சொல்ல விரும்பல.” நிலை மீண்டவனாக தாமஸ் சொன்னான்.

***

அந்த வருடம் மீன்பாடு உண்மையிலேயே மிக அதிகமாக இருந்தது. கடந்த எட்டு நாட்களாக எங்கிருந்தெல்லாமோ வியாபாரிகள் வந்து கூடை கூடையாக சைக்கிளில் வைத்து ஏற்றிக் கொண்டு போனதில் குத்தகைத் தொகையைவிடவும் பலமடங்கு லாபம் கண்டபின்னும் ஏரியில் தீராமல் பெருகியபடி இருந்த மீன்கள் குத்தகைக்காரர்களையே வியக்கவைத்தது. மீன்பிடி முடிந்தபின் இரவுகளில் வானிலிருந்து வந்து யாரோ மீன்களைக் கொட்டித் திரும்பவும் ஏரியை நிரப்பிவிடுகிறார்களோ எனவும் சிலர் ஐயப்பட்டனர். ஆனாலும் அவர்களுக்கு மீனைக் கொள்ளையிட இன்னமும் மனம் வரவில்லை. கரையில் நின்றிருந்த கூட்டமோ கட்டுமீறிப்போகும் அளவை எட்டியிருந்தது. ஏரியினுள் மீன்கள் குவிக்கப்பட்டிருந்த இடத்தில் மேற்பார்வையில் ஈடுபட்டிருந்த குத்தகைக்காரர்களில் ஒருவரான முன்னாள் சபைமணியம் அந்தோணி மற்ற குத்தகைக்காரர்களோடு ஏதோ பேசினார். இவர் சொன்னதை அவர்கள் பலமாக மறுத்தது போலிருந்தது. அவர்கள் தொடர்ந்து பேசியபடி இருந்தனர். சற்றுக் கழித்து அவர்களிடையேயான பேச்சு வாக்குவாதமாய் மாறியது. கரை மீதிருந்தவர்கள் ஆர்வம் கூடியவர்களாய் கவனிக்க ஆரம்பித்திருந்தனர். மீன் கொள்ளையிடுவார்கள் என வந்து இதுவரை அவர்கள் ஐந்து நாட்களாக ஏமாற்றத்துடன் திரும்பிப் போய்க்கொண்டிருந்தனர். வாக்குவாதத்தின் முடிவில் கோபத்துடன் விலகிவந்த அந்தோணி மாறாத அதே கோபத்துடன் தலையில் கட்டியிருந்த துண்டை அவிழ்த்தார். கரைமீது நின்றிருந்த கூட்டத்தில்

சலசலப்பு அடங்கி திடீர் அமைதி வந்தது. அந்தோணி துண்டைத் தலைக்கு மேலே உயர்த்தி கரையைப் பார்த்து மூன்று முறை வலுவாகச் சுழற்றினார். அடுத்த கணம் 'மீன் கொள்ளையிட்டாச்சு' என்ற உரத்த குரல்களும் 'ஓ' வென்ற இரைச்சலுமாக சரிவான கரையில் திமுதிமுவென ஓடி ஊர் மொத்தமும் ஏரிக்குள் இறங்கியது.

ஞாயிற்றுக்கிழமைகளில் நடக்கும் இரண்டாவது பூசையின் போது பாட்டுக் குழுவில் தாமஸ் ஃபாதர் அக்கார்டியன் வாசிப்பதை வழக்கமாகக் கொண்டிருந்தார். ஞாயிற்றுக்கிழமை பூசை கடன் பூசை, அதிலும் இரண்டாவது பூசை வாரத்தின் சிறப்பான பூசை, பாடல் பூசை. காலை முதல் பூசைக்குப் பெரியவர்களும் வயதானவர்களும் கறி எடுத்துச் சமைக்கும் வேலையிலிருக்கும் பெண்களும் வந்து போய்விடுவதால் எட்டு மணிக்கு நடக்கும் இரண்டாவது பூசையின்போது தேவாலயம் எப்போதும் சிறுவர்களாலும் வயசுப் பிள்ளைகளாலும் நிறைந்திருக்கும். அக்கார்டியன் வாசிப்பதற்காகவே தாமஸ் ஃபாதர் தனக்கு ஒதுக்கப்பட்ட கிளைப் பங்குகளில் விரைவாக பூசைகளை முடித்துக் கொண்டு எட்டு மணிக்குள் திரும்பி விடுவார். அவர் அக்கார்டியன் வாசிக்க ஆரம்பித்த தொடக்க நாட்களில் ஒருநாள் எல்லோரும் பூசையை கவனிக்காமல் அக்கார்டியனில் அமுங்கி விரியும் துருத்தியையும் அதிலிருந்து சிலீரென்று ஒலித்த சன்னமான இசையையும் வியப்புடன் கவனித்தபடி 'ஆண்டவர் உங்களோடு இருப்பாராக' என்ற பெரிய ஃபாதரின் பாடலுக்கு 'உம்மோடும் இருப்பாராக' என பதில் பாட மறந்த ஒரு சந்தர்ப்பத்தில் பெரிய ஃபாதருக்கு அக்கார்டியன் மீதும் அதை வாசித்த தாமஸ் ஃபாதர் மீதும் வந்த கோபத்தில் சற்று நேரம் பூசையை நிறுத்திவிட்டு அமைதியாக இருந்தார். அப்போது முதல் யார் பார்வையிலும் படாத, பாடல் குழு அமருமிடத்துக்கு அருகேயிருந்த பெரிய தூணின் உட்குழிந்த பகுதியை தனக்கும் தன் அக்கார்டியனுக்குமான இடமாக ஃபாதர் தாமஸ் தேர்ந்து கொண்டார்.

அதிகாலையில் விலகாத தூக்கத்துடன் பாடல் பாடும் கொயர் பிள்ளைகள் மறந்தும் கண்ணயர்ந்துவிடாதபடிக்கு 'திடும் திடும்' என அதன் பெடல் கட்டைகள் மரச்சுவரில் மோதி அதிர்வுகள் உண்டாகும்படி தேவாலயத்தின் சர்ச் ஆர்கனை வாசித்த சவரிமுத்து வாத்தியார்தான் பெரிய ஃபாதருக்கு அடுத்து அக்கார்டியனை எதிரியாகப் பார்த்த இரண்டாவது நபர். தன் ஏகபோக ராஜ்ஜியமாயிருந்த பாடல் குழுவில் நுழைந்து கம்பீரம் மிக்க தனது பழைய ஆர்கனை ஒரு ஒன்றுமற்ற வஸ்துவாக்கிவிட்ட அந்த வினோத இசைப்பெட்டியை, 'வாசிச்சுப் பார்க்கறீங்களா?' எனக் கேட்டு தாமஸ் ஃபாதர் அதை வாசிக்கவும் கற்றுக் கொடுத்த தினம் வரை தீராத வன்மத்துடனே பார்த்து வந்தார். "ஆர்மோனியத்தத்தான் ரெண்டு

பக்கமும் கட்டைங்களை வச்சு நடுவுல துருத்திய திணிச்சு மாத்தி செஞ்சிருக்கான். துருத்தியோட சேர்ந்து கட்டைங்களும் முன்னே பின்னே போய்வருது அவ்ளோதான். ஆனா நம்ம ஆர்மோனிய சவுண்டு என்ன கம்பீரம். இதென்னமோ எச்சிலடைச்சிக்கிட்ட பீப்பி மாதிரி முக்கி முக்கிக் கத்துது." மரியசவரி வாத்தியரோடு சேர்ந்து தண்ணியடிக்கும்போது அக்கார்டியன் பற்றி சவரிமுத்து வாத்தியார் இப்படிச் சொல்லித்தான் புரையேறும் வரை சிரித்தார்.

ஏரியின் முட்டிக்காலளவு தண்ணீர் தாமஸுக்கு இடுப்பைத் தொடுமளவாக இருந்தது. ஏரி முழுக்க ஆட்களாய் இறங்கிய கணம் நீர்ப்பரப்பின் ஓரங்களிலிருந்த பீதியுற்ற தவளைகள் நாலாபுறமும் தாவித் தாவி ஓடி கரையோரப் புகலிடங்களையடைந்தன. சுற்றியிருப்பவர்கள் யாரென்று அடையாளங்காண முடியாதிருந்த நெரிசலில் கச்சா வலையை நீரில் அமுக்கி வெளியே எடுக்கையில் எதிரே குனிந்திருந்த பெண்ணின் வழித்துக்கட்டிய சேலையை, ஆணின் வேட்டியை, சிறுமியின் பாவாடையை மேலும் அது உயர்த்த சில இடங்களில் கோபமும் சில இடங்களில் சிரிப்புமாய் மீன்பிடி தொடர்ந்தது. எல்லோரும் மீன்களைப் பிடிப்பதில் மும்முரமாயிருக்க படபடப்பும் சந்தோஷமுமாய் நீரிலிறங்கிய தாமஸுக்கு முதலில் என்ன செய்வதெனத் தெரியவில்லை. குழம்பிச் சகதியாகிக் கொண்டிருந்த நீரில் கைகளில் சிக்குவனவாகவில்லை . சற்றுநேரம் கழித்து சிக்கியவொன்றை வெளியே எடுத்து அது தவளையெனக் கண்டதும் அச்சத்துடன் தூர எறிந்தான். அப்படியே அளைந்து கொண்டிருந்தவன் சற்று கழித்து ஒருசேரக் கிடைத்தச் சின்னச் சின்ன ஆனால் அவ்வளவாக வழுவழுப்பற்ற நான்கு ஐந்து மீன்களை வலுவாகப் பற்றி மேலே கொண்டுவந்தபோது ஒரு பெண்ணின் விரல்களும் அவற்றோடு வளையல்களணிந்த அவள் கைகளும் மேலே வந்தன. சிரிப்புடன் அவன் முன்னே ஜோஸஃபின் நிமிர்ந்தெழுந்து நின்றாள். அழுக்கு மஞ்சளாய் சகதி நீர் வழிந்து சொட்டிய கைகளைப் பற்றியபடி அவர்கள் நின்றனர். அவனும் சிரித்தான். விரல்களின் ஸ்பரிஸம் அவர்களுள் அந்தப் புதுவித விளையாட்டின் ருசியை தீவிரப்படுத்தியது. சுற்றி நின்றவர்கள் கவனமெல்லாம் தங்கள் கலன்களை மீன்களால் நிறைப்பதில் இருக்க, வந்து சிக்கிய மீன்களைக்கூடப் பிடிக்காமல் நெடுநேரம் இருவரும் நீருக்குள் விரல் பிடித்து விளையாடிக் கொண்டிருந்தனர். அன்று அந்த ஏரியின் நீர் மீன்கள், நண்டுகள், நத்தைகள், தவளைகள், சில நீர்க்கோழிகள், விலாங்கு மீன்கள் எனத் தவறாய் கணிக்கப்பட்டு பின் தூர எறியப்பட்ட தண்ணீர்ப் பாம்புகள் என தன்னிலிருந்து கொடுத்து பிள்ளைக் காதலொன்றின் களிகூடிய விளையாட்டில் நீருக்குள் நிகழ்கையில் அதீத மர்மமும் அமானுஷ்யமும் கூடியவனாக அவை மாறிவிடுவது நிலத்தைப் போல வெறும் பார்வையாளராக

இராமல் நீரும் விளையாட்டில் ஒருவராகத் தன்னைச் சேர்த்துக் கொள்ளும்போதுதான்.

அன்றொருநாள் காலைப்பூசை முடிந்து போகும்போது தூம்பாக்கொட்டகைக்குள்ளிருந்தபடி கிசுகிசுப்பான குரலில் அழைத்து “ஹாப்பி பர்த்டே” என ஜோஸஃபின் நீட்டிய சாக்லெட் டப்பாவை தாமஸின் தம்பியும் தங்கையும் துப்பறிந்து கண்டுபிடித்த நாளில் அம்மாமுன் பதில் பேச வார்த்தைகளற்று நின்றான். ரோஸாலி தன் மகன் மீது வைத்திருந்த நம்பிக்கையை பளபளப்பான அந்த டப்பாவும் அதிலிருந்த விலைகூடிய இனிப்புகளும் இரக்கமற்று உடைத்திருந்தன. தனக்குப் பாத்தியதையல்லாத ஒரு திருட்டுப் பட்டத்தினை ஏற்றுக் கொண்டிருப்பதன் மூலமாக தன் வாழ்வில் அதுவரையும் அதன்பிறகும் தான் அனுபவித்திராத பவித்திரமான ஒரு பிரியத்தின், காதலின் இதம் கூடிய வெம்மையை எப்போதைக்கும் இழக்காமல் இருந்திருக்கலாம் என்பது மட்டுமல்லாது யூதாஸ் ஸ்காரியோத்தினது போலாகியது தனது உண்மை தன்னிடம் பிரியம் காட்டியது தவிர்த்து ஒரு களங்கமுமறியாத ஆத்துமாவொன்றை சிலுவையில் பூட்டி வதைத்துவிட்டதில் காட்டிக் கொடுத்தலின் துரோக நிழலாவது தன் மேல் விழாமல் தப்பியிருக்கலாம் என பிறகான காலங்களில் பலநூறு தரம் தாமஸ் கழிவிரக்கத்துடன் நினைத்து மறுகியிருக்கிறார். மெழுகுவர்த்தி ஏற்றி வைத்து அப்பாவின் போட்டோ முன்பாக பைபிளில் அவனிடம் சத்தியம் வாங்கிய அம்மா அந்த சாக்லேட் டப்பாவை அதற்கு பாத்தியதையானவளது வீட்டில் ஒப்படைத்தாள். ஹவில்தாரிலிருந்து நாயப் சுபேதாராக பதவி உயர்வு பெற்ற கையோடு விடுமுறையில் வந்திருந்த மிக்கேல்சாமி தன் நரம்புகளில் ஓடி திடப்பட்டு விட்ட ஒழுங்கின் கிரமங்களைத் தன் மகளே பகிஷ்கரித்துவிட்டதாக சீற்றமடைந்தார். அடுத்து நடந்தவைகளுக்கு மிக்கேல்சாமி என்ற நபரை பொறுப்பாக்க முடியாதபடிக்கு ஒழுங்கின் வளையாத செங்கோல் அவரை வழிநடத்தியது. மறுநாள் காலையே ஜோஸஃபின் கேரளத்தில் வசிக்கும் தன் சித்தி வீட்டுக்கு அனுப்பப்பட்டாள். மனைவி பாக்கியமரியின் கெஞ்சல்களும் கதறல்களும் அவரைச் சற்றும் அசைக்கவில்லை. ஜோஸஃபின் கேவியபடி ரயிலேறும்போது அவர் சொன்னார். “நானாக விருப்பப்பட்டு உன்னைப் பார்க்க வரும் வரை, எத்தனை வருடங்களானாலும் சரி, என் முகத்தில் வந்து நீ விழிக்கக் கூடாது.” மீறல்களுக்கு அனுமதியில்லாத தனது ஆளுகைப் பிரதேசத்தில் நிகழ்ந்த முதல் அத்துமீறலை சரியான வகையில் சீர் செய்த நிம்மதியும் பெருமையும் முகத்தில் தெரிய ரயில் நிலையத்திலிருந்து குலையாத கம்பீரத்துடன் அவர் வெளியே வந்தார்.

ஜெர்மனியின் டூபிங்கன் பைபிள் விமர்சனப் பள்ளி, திருச்சபை தடை செய்த கறுப்பு வேதாகமம்', கைவிடப்பட்ட புதிய ஏற்பாடுகள், பைபிளின்

பல ஆகமங்களும் புதிய ஏற்பாட்டின் பல பகுதிகளும் திறமையாக எப்படி எடிட் செய்யப்பட்டன என்பது பற்றியெல்லாம் ஃபாதர் லாசரஸ் அவனோடு பேசியிருக்கிறார். "பின் காலத்தில் கடுமையான நிறுவனமயமாதலுக்கு ஆட்பட்டது உள்ளிட்ட கிறித்தவத்தின் இந்த எல்லாப் பிசகுகளையும் மூடி மறைக்குமளவுக்கான ஆளுமையும் அகதரிசனமும் மிக்க மனிதராக இயேசு கிறிஸ்து இருப்பதும், உலகத்தின் மீதான கிறித்தவ நிறுவனத் தன்மையின் இறுகிய பிடியும் எந்தக் காலத்திலும் எப்படிப்பட்ட சவால்களை எதிர்கொண்டாலும் அது உயிர்த்திருக்க உதவும்". ஒரு பாதிரியாராக கிறித்தவத்தைக் கண்மூடி ஏற்க வேண்டிய அவசியமில்லை என ஃபாதர் லாசரஸிடமிருந்து தாமஸ் கற்றுக்கொண்டிருந்தார். வாழ்வின் அர்த்தத்தை நமக்கு விதிக்கப்பட்டவற்றினூடாக வாழ்ந்து தேடுவதும், கேள்விகளுக்கு வெளியேயிருந்தல்லாமல் கேள்விகளின் வழியாகத் தொடர்ந்து நகர முற்படுவதுமே சிறந்த வழிமுறையாக இருக்க முடியும் என்பார். ஜோஸஃபின் தந்த சாக்லெட் டப்பாவினூடாக அல்லாமல் அதற்கு வெளியே நின்று தான் தீர்வைத் தேட முற்பட்டிருக்க வேண்டாம் என தாமஸ் எண்ணிக் கொண்டார். ஃபாதர் லாசரஸ் பரிசளித்த அக்கார்டியன் ஒரு பெரிய சாக்லெட் டப்பாவாய் இருந்தது. அதனூடாக கடக்க வேண்டிய தருணங்களை முன்னிட்டு அதை எப்போதும் பத்திரமாய் தன்னோடு வைத்திருக்க உறுதி கொண்டார் தாமஸ்

அவித்த மரவள்ளியின் வாசனை நிறைந்திருந்த திருவனந்தபுரத்துப் புறநகரொன்றின் சற்றே குறுகலான தெருவிலிருந்த அவ்வீட்டின் முன் புதிய ஆடைகளும், இனிப்புகளும், இன்ன பிற தின்பண்டங்களும் நிறைந்த பையுடன் ஆட்டோவில் இறங்கிய மிக்கேல்சாமி இரண்டு வருடங்களில் தன் மகள் எப்படி வளர்ந்திருப்பாள் என்ற கற்பனை மேலிட்ட சாதாரணத் தகப்பனாக அழைப்பு மணியை அழுத்தினார். கண்டிப்பான ஒழுக்கம் என்கிற ஆயுதத்தாலன்றி மனிதனுக்கு விமோசனமில்லை எனும் உறுதிப்பட்ட தனது கோட்பாட்டின் மீதான நம்பிக்கையினால் தன் மகள் பெரும் ஒழுக்கச் சரிவிலிருந்து காப்பாற்றப்பட்டது குறித்த நிம்மதியையும் அவர் கொண்டிருந்தார், அவர் மனைவியின் தங்கை வீட்டில் சிரம பரிகாரம் முடித்தவர் தாளாத ஏக்கத்தை அடக்கியவராய் இயல்பாக ஜோஸஃபின் எங்கே? எனக் கேட்டார். உள்ளே சம்மனசுமரி சென்ற திசையில் சற்று நேரம் அமைதியும் அதைத் தொடர்ந்து உரத்த பேச்சாக மறுக்கும் குரலும் கெஞ்சல்களும் மாறி மாறிக் கேட்டன. அப்படியே நெடு நேரத்துக்கு நீடித்த உரையாடலின் முடிவில் சம்மனசுமரி மட்டும் திரும்பி வந்தாள். ஒண்ணுமில்ல... அவளுக்கு இன்னும் அந்தக் கோவம் போகலஞ் உங்களப் பார்க்க மாட்டேங்கறா... சின்னப் புள்ளதான கொஞ்சநாள் போயி விவரம் புரிஞ்சா சரியாயிடுவா... மிக்கேல்சாமி சற்று நேரம்

ஒன்றும் பேசாமலே அமர்ந்திருந்தார். பிறகு சொல்லிக்கொள்ளாமலே எழுந்து வெளியே வந்தவர் எப்போதும் வட்டத்தின் விளிம்புகள் வளைவானதாகவும், சதுரத்தின் பக்கங்கள் நேர்க்கோடாகவும் எல்லாருக்கும் இருந்துவிடுவதில்லை என எண்ணிக்கொண்டார். தன் ஒழுக்க விதிகள் ஏதோவொன்றைக் காணத் தவறிவிட்டதாக அவருக்குத் தோன்றியது. நுட்பமான அது புலப்பட்டும் புலப்படாதது போலிருந்தது. அதன் பிறகு பலமுறை, ஜோஸஃபின் அவரை மட்டுமல்ல அவர் வீட்டில் யாரையுமே பார்ப்பதில்லை என்பதில் திண்ணமாக இருந்தாள். பாக்கியமரி தொலைவே நின்று தன் மகளை அவளறியாமல் பார்த்துவிட்டு வர நேரும் அவலத்தை அழுதழுது பேசி ஓய்ந்தாள். சமரச முயற்சிகள் எதற்கும் அசைந்து தராத ஜோஸஃபின் தன் புகைப்படம் கூட தன் வீட்டுக்குப் போகாமல் பார்த்துக் கொண்டாள். தன் குடும்பத்திடமிருந்து தன்னை முற்றிலுமாகத் துண்டித்துக் கொண்ட அவள் இறுதி வரை அக்குடும்பத்துக்குத் தொடர்பற்றவளாய் வாழ்ந்து மடிவது என்ற வைராக்கியமொன்றையே வாழ்வின் குறிக்கோளாய் கொண்டாள்.

இன்டர்வெலுக்கு வெளியே வந்த பள்ளிக்கூடப் பிள்ளைகள் மூன்றரை மணிக்கெல்லாம் திடீரென இருள ஆரம்பித்த வானத்தைக் கண்டு முதலில் வெருண்ட போதும் கனமான துளிகள் விழக்கண்டு ஆரவாரக் கூச்சல் எழுப்பினர். ஆலங்கட்டிகள் கடும் ஓசையுடன் கூரைகள் மீதும் சிமெண்ட் தரைமீதும் விழுந்தன. திறந்த வெளியில் இருந்த சில பானைகள் கூட உடைந்தன. பின் வானம் திறந்து கொண்டதுபோல மழை கொட்ட ஆரம்பித்தது. யாரும் எதிர்பாராத இக் கோடைமழை குழந்தைகளைக் குதூகலப்படுத்தியது. ஆலங்கட்டி சேகரிக்கும் சாக்கில் மழையில் நனைய விரும்பிய பிள்ளைகள் டீச்சர்களின் அதட்டலுக்குப் பயந்து வகுப்பறைகளுக்குள் ஒடுங்கினர். ஆலங்கட்டிகள் மேலே விழுந்தபோது ஊரெங்கும் காய்ந்து கொண்டிருந்த மீன்கள் உயிர்பெற்ற பாவனையில் சற்றே துள்ளின. பிறகு கொட்டிய மழை சடுதியில் வெள்ளமாய்., மாறியபோது மீன்களை சேகரித்து பத்திரப்படுத்த யாருக்கும் அவகாசம் இருக்கவில்லை. கிட்டத்தட்ட எல்லா மீன்களையுமே மழைவெள்ளம் தன்னுள் இழுத்துக் கொண்டுவிட்டிருந்தது. ஆலங்கட்டிகள் வீழ்ந்த ஓசையும், மழை கொட்டிய பேரோசையும் சின்ன ஃபாதர் தாமஸின் மதிய தூக்கத்தை முன்கூட்டியே கலைத்துவிட்டதில் எழுந்து வெளியே வந்தவர் ஜன்னலோரம் நின்று திரண்டோடிய வெள்ளத்தைப் பார்த்தார். வெள்ளம் எவ்வெவற்றையோ தன்னுடன் சேர்த்தபடி கலங்கலாய் ஓடியது. தேவையற்றவை தேவையுள்ளவை என எல்லாமே ஒன்றாகி வெள்ளத்தில் கலந்தோடின. அவர் அழுக்காய் பெருக்கெடுத்தோடிய வெள்ளத்தைப் பார்த்துக் கொண்டிருக்கையில் அதில் ஊரெல்லாம் காய வைக்கப்பட்டிருந்த மீன்களும் பயணிப்பதைக் கண்டார். சுழித்தோடிய

வெள்ளத்தில் மிதந்த உயிரற்ற மீன்கள் நீந்தும் பாவனையிலிருந்தன. வெள்ளத்தின் ஓட்டம் அவற்றுக்கு அளித்திருந்த அந்த பாவனை பொருந்தாமல் கூட்டம் கூட்டமாய் எல்லாக் குப்பைகளையும் போல புரண்டோடிய அவைகள் எப்படியேனும் திரும்ப உயிர்பெற்றுவிட வேண்டும் என்ற உத்வேகத்துடன் செல்வன போலிருந்தன. அவர் அம்மீன்களையே பார்த்துக் கொண்டிருந்தார். ஒரு மஞ்சள் நிற வாளியும் சில சாக்லெட் டப்பாக்களும்கூட வெள்ளத்தில் பயணிப்பதை அவர் கண்டார். "நாளைக்குக் காலையில் மூக்கைப் பிடிச்சிக்கிட்டு எழுந்திருக்க வேண்டியிருக்காது சாமி" தக்காளி சூப்புடன் வந்த சோம்பாய் சொன்னார். ஏறத்தாழ காய்ந்த மீன்களெல்லாமே வெள்ளத்தோடு போனபின்பும் தீராமல் மழை பெய்தபடியிருக்கையில் அவசரமாய் தன் அறைகுத் திரும்பிய ஃபாதர் தாமஸ் அக்கார்டியன் அங்கே பத்திரமாய் இருக்கிறதா என் ஒருமுறை பார்த்துக் கொண்டார்.

அவர்களது விளையாட்டு சலிக்காததாய் நெடு நேரத்துக்கு நீண்டுகொண்டிருந்தது. பிறகு, ஒற்றை மீனுமின்றி கரையோரம் தவளைகள் சூழக்கிடந்த அவளது மஞ்சள் வாளிக்கு ஒரு சிறு மீனையேனும் கொண்டு சேர்க்க உறுதி கொண்டவர்களாய் அவர்கள் விளையாட்டிலிருந்து நீரை விலக்கிவிட்டு எல்லோரையும் போல கை கோர்த்து மீன் தேடினர். நீருக்குள் தன்னைப் பிடிக்க நீண்ட பல நூறு வலைகளையும் கைகளையும் தப்பித் துள்ளியும் நீந்தியும் வந்த கெளுத்தியொன்று விளையாட்டில் கோர்த்துக் கிடந்தபடி தன்னைப் பிடிக்க முயன்ற இரு ஜோடிக் கைகளெனும் வலையினை தன் கொடுக்கால் வெட்ட முனைந்தது. ஒரு கையில் மீனுடன் வலிதாளாமல் மறுகையை உதறினான் தாமஸ். அவன் கையைப் பரிசோதித்துவிட்டு எங்கோ ஓடிப்போனவள் சுண்ணாம்புடன் திரும்பி வந்தாள். கடிவாயைச் சுற்றி சிவந்திருந்த விரல்பரப்பில் அவள் வைத்த சுண்ணாம்பின் வெண்மை மெல்லக் காதலின் வண்ணமாய்ப் பரிணமிக்கத் தொடங்குகையில் ஏரியினை மேற்குச் சூரியன் நிறம் மாற்றத் தொடங்கியது. அந்த மாலையில் மனம் இன்னும் ஏரிக்குள் மிதந்தபடியிருக்க வானத்தின் பொன்மஞ்சள் நிறைந்திருந்த பிளாஸ்டிக் வாளிக்குள் மீசை விரைக்க நீந்திக் கொண்டிருந்த ஒரேயொரு கெளுத்தி மீனுடன் எல்லாரோடும் சேர்ந்து அவளும் வீடு திரும்பினாள்.

அறைவீடு – ஊரில் பாதிரியார்கள் வசிக்கும் பங்களா. சோம்பாய் – பாதியார்களுக்கு சமையல் செய்பவர். தூம்பா – இறந்தவரின் உடலை வைத்து கல்லறைக்கு எடுத்துச் செல்லப் பயன்படுத்தப்படும் வண்டி.

ஃ என்றொரு கதை

குமார் அம்பாயிரம்

அங்கே எனது பண்ணையில் நிகழ்ந்துவிட்ட துயர சம்பவத்திற்கு நானே முழுப்பொறுப்பாக இருந்தேன். அன்றாட தொழுவப் பணிகளின் மேலே மேலே கொட்டப்படும் சாணம் எருவாக மக்குவதுபோல அத்துயரமும் மண்ணோடும் காற்றோடும் கலந்துவிடும்தான். எனினும் எனது பண்ணைக்கு நான் வருகை புரிவது தினமும் அல்ல. ஆகையால் என்னை விடாமல் துரத்தும் துயர நினைவாக பண்ணை மாறிவிடுவதை நான் விரும்பவில்லை. நான் இங்கு வருவது எனக்களிக்கப்படும் அலுவலக நிமித்த மரியாதை லட்ஜைகளிலிருந்து விடுபட்டு தூர விலகி வந்து பார்த்துக் கொண்டிருப்பதன் ஆனந்தத்திற்காகவே. ஆடுகள், மாடுகள், நாய்கள், பூனைகள் வளர்த்தேன். சில தானாகவே வளர்ந்தன. இவைகளின் அருகில் இருப்பதே ஒருவகை அமைதி. மான்கூட வளர்க்கலாம் என நினைத்தேன். அது புதர் மறைவில் தோன்றி மறைவதுதான் அழகு என விட்டுவிட்டேன். இன்னும் என்னிடம் வளரும் பிற பறவைகள் மிருகங்களின் பெயர்களைச் சொன்னால் எனக்கும் அவைகளுக்கும் தேவையற்ற தொல்லைகள் நீளும். பண்ணையைச் சுற்றி வேலியாக உயிர்க்கற்றாழையையும் மூங்கில் புதர்களையும் வேலியாக அடுக்கடுக்காக அமைத்திருக்கிறேன். பாம்புகளுக்குப் பெரும் அடைக்கலம் என்பதால் பண்ணையை அரவக்காடு என்றும் சிலர் ஐயா பண்ணையென்றும் அழைத்தனர்.

நான் புதுப் பணக்காரனோ அல்லது மோஸ்தர்களை விரும்புபவனோ அல்ல. மிருகங்களின் பறவைகளின் அசைவிலும் இயல்பான குரலிலும் காலமெல்லாம் லயித்து வருபவன். மனிதர்களால் இனக்கலப்பிற்கு பலியாகிவிட்ட ஒரு புஸ்ஸி நாய். அது ஒரு நாயே அல்ல. டாபர்மேன் அது ஒரு நாயுமல்ல. ஆடுமல்ல. மோஸ்தர் பிராணிகளுக்கும் வெள்ளை சிப்பிப்பாறை போன்ற நாட்டு நாய்களையும் பறத்தலில் விசையும்

அழகும் மிகுந்த மணிப்புறாக்களையும் வளர்த்தேன். ராஜபாளையம் பொதுவாக காணக்கிடைப்பதால் என்னிடம் இல்லை. எனக்கு விருப்பமில்லையெனினும் பால் பொருட்களுக்காக மைசூர் மாடுகள் பெரும்பாலும் நிறைந்திருந்தன பண்ணையை. என்னிடம் வருகை தந்த நண்பனொருவன் ஜெர்ஸியோ, மைசூர் மாடுகளோ இதர வகையோ அம்மா என்று சுருதி சுத்தமாக கத்தாது, நாட்டு மாடு மட்டும்தான் அட்சரம் பிசகாமல் அம்மா என்று அழைக்கும் என்றான். நாட்டு மாடுகளே அற்று வரும் நிலையில் பல் திசையில் தேடி, சொல்லி, கேட்டு, சினையாகத்தான் மங்காவை வாங்கிவந்தோம். அதன் திடத்திலும் குட்டையான அழகிய வனப்பிலும் என் ப்ரியத்தை வைத்தேன். அது கன்றை ஈன்றபோது இரண்ய நேரம். இருந்தாலும் கவலையில்லை . சற்றே தூர நகரிலிருந்து விரைந்து சென்று தாயையும் கன்றையும் கொஞ்சி மகிழ்ந்தேன். கொஞ்சமே பால் கறப்பினும் கன்றுக்குப் போக மீதி சில பிள்ளைகளுக்கு மீறும். எல்லாவற்றுக்கும் ஒரு பெயர் இருப்பதைப்போல கன்றுக்கு டிங்கோ எனப் பெயர் சூட்டினோம். இங்கே நாய்களுக்கும் பெயர் உண்டு. அதில் கொம்பை இனத்தைச் சேர்ந்த பெட்டை நாய் ரம்போ வாளிப்பும் வசீகரமும் கொண்டவள். முற்கால கிரேக்க அழகிகளை நினைவுப்படுத்துபவள். அவள் ஒரு பெண்ணாகப் பிறந்தால் சத்தியமாக அவளுடன்தான் வாழ்வேன் என ஒவ்வொரு ஆண்மகனும் அடம் பிடிப்பான். பிறந்து இங்கே வந்து ஒரு வருடம் கழித்து இப்போதவள் ருதுவாகியிருக்கிறாள். அரவக்காட்டிலிருந்து கிளம்புமுன் வேலையாளை அழைத்து ரம்போ ருதுவாகிவிட்டதை விளக்கி அவளின் ருதுவாசம் காற்றில் பரவி அண்டை அயலில் உள்ள நாய்களை உசுப்பிவிடும். ஜாக்கிரதையாக கண்காணிக்கச் சொல்லி சென்றேன். கோம்பை கிடாவை ஜோடி சேர்ந்து காலை மொய்க்கும் வலிமையான குட்டிகளைப் பெறவேண்டும் என்பதென் விருப்பம். ஆனால் நடந்திருந்ததெல்லாம் வேறு. மங்கா மற்றும் டிங்கோவின் பொருட்டு அடிக்கடி காட்டிற்கு சென்றுகொண்டிருந்தேன். வேலைகள் முழுமையடைந்துவிட்ட ஒரு காலை வேளையில் மங்காவின் மேலிருந்த மாட்டு உண்ணிகளை சிரத்தையுடன் பிடுங்கி பக்கத்தில் வைத்திருந்த சட்டி நெருப்பில் போட்டுக்கொண்டு உண்ணிகள் டப் டப்பென்று வெடித்துச் சாகும் சத்தத்தில் லயித்திருந்தேன். நாய்க்கோ மாட்டுக்கோ உண்ணி பிடுங்கும் செயல் என்பது யாவரையும் ஆழ்ந்த மனோநிலைக்கும், அமைதிக்கும் அழைத்துச் செல்லக்கூடியது. என்னருகே தயங்கித் தயங்கி அவ்வேளையில் நின்றான் இந்தக் கிழவன். ஏதேனும் தவறிழைத்தால் மட்டுமே இவ்வாறு குழி எலியைப் போல பம்முவான். புருவத்தை உயர்த்தி சைகையிலேயே என்ன என வினவினேன்.

கேளுங்க, என்னையோர் குட்டை நாய் கடிச்சிடுச்சி, காயத்தப் பாருங்க இன்னும் மூடாம பச்சையா இருக்கு. மூணு நாளா பச்சிலை மருந்து

சாப்பிடறேன். முதல்ல குட்டை நாய் வேலிக்கு வெளியே சுற்றி வந்துகொண்டிருச்சி. நான் கவனிக்காதபோது ஓட்டையிலே பொறந்த நாய் வேலியிலே ஓட்டை போட்டுகிட்டு வேலிய ஒட்டி வட்டம் போட்டு சுத்திகிட்டு ஆங்காங்கே மூத்திரம் பெய்துகிட்டிருந்திச்சி. மெது மெதுவா அது வட்டத்தச் சுருக்கும்போதுதான் எனக்கும் சந்தேகம் வந்தது. கல்லாலும் கழியாலும் நையப் புடைச்சேன். உடனே வட்டத்த பெரிசாக்கிகிட்டே தூரப் போயிட்டது. நான் நம்ப ரம்போ மேல இருந்த நம்பிக்கையிலே வேலையாய் இருந்திட்டேன். ரம்போ என்ன உயரம் ஏணி போட்டாக் கூட குட்டை நாய்க்கு அது எட்டாது. ஆனா நாம் கொட்டி வைச்சிருக்கிற தேங்காய் பஞ்சை ரெண்டும் பயன்படுத்திகிட்டதுங்க. அதுங்க இடையில் பிரிக்க பூந்த என்னை குட்டை நாய் கடிச்சிடுச்சி, நம்ம ரம்போ என்னைப் பார்த்து உருமிகிட்டே இருந்திச்சி. நிசத்தில் அதுங்கள யாராலும் பிரிக்க முடியும்ன்ற நம்பிக்கையே இல்ல. கடவுளே அதுங்களப் பிரிக்க நெனச்சித் தோத்துப்போன கோபத்துல பினைஞ்ச கொண்டிகளுக்கு இடையில் இடிய அனுப்பி இருந்தாக்கூட இடியே ஓடுங்கி வெட்கி கூனி குறுகிப் போயி பாழுங்காட்டில் விழுந்து கறுத்துப் போயிருக்கும். அந்த நாய் கடிச்சது இப்ப பெரிசா வலிக்கலய்யா, நம்ம ரம்போ அது உயரத்தை மடக்கி கொஞ்சம்கூட மான ஈனமில்லாம குட்டை நாய்கிட்ட பயிராகிடுச்சி. அத நெனச்சாதான் வலியா இருக்கு என்னால எதுவும் பண்ண முடியலய்யா என்றான். நான் அவனை எச்சரித்திருந்து தெரு நாயிடம் கோட்டை விட்டு விட்டு, அவன் தப்பை ரம்போ மீது திருப்புகிறான் கிழவன். அதுவும் நேரம் பார்த்து இத்தனை நாள் கழித்து கூறுகிறான். அவன் மீது கோபப்படாமல் இருப்பது, அவன் மகள் மீதுள்ள ஆசையினால் அல்ல; இப்போதிருக்கும் மனநிலையால்தான் இச்செய்தியால் மனநிலை குலையாமல் இருக்க மங்காவை நீவிக்கொண்டிருந்தேன். பின் நீண்டு வரும் குழாயின் வால்வுகளைத் திறந்து மங்காவை நன்றாக நீராட்டினேன். சூரிய ஒளியில் இமைப்பொழுது வண்ணமாகத் தெறிக்கும் நீர் தெறிப்பைச் சுற்றி டிங்கோ துள்ளிக்கொண்டிருந்தது. உண்ணி பிடுங்குவதும், ஒருவருக்கொருவர் பேன் பார்த்துக்கொள்வதும் தான் இழந்த அன்பின் அடையாளமாகவும், உறக்கத்தின் திறவுகோலாகவும் இருக்கிறது. எனக்கொருமுறை குரங்குகளிடம் பேன் பார்த்துக் கொள்ளவேண்டுமென்ற இரகசிய விருப்பமுண்டு. குரங்குகள் பேன் பார்க்கும்போது அசைந்து விட்டால் ஒருவகை ஆன்மீக அனுபூதி நிலை கலைந்து கோபத்தில் கடித்துவிடும் என அறிந்ததால் பயமுமுண்டு,

சில நாட்களிலேயே மங்காவுக்கு ஜன்னி வைத்து விட்டதாகவும், மாடு மாடாகச் சென்று ஊசி போடும் வைத்தியன் ஊசி போட்டும், பன்றி நெய் பத்தியம் கொடுத்தும் ஜன்னி அடங்காமல், டிங்கோ மங்கா மடியில் முட்டிப் பால் குடித்தபோது கீழே விழுந்து இறந்துவிட்டதாகச்

செய்தி வந்தது. எனக்கு வந்த கோபத்திலும் துக்கத்திலும் சீவிய மூங்கில் குச்சியால் ஆட்களை மங்காவுக்காவும், ரம்போவின் நயமற்ற போக்கிற்காகவும் விளார் விளாராக அடித்தேன். என் கோபத்தை தணிப்பதற்காக ஆட்கள் வைத்தியனை வரவழைத்து நெடுநேரம் தண்ணீரில் நனைந்ததால்தான் மங்கா இறந்ததாக மரண சர்டிபிகேட் தர வைத்தனர். நிஜத்தில் சினம் தணியப் பார்த்தால் மங்கா இறப்பிற்கு நான்தான் காரணமென்பதை மெதுவாக என் மனம் ஒப்புக் கொண்டது. ஜன்னியில் நாக்கு உள்ளிழுத்துக்கொண்டு மரணத்திற்கென ஒரு முகமற்ற சாம்பல்பூ கோனி திறந்த வாயில் பூத்திருந்தது. அப்பூ உதிராமல் பற்கள் தடுத்த மங்காவின் மரணம் திறந்த வாய்க்குள்ளேயே நிறைந்திருந்தது.

சிற்பங்களிலும் பெண்களிலும் ஆர்வம் கொண்ட உடன் வந்த நண்பன், நம்நாட்டு கோயில் சிற்பங்களில் காணக்கிடைக்கும் மாடுகளும் நந்திகளும் ஓங்கோல் மாடும் கச்சிதமும் வாத்ஸல்யமும் பொருந்திய நாட்டு மாடுகளே. இன்னும் காலங்கள் உருண்டு செல்ல இவைகளை கோயில் சிற்பங்களிலும் காணக் கிடைக்காததற்கான துர்குறியாகத்தான் இம்மரணம் தோன்றுகிறது. இருப்பினும் பின் வந்தவர்களான நாயக்கர் சிற்பங்களில் இடம் பிடித்த மைசூர் மாடுகள் உன்னிடம் இருந்தாலும் மங்காவிற்கு ஈடு இணை ஏதுமில்லை. இருந்தாலும் மங்கா மரித்தாலும் அது டிங்கோவை உன்னிடம் விட்டுச் சென்றிருக்கிறது. அது கலப்பில்லாத அற்புதப் படைப்பு. நண்பா மாண்டது எதுவும் இவ்வுலகில் மீண்டது இல்லை. ஆகவே இனி ஆகவேண்டியதைப் பார்ப்போம் என்றான்.

என் நண்பனின் இரங்கலுரையைவிட, பிறந்து சில தினங்களிலேயே தாயை இழந்த டிங்கோவின் நிலைதான் என்னை கவலையில் ஆழ்த்தியது. தாயை இழந்த துயர் அறியாமல் துள்ளிக்குதித்துக் கொண்டும் மங்காவை நக்கிக்கொண்டுமிருந்த டிங்கோ இல்லையென்றால் நினைவுகள் எங்கே போய் மறைகிறதோ அங்கே போய் மங்காவின் அகால மரணமும் கரைந்துவிடும். ஆனால் டிங்கோ தன் இனத்தின் அடையாளமாக தானே இருப்பதுடன் கரைந்துவிடாத வாழ்வின் துயர நீட்சியின் சாட்சியாகவும் இருக்கிறது. அதற்குள் மாடிறந்த வாசத்தைக் காற்றில் உணர்ந்ததா? தெரியவில்லை. கானான் தோட்டி தன் கூட்டாளிகளுடன் செத்த மாட்டைத் தூக்கிச்செல்ல வந்துவிட்டான் என் அனுமதியுடன். எனக்கு வேறொரு யோசனை இருந்தது. மங்காவின் வயிற்றைக் கிழித்து அழுகும் அதன் உடற்பாகங்களைக் கழித்துவிட்டு மங்காவைப் பாடம் செய்து வைக்கோல் பசுவைக் காட்டியே டிங்கோவை வளர்த்துவிடலாம் என்பதே அது. தோட்டியைப் பார்த்து எதற்கு ஆட்களுடன் வந்திருக்கிறாய் என்றேன். எல்லாமும் படிச்சி அறிஞ்ச உங்களுக்கு நாங்க எதுக்கு வந்திருக்கிறோம் இன்றது மட்டும் தெரியாதா

என்றான், கோணிப் பைகளால் போர்த்தி வைத்திருந்த மங்காவைக் காட்டி, அதை நான் யாருக்கும் தரப்போவதில்லை. அந்த உசனே கேட்டால் கூட எனக்கூறி என் யோசனையை அவர்களிடம் சொல்லி, நீயும் உன் ஆட்களும் மாட்டுப்பாடும் செய்து தாருங்கள் என்றேன். படிச்ச புத்தி போற போக்கைப் பார் என அவன் எண்ணியிருப்பான். இருந்தும் கன்னுக்குட்டி படத்தைக் காட்டி தாயைக் கறக்கலாம். மாட்டுப் பாடத்தை வச்சி கன்றை வளர்க்கமுடியாது. பசுவை ஏமாத்தலாம் கன்றை ஏமாத்தமுடியாது. தாய்தான் பால் சுரக்கும், பொம்மை பால் கொடுக்காது என்றான். அவன் பேசியதை என் நண்பனும் ஆட்களும் ஆமோதித்தனர். மங்காவைத் தூக்கிச் செல்வதிலேயே குறியாக இருக்கிறான் என்றெண்ணி, தோட்டத்து மூலையிலேயே அதை புதைத்து அதன் மீது மங்காவின் ஞாபகார்த்த மரம் ஒன்றை வளர்க்கப் போகிறேன், நீ உன் கூட்டாளிகளுடன் அதற்கொரு குழி வெட்டு என்று இடத்தைக் காட்டினேன். மாட்டுக்கு குழி வெட்ற தோட்டி இனிமேதான் பொறந்து வரணும், அதவும் கடப்பாறை மம்முட்டியோட. ஏன்னா மாட்டுக் குழி வெட்ன மம்முட்டி கடப்பாறைய தலைமுறை தலைமுறையா மனித சவத்துக்கு குழி வெட்ற நான் பார்த்ததில்லை. நீங்க மாட்ட எங்களுக்கு கொடுக்கலேன்னா நீங்க செத்தா உங்களுக்கும் குழி வெட்டமாட்டேன் என்றான் கானான் தோட்டி. அவனது துடுக்கான பேச்சை கண்டிக்கும் விதமாக ஆட்கள் அவனை முறைத்தார்கள். அவன் பேச்சின் தாத்பர்யம் எனக்குப் பிடித்திருந்ததால், நான் செத்தா எனக்கு நானே குழி வெட்டிக்கொள்கிறேன் நீ போ என்றேன். செத்த மாட்டை வைத்துக்கொண்டு நாங்கள் ஈடுபட்டிருந்த சச்சரவினூடே கிழவன் டிங்கோவை ஜெர்ஸிகளிடமும் மைசூர் மாடுகளிடமும் பால் குடிக்க வைக்க முயற்சித்துக்கொண்டிருந்தான். மைசூரும் ஜெர்ஸிகளும் அதை அண்ட விடாமல் புஸ் புஸ் என கொம்பை ஆட்டி விரட்டிக்கொண்டிருந்தன. எந்த மாடும் டிங்கோவை அருகில் சேர்க்கவில்லை. இதையெல்லாம் பார்த்துக் கொண்டிருந்த இன்னும் கிளம்பாமல் என்னை கவனித்துக்கொண்டிருந்த கானான் தோட்டி என்னைத் தேற்றும்விதமாக செத்த மாட்ட பொதச்சி அதுக்கு மேல பூந்தொட்ட நட்டுக்கோ இந்த கன்னுக்கு மட்டும் நான் வழி சொல்றேன். தாய் போன கன்று நம்மகிட்ட இருக்கு, கன்று செத்த தாய் எங்கேயாவது இருந்து தேடி சேர்த்து விடு, இது பொழச்சிக்கும் என்றான். இந்த அருமையான யோசனையால் மனம் நெகிழ்ந்து ஒரு கணம் மங்காவை அவனிடம் கொடுத்துவிடலாமா என்று கூட எண்ணினேன். அவனுக்கு நான் பணிந்து விட்டதாக இவர்கள் முன் காட்டிக்கொள்ள விருப்பமின்றி அவனுக்கும் அவன் கூட்டாளிகளுக்கும் இறைச்சிக்கும் சம்பிரதாயத்துக்கும் நிரம்ப பணம் கொடுத்து கன்றை இழந்த தாயைத் தேடிக்கொண்டுவருமாறு பணிந்து அனுப்பினேன்.

பின்பு கிணற்றின் கிழக்கே பள்ளம் தோண்டி மங்காவைப் புதைத்த மேட்டில் பவளமல்லிச் செடியை நட்ட கையோடு ஆட்களிடம் கிராமங்களிலும், சந்தையிலும் தரகர்களிடமும் விசாரித்து கன்றிழந்த பசுவை என்ன விலை கொடுத்தேனும் கொண்டுவரும்படி ஏவிவிட்டு கிழவனின் மகளிடம் பச்சைப்புல் புட்டிப்பால் கொடுத்து டிங்கோவைக் கவனமாகப் பார்த்துக்கொள் உன் தகப்பன் மேல் எனக்கு நம்பிக்கை இல்லை என்று கூறிவிட்டு ரம்போவின் கர்ப்பத்திற்கு ஒரு வழி காணவும், கன்றிழந்த தாய்ப்பசு டிங்கோவை ஏற்றுக்கொள்ளவில்லையென்றால், என்ன செய்வது என்ற குறுக்கெண்ணங்களால் சூழப்பட்டு நகரத்தில் வசிக்கும் கால்நடை மருத்துவனிடம் ஆலோசனைக்குச் சென்றேன். இங்கே மூன்று நாட்களாக கண்ணும் கருத்துமாக கன்றைப் பெற்ற தாயைப்போல பார்த்துக் கொள்கிறேன், தாயை இழந்த சோகத்தை இன்னும் அது உணரவில்லை . பசு எது பன்றி எது என இன்னும் அறியாப் பருவத்தில்தான் இருக்கிறது. என் அப்பன் ஒரு மடையன் எனக்கொசரம் தான் இவரைப் பொறுத்துக் கொண்டிருக்கிறார், இந்தக் காட்டிலேயே பிறந்த வளர்ந்தவள் நான். இந்தக் காட்டிலேயே உள்ள ஆண்களையும், பெண்களையும் அத்தனை விஷயங்களையும் தாண்டி என்னை அவர் கண்டு கொண்டது என்னுடைய அதிர்ஷ்டம் என்று நினைத்து இங்கே சுற்றியுள்ளவர்கள் என் மீது பொறாமை கொள்கிறார்கள். அதிர்ஷ்டமா சந்தோஷமா துயரமா என்பதை என்னால் புரிந்துகொள்ள முடியவில்லை. இக்காட்டைத்தாண்டி பிறிதொன்றும் அறிந்தவள் இல்லை. என்னை இச்சையோடு அணுகி என்மீது ஏறும்போது அவர் செய்கைகள் அதைத் தாண்டி வேறு எதையோ என்னை யோசிக்கத் தூண்டுகின்றன. அவர் அதைப் பிடிக்கும் விதமும் வேகமும் காஞ்ச மாடு கம்மங்கொல்லையில் புகுந்த மாதிரிதான். ஒரே வேகமும் கிடையாது. இடையிடையே ஏதேதோ பேசுவார் கொஞ்சுவார். ஊரார் நினைக்கிறாங்க பிள்ளை இல்லாத பாசத்தை பிராணிகள் மேல் வைக்கிறார்னு. பிராணிகள் மீது பாசமா என்மீது மோகமா என சீர் தூக்கினால் குரங்கு அப்பம் பிட்ட கதை போலத்தான் முடியும். என்மீது இருந்துகொண்டு வேறு எங்கோ அவர் நிலைத்துவிடுவதுதான் என்னைக் கவலையிலும் குழப்பத்திலும் ஆழ்த்திவிடுகிறது. பண்ணிக்கிட்டே இருந்து திடீரென நிறுத்தி கண்ணை மூடி மெய்மறந்திருப்பார். சீக்கிரம் வராம இருக்க அப்படிப் பண்றாரா.. இல்ல கோட்டை மாரியாத்தா கோவில் பூசாரி அருள் வர்றதுக்கு முன்னாடி வேற எங்கேயோ வெறிச்சிருப்பார் அது மாதிரியா இதுவும். எப்படியோ கோட்டை மாரியாத்தா என் வயித்துல ஒரு சிசுவை தரிக்கச் செய்தா எல்லாம் சரி. கரு தரிச்ச அடுத்த நாளே தாலி கட்டி டவுன் வீட்டுக்குக் கூட்டிப் போறன்னு சொல்றார். எனக்கு அந்த அக்கா மேல பாவமா இருக்கு. பிள்ளை இல்லாதவ வயிற்றெரிச்சல் என்னை சும்மா விடுமா. சக்களத்தி சண்டையே வேண்டாய்யான்னு இந்தக்

காட்டிலே இருந்திடனும். ஐயா எதையுமே சோதிச்சுப் பார்த்து தான் ஏத்துக்குவாரு. எனக்கு இது ஒரு சோதனைதான். என் கர்ப்பத்துல அவரு கரு தாங்கிட்ட நான் இல்லத்தி இல்லன்னா அவர்க்கு ஊர்ற விந்து வத்தற வரைக்கும் முடிவற்ற சோதனைதான். நேரம் காலம் பார்க்காம என்ட்ட வர்றவரு இந்த மாடு செத்ததிலேர்ந்து வர்றதே இல்ல. சில்லுன்னு இந்த விடிகாலையில வெள்ளி முளைச்சிருக்கு. இப்ப எனக்கு வேணும்; நான் எங்க போவ. அடிக்கடி வந்தாதானே புள்ள நிக்கும். அதவிட நான் நெனைக்கும் போதில்ல வரணும். இந்த மாடு செத்ததுக்கே இத்தனை நேரம் வரல்ல. இவங்க கூட்டியார மாடு கன்னுக்குட்டிய ஏத்துக்கிட்டாலும் கன்னு தாயா அத ஏத்துக்குமா, ச்சே நானே தானே சொன்னேன்; பசு எது பன்னியெதுன்னு அறியாமத்தான் கன்று இருக்குன்னு. சீக்கிரமா இது ஒரு முடிவுக்கு வரணும். பட்டுன்னு இப்பத்தான் ஒரு விஷயம் உறைக்குது. இந்தக் கன்னுக்குட்டி முட்டி முட்டி மடியில மோதுறபோலதான் என் மார்ல முகத்தை வச்சி முட்டிகிட்டே பால் ஏன் வர்லன்பாரு. நான் சிரிச்சி கூசிக்கிட்டே கன்னு போட்டாதான் பால் விடும்பேன். அங்க முட்றத பார்த்துட்டு இங்க வந்து முட்றாரு. இப்பத்தான் புரியிது. எம்மேல் இருந்துகிட்டு வேறெங்கேயோ யோசனை வைக்கிறது. எதை எதையோ பார்த்துட்டுதான் வேற வேறயா பண்ணிகிட்டு இருக்காருன்னு புரியுது. குரங்கு மாதிரி இருக்கறது அவருக்கு ரொம்ப இஷ்டம். குனிஞ்சு இருக்கிற எனக்குத்தான் கஷ்டம். கரு நின்னுச்சின்னா அந்த வெத்தலை பொண்ணு வீட்டுக்காரன் அப்படி பண்ணித்தான் கலைப்பானாம். குரங்கு மாதிரி ஒத்துக்கக்கூடாது. புடிச்ச புடியா நிக்கமாட்டாரு. அவரு குணம் தங்கம். அவரு செத்தா தோட்டி குழி வெட்டமாட்டானா? செத்துப் புதைக்க முடியாம புழு வச்சி அழுவறதை என்னால் பார்க்கமுடியாது. அந்தக் கானான் தோட்டி வரட்டும். வந்தா முறத்தால அடிச்சித் தொறத்தணும். ம் இந்த சில்லுனு இருக்கிற வெள்ளியப் பார்த்தா ஏதோ தோணுது. போனவங்க மாட்டோட வருவாங்கன்னுதான் தோணுது. வருவாங்க. விடி வெள்ளியோடு மினுக்கத்தப் பார்த்துகிட்டே முத மூத்திரத்த கையில புடிச்சா? அப்படித்தானே பொறந்ததிலேர்ந்து பிடிக்கிறேன். அந்த வெது வெதுப்புல தூக்கமும் சோம்பலும் எங்கே போவுதுன்னு யாருக்கும் தெரியும். ஆனா இந்த மூத்திரத்திலும் வெதுவெதுப்பைவிட வழவழப்பு இருக்கு. விரல்களில் தேய்த்து முகர்ந்து பார்க்கிறேன். கரு கண்ட இனிப்பு வாசனை அதுல நிறஞ்சிருக்கு.

எங்கோ விடைத்த மூக்கு, உடல் முழுக்க அரை வெள்ளையில் கருத்த மேகத் திட்டுகளை ஒத்த அகல அகலமாகப் பரவிய கருப்பு புட்டா நிறம். நரம்போடிய அகன்ற விழிகள். அதன் மடியில் சுரக்கும் சீம்பாலின் திடம். மூக்கணாங் கயிற்றில் கைக் கயிற்றை இணைத்துப் பிடித்து மெதுவாக நடத்தியே அழைத்து வந்தார்கள் சீமைப் பசுவை. கன்றை இழந்த சோகம்,

நடையின் தயக்கத்திலும் மருண்ட கண்களிலும் தெரிகிறது. கன்றை ஈன்று இழந்த தளர்ச்சி உடலை பூமியின் ஆழத்தை நோக்கி குஞ்ச வைத்திருக்கிறது. கால்நடை மருத்துவனிடம் வாங்கி வந்த மட்டியான வண்ணங்களின் தோய்ந்த மாத்திரைகளை காலை, மதியம், இரவு என மூன்று வேளைக்குத் தொடர்ந்து ரம்போவிற்கு கொடுக்கச் சொல்லி ரம்போவின் முகவாயைப் பிடித்து தொண்டைக்குள் மாத்திரைகளை முழுங்க வைத்துக் காட்டினேன். பிடிக்க முடியாப் பறவைகளை ஓடி ஓடி துரத்திக்கொண்டு காலை சுற்றி சுற்றி வந்து எக்கி முகத்தை நக்கும் ரம்போவுக்கு என்ன தெரியும். இந்த மாடு மங்காவைப் போல இல்லைதான். எனினும் கன்றை இழந்த அதன் சோகம் என்னைப் பரிவு கொள்ளத் தூண்டுகிறது. மருத்துவன் என்னிடம் கூறியதை ஆட்களிடம் விளக்கிவிட்டேன். அவர்கள் செய்யும்போது அதை நான் காணக்கூடாது. பதட்டம் என்னை ஆட்கொள்ள அங்கிருந்து நான் விலகுகிறேன். நிறைக்க முடியா காலிப்பானையை யாரோ உட்புறமாக வயிற்றுக்குள் வைத்துவிட்டது போன்ற அபாண்ட உணர்வு. எதிரே எத்தனை சுருக்காக சொன்ன மாயம் தெரியவில்லை. அதற்குள் வெள்ளை நிறத் தண்ணீரைப் போல் நிரமற்ற சாராயம் வாங்கி வருகிறானொருவன். இதே சுறுசுறுப்பை எல்லா வேளைகளிலும் பிறர் எதிர்பார்ப்பதுபோல நான் எதிர்பார்ப்பதில்லை. இரண்டு பக்கமும் ஆட்கள் கயிற்றை நெருக்கி மாட்டைப் பிடித்துக்கொள்ள, மூங்கில் கொட்டத்தில் சாராயத்தை நிறைத்து வாயை வலுக்கட்டாயத்தில் திறந்து தொண்டைக்குள் மெதுவாக ஊற்றுவார்கள். முதலில் எதிர்ப்பையும் ஒவ்வாமையையும் காட்டி மிரளும். பின் மெதுவாகக் குடிக்கும். குடிக்க வைக்குமுன் அதன் கண்களில் படாமல் டிங்கோவை மறைத்து வைக்கச் சொல்லிவிட்டேன். கன்றை இச்சீமை ஏற்றுக்கொள்ள நாம் அதற்கொரு அனுபவத்தை வழங்கவேண்டும். முதுமையடைந்த நாயால் இழுத்துச் செல்லமுடியா கோடைக்கால பகலாகவும் புழுக்கத்தில் நெரிக்கும் அரைமயக்க கனவுகளாகவும் நீளவேண்டும். வலி இல்லாமல் வலியைப் பற்றி நினைவை அப்பகல் போதையில் நீட்டித்துக்கொண்டிருக்கும்படி தொடர்ச்சியாக சாராயத்தை மிதமாகப் புகட்டவேண்டும். முகத்தையும் உடலையும் ஒருவன் நீவிக்கொண்டே ஈரக்கயிற்றால் மடிக்காம்புகளை சேர்த்துக்கட்ட பால் மடி நிறையும் கணத்தால் மெல்லிய வலி வேண்டும். சாராயத்தைப் புகட்டியபடியே அவ்வப்போது அதன் உறுப்பைத் திறந்து மூடச் செய்ய ஈனுவதற்கான அவஸ்தையை உணர்ந்து தயாராக வேண்டும். மெய்மையற்ற அனுபவத்திற்கு வலி இல்லாமல் இந்நிழலனுபவத்தை வெட்டியெடுத்து முந்தைய ஈனுதலின் நினைவோடு சூர்யனின் கண்ணை மறைத்து நிழலையும் ஒளியையும் மெழுகவேண்டும். இனி ஏறவோ இறங்கவோ வழி இல்லாமல் தவிக்கும் போதையை எட்டியவுடன் கர்ப்ப வாயிலுக்குள் கையை நுழைத்து

ஜீவக் கொடிகளில் தலை திருப்பி சிக்கிக்கொண்ட கர்ப்பத்திற்குள் இல்லாத கன்றை கொடிகளிலிருந்து உடலை விடுவித்து ஈனுவதற்கு தோதாக வாயிலை நோக்கி தலையைத் திருப்பி வைத்து கர்ப்ப வாடையை கைகளில் அள்ளி எடுக்கவேண்டும். விலகிச் செல்லும் பூமியில் கால்களை அழுத்திக்கொண்டு ஈனுவதற்கு மருளும் வலியில் பிரபஞ்சமே பானைக்குள் சிக்கிக்கொண்டு புரள்கிறது. அந்தக் கரும் பானையின் சிறு துளைகளில் இன்னொரு பிரபஞ்சத்தின் ஒளியும் தூசியும் நுழைகிறது. தொண்டை கமறுகிறது. யாரோ இறுக்கியதுபோல, என்றும் மாறாது நிலைபெற்றுவிட்ட நட்சத்திரங்கள் அப்பானைக்குள் கண்ணிழந்து அல்லாடுகின்றன. அதன் கர்ப்பக் குளத்திலிருந்து அள்ளி வந்த இரத்தத்தையும் கர்ப்ப நீரையும் பின்பக்கமாக மறைத்து மேலிருந்து மெதுவாக சப்தமெழும்படி தள்ளப்பட்ட டிங்கோவின் மேல் முழுக்கப்பூசி அக்கணத்திலேயே ஈரக்கயிற்றால் சேர்த்துக் கட்டப்பட்ட காம்புகளை அவிழ்த்து மடியின் அடியில் விட வேண்டும் டிங்கோவை. வலியிலிருந்து வலி தானாகவே விலகிச் செல்ல, கூடி நிற்போர் நல் வார்த்தை நிறைய சொல்ல, வலியின் திரையாக கன்றின் மீது காய்ந்த குளத்தின் பாசியாகப் போர்த்தப்பட்டிருக்கும் கர்ப்ப நீரையும், வாடைமிகு குருதியையும் மரத்த நாவால் நக்கிக் கிழிக்க அன்றிரவு கொட்டிலில் அடைக்கப்பட்ட சூர்யன் தன்னைத் தானே விடுவித்துக்கொண்டு வருமுன் வைக்கோல் மெத்தையில் பிணைத்து வைக்கப்பட்ட தாயும் சேயுமாக இணைந்து வரும் கன்றுக்கும் பசுவுக்கும் பத்தியங்களை நாம் செய்து விடலாம். ஒரு துயரத்தைக் கடப்பதற்கு இன்னொரு துயரத்தின் வலிதான் வழியா? வேறு வழியில்லைதான் போலிருக்கிறது. பிரசவத்தின் அத்தனை வாதைகளையும் என் அறையில் இருந்தபடியே இதோ உங்கள் முன் அனுபவித்துவிட்டேன். என் குறுக்கெண்ணங்களே எப்போதும்போல் என்னை வழிநடத்துகின்றன. சிலர் அதை சமயோசிதம் என்கின்றனர். இன்னும் துவங்காத பகல் ஒளியில் உணர்வுகளிலேயே ஒன்றை வலியுடனோ இன்பமுடனோ அனுபவித்தபிறகு நிஜத்தில் அது கைக்கூடாதென்று நானே எனக்கு இயற்றிக்கொண்ட மனோதத்துவ விதியால் உந்தப் பெற்று ஓடினேன் திரும்ப. பாதி சாராயத்தை என் ஆட்கள் அதற்குள் பருகிவிட்டிருக்கிறார்கள். சாராயத்தைப் புகட்ட கொட்டத்தை ஏந்தி நிற்கிறார்கள். நிறுத்துங்களென்றேன். நிறுத்தினார்கள். பொட்டுத் தண்ணியும் புண்ணாக்கும் காட்டி வைக்கோல் விசிறினேன். கொஞ்சும் வார்த்தையால் அதைத் தேய்த்து ஈரக்கயிற்றால் இறுக்கி இருந்த மடியை அவிழ்த்து டிங்கோவை அழைத்துச் சென்று அதனருகில் விட்டேன். நரம்போடிய விழிகளால் சுற்றிலும் உருட்டிப் பார்த்துவிட்டு தலைய ஆட்டி அதன் மடியில் பாலருந்த அனுமதித்து டிங்கோவை ஏற்றுக் கொண்டுவிட்டது இந்த நல்பசு. ஆட்களின் ஏறிய போதை குழம்பிவிட்டது. அப்படியே மீந்துவிட்ட மேலும் வரவழைக்கப்பட்ட

சாராயம் அரவக் காட்டில் புரண்டோடியது. என் மகிழ்ச்சியே இவர்களின் சந்தோஷம். கடவுளின் கர்ப்ப குடுவைக்கெதிரான சதி அவரது தோட்டத்திலேயே தீட்டப்பட்டது. நான் ராஜ்ஜியத்தில் இல்லை. தோட்டத்திலிருக்கிறேன். ஒன்றை ஒன்று மறைத்துவிட்ட இம்மகிழ்ச்சியின் நாட்கள் கடந்தே நினைவு வருகிறது, யாரும் பார்க்காதபோது தோன்றி மறைந்த வானவில்லைப் போல ரம்போவின் கர்ப்பம் கலைந்து போனது. வண்ணங்கள் நிறைந்த வானவில்லை காண்பதைவிட கரைந்து போன வண்ணங்களே இன்பம்தான்.

அநாதையாகக் கிடந்த டைரியிலிருந்து...

சந்தியூர் கோவிந்தன்

வெயில் மூடிமூடி அடித்துக் கொண்டிருந்தது. கருக்கல்கள் மளமளவென வடகிழக்குப் பக்கமாய் ஏறிக் கொண்டிருந்தன. வெயிலின் மூர்க்கம் குறைந்து லேசாக இருட்டத் தொடங்கியிருந்தது. குளிர்ந்த காற்று விசுவிசுவென வீசியது. கொஞ்ச நேரத்தில் தூறல்கள் அங்கொன்றும் இங்கொன்றுமாய் விழுந்தன. மண்வாசனை கிளம்பியது. சட்டென காற்று வேகமாய் வீசத் தொடங்கியது. கூடவே மழையும் சடசடவெனப் பிடித்துக் கொண்டது. சனங்கள் திசைக்கொருவராய் ஓட்டம் பிடித்தனர். காற்றும் மழையும் அடிக்கத் தொடங்கியது. பேருந்துகள் மிகக்குறைந்த வேகத்தில் பயணித்துக் கொண்டிருந்தன. பனமரத்துப்பட்டி பிரிவு ரோட்டிலிருந்த நிழல் கூடத்தில் வழிப்போக்கர்கள் சேலம் செல்வோர், இருசக்கர வாகனத்தில் வந்தவர்கள் என கூட்டத்தால் நிரம்பியிருந்தது. கம்மாளப்பட்டியிலிருந்து வந்த பேருந்து பிரிவு ரோட்டில் நின்றது. மழையின் அடர்த்தி கூடியிருந்தது. பஸ்ஸில் யாரும் ஏறவில்லை. பஸ்ஸிலிருந்து வயதான ஒரு பாட்டியும் இரு பள்ளி மாணவர்களும் இறங்கினர். மழைக்கு தலையைக் குனிந்தபடி நிழல்கூடத்தில் வந்து புகுந்து கொண்டனர். ஒவ்வொருவரும் மற்றவரோடு அவரவருக்குப் பிடித்த விஷயங்களைப் பேசிக் கொண்டிருந்தனர். காவி உடைதரித்த பிச்சைக்காரர்கள் இருவர் துண்டு பீடியை மழைக்கு இதமாய் புகைத்தபடியிருந்தனர்.

30 வயது மதிக்கத்தக்க ஒரு இளைஞன் கையில் ஒரு டைரியைப் பிடித்தபடி கூட்டத்தோடு நின்று கொண்டிருந்தான். ரொம்ப நேரம் மழையை ரசித்தபடி நின்றிருந்தான். பிறகு, நிழல் கூடத்தில் கிழக்குப்புற கட்டில் கைக்குட்டைளை விரித்துப் போட்டு உட்கார்ந்தான். மழை சன்னமாய் குறைய ஆரம்பித்திருந்தது. பாதையோரத்தில் செந்தண்ணீர் சலசலவென ஓடிக்கொண்டிருந்தது. நிழல் வடத்திலிருந்து

ஒவ்வொருவராய் வெளியே போக ஆரம்பித்தனர். பனமரத்துப்பட்டி பிரிவு ரோட்டில் இரு இளைஞர்கள் பைக்கை சிரமப்பட்டு ஸ்டார்ட் செய்து கொண்டிருந்தனர். ஊசித் தூறல்கள் வேகமாய் விழுந்து கொண்டிருந்தன. திருமனூரிலிருந்து வந்த டவுன் பஸ்ஸில் ஏற ஓடினர். இந்தச் சந்தர்ப்பத்தைவிட்டால் திரும்பவும் மழை பிடித்துக் கொள்ளும் என்ற அச்சம் வேறு. டைரியை வைத்துக் கொண்டு உட்கார்ந்திருந்தவன் பஸ் பிடிக்கும் அவசரத்தில் டைரியை விட்டுவிட்டு பஸ்ஸை நோக்கி ஓடினான். பஸ்ஸின் இருபடியிலும் திட்டிக்கொண்டும் இடித்துக்கொண்டும் ஏறினர். பஸ்சும் வேகமாய் சேலம் பக்கம் புறப்பட்டது. அநாதையாய் கேட்பாரற்று டைரி நிழல் கூடத்தின் கட்டிலே கிடந்தது. புதுடைரி பாக்கு வண்ணத்தில் அழகாயிருந்தது. பிறகுதான் டைரிக்காரரின் ஞாபகம் வந்தது. அடடா! இங்கேயே விட்டுட்டுப் போய்விட்டானே? என்று. நிழல் கூடத்தில் இரண்டு பிச்சைக்காரர்கள் மற்றும் இவன் மட்டும். டைரி வைத்திருந்தவனை இந்தப் பக்கம் முன் பின் பார்த்திருக்கவில்லை. தெரிந்த முகமாகவும் இல்லை. டைரியைப் பிரித்துப் பார்த்தான். முன்பக்கத்தில் பி. ரத்தினவேலு என்று தமிழில் எழுதப்பட்டிருந்தது. தீவிரமாய் தேடியதில் முகவரி ஏதும் தட்டுப்படவில்லை. பிச்சைக்காரர்களில் ஒருவன் நிழல் கூடத்திற்கு வெளியே வந்து கையை நீட்டி தூறல்கள் விழுகிறதா என்று பார்த்தான். பனிபோல தூறிக்கொண்டிருந்தது.

ஜல்லூத்துப்பட்டி போகும் அரசுப்பேருந்து தூரத்தில் வந்து கொண்டிருந்தது. இவன் சாமக்குப்பட்டப்பட்டி போக வேண்டும். சரி, டைரியை பஸ் ஏறிய பிறகு பார்த்துக் கொள்ளலாம் என்று வெளியே வந்து நின்றான்.

பஸ்ஸில் அவ்வளவாய் கூட்டம் இல்லை. பள்ளி மாணவர்கள் மட்டும் கொஞ்சப்பேர் இறங்கினர். இவன் டிரைவருக்குப் பின் சீட்டில் உட்கார்ந்தான். பஸ் மெதுவாக ஊர்ந்து கொண்டிருந்தது. குளிர் காற்று சன்னல் வழியாக விசுவிசுவென வீசியது. சன்னல் கண்ணாடியை சரி செய்து கொண்டான். டைரியை மெதுவாய்ப் பிரித்துப் படிக்க ஆரம்பித்தான்.

டைரிக்குறிப்பு: 1
4 செவ்வாய்க் கிழமை
மே 2010 சித்திரை 21
அம்மாபாளையம்

குளிர்காற்று சிலுசிலுவென வீசிக்கொண்டிருந்த இரவு நேரம் 8.15

ஆராயி பாட்டி வீட்டிற்கு போயிருந்தேன். அதோட பேராண்டி

சுரேஷ்க்கு பெண் தேடிக் கொண்டிருப்பதாகச் சொன்னது. "சுரேஷ்தான் கண்ணு இப்ப கண்ணாலம் வேண்டாங்கிறான். வயசும் ஆகுது. இப்படியே விட்டம்னா நல்ல பொண்ணு கெடைக்கிறது ரொம்பக் கஷ்டம். அவனுக்கு பேளுக்குறிச்சியில ஒரு பொண்ணு இருக்குது. பிள்ள நல்லா தாட்ரீகமா இருப்பா. அப்புறம் நம்மூர்லயே தேங்காகாரமுட்டு பெரியபிள்ள ரேவதிய கேட்கலாமுன்னு இருந்தோம். அந்தப் பிள்ள வூட்ட வுட்டு வெளிய வந்து செல்போன எடுத்துசின்னா வாடா! போடா! ..... அறுவு கெட்டவனே ...... மூதேவி... முண்டம்னு பேசிக்கிட்டே போவுது கண்ணு. தடத்துல யாரு நடக்கறாங்கன்னு கூட பாக்கறதுல்ல. குடியான பிள்ள காலங்காத்தால பேசறபேச்சா இது. சரி! அது தோதுப்படாதுன்னு விட்டுட்டோம்.

ஓட்டல் கடக்காரன் குருசாமியூட்டு பெரிய பிள்ளைய பாக்கலாமுன்னா... பிள்ள அவனோட பாட்டிக்காரியாட்டம் ஒல்லியா ஒடம்பு தேறாம கன்னம் ஒடுக்கல் விழுந்து கெடக்குது.

அவளோட தங்கச்சி நடுபிள்ள தேவலாம். நல்ல செவப்பு. மொகம் லட்சணமா இருக்கும். பையன் தோள்பட்டை உயரம் இருப்பா. அவுங்க அப்பன்காரனாட்டம் கொஞ்சம் கூளைதான். அவங்க வீட்டுக்கு வர்ற மாப்பிளையெல்லாம் இந்தப் பிள்ளைய குடுத்துருங்கன்னு கேட்கறாங்களாம். அதனால் பெரிய பிள்ளைய யாராச்சு பொண்ணு கேட்க வந்தா... நடுபிள்ளைய அவுங்க பாட்டி வீட்டுக்கு கொண்டுபோய் விட்ருவாங்க... கடைசிப் பிள்ளை இப்ப பத்தாம் கிளாஸ் படிக்கிறா. பெரிய மனுசியாயி ஒன்றை வருசம் ஆச்சி.

அந்தப்புள்ள பொறந்தப்ப மூனு பொட்டப்பிள்ளைகளை வச்சி என்னால காப்பாத்த முடியாது. சின்னத கொன்னுப்புடுங்கன்னு ஓட்டல் கடக்காரன் அனுப்பியுட்டான். நானும் கந்தாயும் வெங்காம்பட்டிக்கு போனம். ஓட்டல் கடக்காரன் பொண்டாட்டிக்கு கடைக்கு எங்கியோ போயிருந்தா. அவளோட அம்மாக்கிட்ட வந்த விவரத்தைச் சொன்னோம். அவளும் சரின்னுட்டு நல்லதண்ணி கெணத்தோரம் போயி எருக்கம்பால் புடிச்சிட்டு வரப்போயிட்டா... நான் கள்ளிப்பால் கொஞ்சம் புடிச்சிக்கிட்டு வந்தேன். உப்புக்கல்லு கரைச்சி ஊத்துனா உசுரு போயிருங்கிறாங்க... அரளி விதை, எட்டிக்கொட்டை அரைச்சி ஊத்துங்க சீக்கிரம் உசுரு போயிருங்கிறாங்க. பக்கத்து வீட்டு கொன்ன வாயன் ஒருத்தன் சோத்து உருண்டையில நெல்லு கலந்து ஊட்டுனா தொண்டையில அடைச்சி செத்துப் போயிரும்னான்.

சரின்னுட்டு கொழந்தைக்கு சுடுதண்ணி நல்லா ஊத்தி பவுடர் அடிச்சி சொக்கா போட்டுவுட்டு, கன்னத்திலும் நெந்தியிலும் கருப்பு பொட்டுவச்சி பாயில் படுக்க வச்சா. கொழந்த முட்டக்கண்ண உருட்டி முழிச்சிக்கிட்டு, வாயில வெரல வச்சிக்கிட்டு எங்களையே உத்து

உத்துப் பாக்குது. கொல்ல மனசு உரல.

அதுக்குள்ளாற கடக்காரன் பொண்டாட்டி வெளிய போனவ, திரும்பி வந்துட்டா. வந்தவ, மயித்த விரிச்சிப் போட்டுக்கிட்டு ஆட ஆரம்பிச்சுட்டா... ஏய்! இங்க என்னாடி ஆடுது... இம்புட்டு கூட்டம். எல்லாரும் அவுங்கவுங்க வூட்டுக்கு போங்கடி. இந்த ரெண்டு பொக்கவாச்சிகளும்தான் ஏம் பிள்ளைய கொல்ல வந்தவளுங்களா?... எனக்கு மூனு பொட்டப் புள்ளைங்க இருந்தா... இருந்துட்டு போகட்டும். நான் ஏம் புள்ளைங்கள கெழங்கு மிஷின்ல கெழங்கு உரிச்சாவது காப்பாத்திப்புடுவேன்... எல்லாரும் அவுங்கவுங்க வேலைய பாத்துக்கிட்டு போங்கன்னு திட்டிப்புட்டு, கொழந்தய வாரி எடுத்து அணைச்சிக்கிட்டா.... “ஏய்! தங்கம் இங்க என்ன பாருடி. உன்ன கொல்லப் போறாங்களாங்கடின்னு அழுவ ஆரம்பிச்சுட்டா... எங்களுக்கும் மனசு எளவிப்போச்சு. கம்முன்னு வந்துட்டோம்.

இப்பப் பாருப் பிள்ள நல்லா ஆளாகி நெடு நெடுன்னு வளர்ந்துட்டா... இப்ப வந்துட்டுப் போனாளே அந்தப் புள்ளதான் கண்ணு. ஆச்சி! இவுளுக்கும் ரெண்டு ஒரு வருசத்துல மாப்பிள்ளை பாத்துடுவாங்க என்ற ஆராயி பாட்டி பல சம்பவங்களை சரளமாகச் சொல்லி முடித்தது.

கிராமங்களில் பெண் குழந்தைகளைக் கொல்ல முன் வரும் பெற்றோர்கள் அவர்களை சாதனைப் பெண்களாக வளர்க்க யோசிக்காதது எனக்கு மிகுந்த வருத்தத்தைத் தந்தது. அப்போதைய பெண்சிசுக் கொலைதான் இப்போது ஆண்களின் திருமணத் தடைக்கு காரணம் என்பதை அறிந்தேன்.

டைரிக்குறிப்பு: 2
6 வியாழன்
மே 2010
சித்திரை 23

உச்சி வெய்யில் நேரம் கொண்டலாம்பட்டி பைபாஸ் அருகே வேப்பமரத்தடி

பெரிய சீரகாபாடி ஜெகநாதன் கூத்தாடியை நீண்ட நாளாய் பார்க்க வேண்டும் என்ற எண்ணம் இருந்தது. செம்புலி மருமக சின்னம்மா மருந்து குடிச்சிட்டு ஆஸ்பத்திரியில படுத்திருந்ததாகச் சொன்னாங்க. சரி, சீரகாபாடி போகும்போது அரியானூர் போயி ஒரு எட்டு பாத்துட்டு வந்திடலாம்னு நெனச்சிருந்தேன்.

இவ்வளவு வயசானதுக்கு அப்புறம் அந்தக்கா மருந்து குடிச்சதுக்குக்

காரணம் என்னவாயிருக்கும் என்று விசாரித்தபோது கிடைத்த தகவல் அதிர்ச்சியாயிருந்தது.

மூத்த பையனுக்கு வெண்ணந்தூர்ல சொந்தக்காரப் பிள்ள ஒண்ணை கட்டிவச்சாங்க. பிள்ள நல்லா எலுமிச்சாம் பழக்கலருதான். சிரிச்ச முகம், ஒயரம் கொஞ்சம் கம்மி. நான் கூட நெனச்சேன் இந்த மொன்ன மூக்கனுக்கு இப்படியொரு பொண்ணு கெடச்சது அதிர்ஷ்டம்தான்னு.

புதுப் பொண்டாட்டி கட்னதிலிருந்து பையன் செரியா வேலைக்குப் போறதில்ல. வவுத்து வலி, தலைவலின்னு ஏதாவது ஒன்னு சொல்லிக்கிட்டு வந்துடறான். சின்னம்மாக்கா புருசனும் புது மருமவ வந்த பூரிப்புல வாசல்ல வேப்பமரத்தடியில கயித்துக்கட்டிலை தட்டிப்போட்டு மல்லாக்க படுத்துக்கிட்டு பகல் கெனா கண்டுக்கிட்டிருந்தார். சின்னம்மாக்கா புருசங்காரனுக்கு சோறு கொண்டுபோயி வச்சா நான் அப்புறம் சாப்பிட்டுக்கிறேங்கிறது. அதே மருமவளோட தலைய கண்டுக்கிட்டா... தங்கம் சோறக் கொண்டா... கண்ணு கொஞ்சம் சாம்பார் கொண்டா... தண்ணி ஒரு சொம்பு கொண்டா. இந்த வட்டிலை வீட்டுல கொண்டு போயி வையி. அப்படியே நடு அடுக்குல பொவல குச்சி வச்சிருக்கிறேன். நவுண்டு எடுத்துக்கிட்டு வான்னு மருமவக்காரிக்கிட்டயே வேல சொல்லிக்கிட்டு இருந்தார். மருமவக்காரி கெக்க புக்க கெக்க புக்கன்னு சிரிக்கவும் சின்னம்மா எரிச்சலானாள். இருந்தாலும் விட்டுப்புடிச்சி பாக்கலாமுன்னு விட்டுவிட்டாள்.

மருமவளோட தங்கச்சிக்காரி பள்ளிக்கொடம் ஒரு மாதம் லீவுன்னு இங்க தங்கியிருந்தாள். சின்னம்மாக்காவோட சின்னப்பையன் ரகுபதி அந்தப் பிள்ளைகிட்ட நாலுநாள் சிரிச்சி பேசினான். நாலு நாள் கையை புடிச்சிக்கிட்டு பேசினான். அப்புறம் ரெண்டுபேரும் ஒன்னாக் கலந்துக்கிட்டாங்க. படிப்பு கெடக்குது கழுத. அத அப்புறம் பாத்துக்கலாம்னுட்டு புள்ளைய இழுத்துக்கிட்டு போயி பெரியூர் ஈஸ்வரன் கோயில்ல தாலி கட்டிகிட்டு வந்துட்டான். ரெண்டு பேரும் மாலையும் கையுமா நின்னுட்டாங்க. “ஏண்டா அவசரத்துல பொறந்த தறுதல நாயே... அதுக்குள்ள இந்த சிறுக்கிமவ உன்ன கைக்குள்ள போட்டுக்கிட்டாளா?... இப்பதாண்டா ஒருத்தன உட்காரவச்சி எழுப்பியிருக்கேன். இவள என்னா வேலைக்காடா போயி சம்பாரிச்சி காப்பாத்துவ. நீயெல்லாம் ஆங்காரத்துல அழியப் போறடா... மல மாடாட்டம் நிக்கறீங்களே... ஏதாச்சும் பேசுங்கடான்னு காட்டு கத்து கத்தினா. சின்னம்மா புருசன்தான் செரி! செரி! ஆனது ஆச்சி.. உள்ள போங்கடான்னு சொன்னான். சட்டுன்னு வீட்ல புந்துக்கிச்சிங்க.

சின்ன மருமவக்காரிக்கு தண்ணி மொண்டாந்து வைக்கறது, கடைக்குப் போயி மளிகை சாமான் வாங்கிட்டு வர்றதுன்னுட்டு புருஷன்காரன் இருக்கவும் சின்னம்மாவுக்கு கோவம் பொத்துக்கிட்டு வந்துருச்சி.

வீட்டுக்காரன் மருமவக்கிட்ட இப்படி சரண்டர் ஆயிட்டானேன்னு மனசு உட்டுட்டா... சிறுக்கி மகளுங்க.... பையன்களை வளச்சிப் போட்டது மட்டுமல்லாம புருஷனையும் வளைச்சி போட்டுட்டாளுங்களேன்னு வருத்தத்தோடு புலம்பினாள்.

சின்னம்மாக்காவோட வீட்டுக்காரன் வேப்பமரத்தடியில கட்டிலைத் தட்டிப்போட்டு படுத்திருந்தான். "ஏங்க... அந்த கெழட்டு எருமை இட்டேரியிலே கட்டி கெடக்குது. போயி புடிச்சிக்கிட்டு வந்து கட்டுங்க"ன்னு சொன்னதுதான் மிச்சம். "இப்பதான் அக்கடான்னு வந்து உட்காந்தேன். அதுக்குள்ளாற ஒன்னால தாங்க முடியலையா? அப்படியே ஒரு வேலை ரெடி பண்ணிட்டீயே!" "ஆமா! நான்தான் ஒன்ன முள்ளு ஒடுக்கிப்போட்டு வெடுக்கு வெடுக்குன்னு புடுங்கறேன்னு ஆரம்பிச்சி ஒன்னு போட்டு ஒன்னு பேசி சண்டையா முத்திப்போச்சி. கடைசியா சின்னம்மாக்கா" நான் என்ன இந்த மருமவ சிறுக்கிங்க மாதிரி செவப்பாவா இருக்றன். அவளுங்க சொன்னா ஓட்டம் ஓடற... "நான் ஏதாவது ஒரு வேலை சொன்னா மட்டும் சுருக்குன்னு கோவம் வருது"ன்னு சொல்லி முடிக்கறதுக்குள்ள கன்னத்தில் பளார்னு ஒரு அறை விழுந்தது. கன்னத்தில் விரல் ரேகை விழுந்திருந்தது. உடனே, மல்லிப்பூ காட்டுக்கு அடிக்கறதுக்கு வச்சிருந்த பூச்சி மருந்த எடுத்து வாயில ஊத்திக்கிட்டா, கொஞ்ச நேரத்துக்குள்ளாற கண்ணெல்லாம் குப்புன்னு இருட்டிக்கிச்சி. தொண்டைய மரமரன்னு புடிக்க ஆரம்பிச்சிருச்சி.... அடி வயித்தைப் பெரட்டியது. ஓ! ஓ!.. என வாந்தி எடுக்க ஆரம்பித்திருந்தாள். அப்படியே மயங்கி மாட்டு கட்டுத்தரையிலே விழுந்தாள். 24 மணி நேரம் கழிந்த பிறகுதான் ஆஸ்பத்திரியில் படுத்திருப்பது தெரிய வந்தது.

உறவினர்கள் ஆறுதல் சொல்லிவிட்டு போனார்கள். இப்பித்தி பிள்ளைங்க எல்லாம் இப்ப இப்படித்தான் இருக்கறாங்க. நீ அக்கம் பக்கத்துல நாயத்த சொல்ல வேண்டியதுதானே? இப்படி அறுவு கெட்டுப் போய் மருந்து குடிச்சிப்புட்டு வந்து ஆஸ்பத்திரியில இப்படி கெடக்குறீயே... இனிமேலாவது புத்தியா பொழச்சிக்க. மருமவளுங்கக்கிட்ட எசலாட்டம் போட்டா நம்மளுத்தான் கெடுதல் வரும்" என்று பாவாயி அக்கா ஆறுதல் சொல்லிக் கொண்டிருந்தாள்.

பையன்கள் பொண்டாட்டியோட பேச்சைத்தான் கேட்பானுங்க. புருசனோட போக்கும் மாறிப்போச்சு. சின்னம்மா திருமணமான புதிதில் மாமனார், மாமியாரிடம் அனுபவித்த கொடுமைகளை நினைத்துப் பார்த்தாள். கண்ணீர் பொலபொலவெனக் கொட்ட ஆரம்பித்தது. இனிமேல் அரியானூரிலே இருந்துவிடலாம் என்று யோசித்துக் கொண்டிருந்தாள்.

டைரிக்குறிப்பு: 3
10 திங்கள்கிழமை
சித்திரை

பறவைகள் இரைக்காக பறந்து கொண்டிருந்த காலை நேரம் 6.30

பள்ளிக்கால நண்பன் கொட்டாய்வளவு பாலு நீண்டநாளைக்குப் பிறகு போன் செய்திருந்தான். ஏதேதோ பேசியவன் கடைசியாக கருக்குருவிங்க ஒங்க ஊருப்பக்கம் ஒன்னாவது தென்படுதா? என்றான். முன்பெல்லாம் ஏரிப்பக்கம், மேட்டுக்காட்டுப்பக்கம் மேய்கிற ஆடு, மாடுகளின் முதுகில் உட்கார்ந்திருக்கும். இப்ப ஒன்னக்கூட காணோம் என்றான்.

நான் சொன்னேன்... எங்க ஊர்ல இருக்கு. எங்க வீட்டுக்கு பக்கத்துலு இருக்கிற ஊஞ்சமரத்துல ஒரு ஜோடி குருவிங்க இருக்கு. அதுங்க விடியக்காலமே விழித்துக் கொண்டு எங்களையும் எழுப்பி விடுகிறது. நாங்க இப்போ அலாரமே வைத்துக் கொள்வதில்லை என்றேன்.

குறிப்பாக, சிட்டு, தூக்கணாங்குருவி போன்ற குருவிகள் அருகிவிட்டன. முன்பெல்லாம் குருட்டுவேலாம் மரத்திலும் பள்ளிக்கூட கூரை இடுக்கிலும் சிட்டுக்குருவிகள் கூடு கட்டியிருக்கும். தேன் சிட்டுக்கள் எருக்கம் செடியில் மட்டுமே கூடுகள் கட்டும். ஒரு முட்டை முதல் மூன்று முட்டைகள் வரை இடும். எருக்கங்காய் வெடி,சச பிறகு கெடைக்கற பஞ்சை வச்சி சொகுசாக கூடுகள் அமைக்கும். கிராமங்களில் எருக்கஞ் செடிகள் அழிக்கப்பட்டுவிட்டன. கருவேல், குடைவேல் மரங்கள் இல்லை. மேன் சிட்டுக்களும் கருக்குருவிகளும் காணாமல் போவிட்டன. சோளம், கம்பு விளையும் காட்டில் காடைகளும் கௌதாரிகளும் நிறைய திரியும். மேட்டு வயல்களில் சாமை, திணை, கொள்ளு, நரிப்பயிறு மட்டுமே விளைந்து நிற்கும் வயல்களில் அறுவடைக்குப் போகும்போது வயலில் சின்னதாய் குழிதோண்டி சாமையின் ஈக்குகள், இலை, தழைகளை வைத்து மூன்று நான்கு முட்டைகளை இட்டிருக்கும். குஞ்சு பொரித்ததும், இறக்கைகள் முளைத்தவையாகவும் இருக்கும். ஆள் அரவம் கண்டால் ஓட்டம் பிடித்துவிடும். குர்ர்ர்....' என்று அழகான குரலில் சப்தமிடும். இன்றைய இளைய தலைமுறையினருக்கு இந்தக் குருவிகளை யாராவது சொன்னால்தான் தெரியும்.

கௌதாரிகள் தன் குஞ்சுகளோட கூட்டம் கூட்டமாக திரியும். கள்ளி மரத்தடியில் வெயில் நேரங்களில் படுத்திருக்கும். காலை நேரத்தில் உயரமான கல்லின் மேல் ஏறி நின்று கொக்கரிக்கும்.

கிராமங்களில் ஜல்லிகிரஷர், விவசாய நிலங்கள் வீட்டுமனைகளாக பிரிக்கப்படுவதால் குருவிகள் தங்குவதற்கும், சுதந்திரமாக நடமாடவும் வசதியில்லாமல் போய்விட்டது. பத்தாண்டுக்கு முன்பு பார்த்த குருவிகள்

பாதிக்குமேல் இல்லை. இப்போது கிராமங்களும் தன் சுயத்தை அழித்துக் கொண்டு நகரமாகி வருகிறது. விவசாய நிலங்களில் அதிகமான ரசாயன உரங்கள் இடுவதும், பயிர்களுக்கு பூச்சிக்கொல்லி மருந்துகள் அடிப்பதாலும் மண் மாசாகிவிட்டது. குருவிகள் சாப்பிடுவதற்கு தேவையான புழு பூச்சிகளும் கூட அழிந்துவிட்டன.

தென்னையும், வாழையும் விளைந்த நிலங்கள் அழகுநகர், அம்மன் நகர் என்றாகி விட்டது என்றேன். கிராமத்து இளைஞர்கள் யாரும் வளைந்து பாடுபடுவதற்கு தயாராக இல்லை. விவசாயத்திற்கு சரியான பருவமழை பெய்வதில்லை. ஓசோன் படலத்தில் ஓட்டை விழுந்துவிட்டது. வெய்யில் அதிகமாகி, பூமி வெப்பமாகி விட்டது. துருவப்பகுதிகளில் பனிப்பாறைகள் உருக ஆரம்பித்திருக்கின்றன. ஒட்டுமொத்த சீதோஷ்ண நிலையே மாறி விட்டது. வீட்டுமனைகள், தொழிற்சாலைகள் கிராமங்களில் பெருகி விட்டன. விவசாய நிலங்கள் பல சூழ்நிலை காரணிகளால் விற்கப்பட்டு வருகின்றன. இந்த சூழ்நிலையில் குருவிகள் பற்றி யார் யோசிக்கிறார்கள். இனி தமிழகத்தில் இருக்கும் குருவிகள் பற்றி நூல்களிலும், அருங்காட்சியகத்திலும்தான் பார்த்து தெரிந்து கொள்ள முடியும்.

டைரிக்குறிப்பு: 4
13 வியாழன்
மே 2010 சித்திரை 30
அமாவாசை நாள்

சேலம் சுகவனேஸ்வரர் கோயில் வளாகம் சாயந்திரம் 4.27 மணி.

பெண்பார்க்கும் படலம் (அ) பெண் தேடல் படலம் என்பது ஒரு ஆணுக்கு ரணமானது. சில தருணங்களில் சந்தோசமானது. பல்வேறு நிபந்தனைகளை உள்ளடக்கியது. அவமானத்தையும் மிகுந்த மன உளைச்சலையும் தரக்கூடியது. குடும்பத்தில் சண்டையையும், குழப்பத்தையும் ஏற்படுத்துவதற்கு முக்கிய காரணியாக அமைந்து விடுகிறது.

1. இப்போது பெண்கள்தான் மாப்பிள்ளையைத் தீர்மானிக்கிறார்கள். அப்பா சொல்ற மாப்பிள்ளையை கல்யாணம் கட்டிக்கிற காலம் மலை ஏறிவிட்டது.

2. சம்பாதனையை பொய்யாக உளர வேண்டியிருக்கிறது. சம்பளத்தை உயர்த்தி சொன்னால் சம்பந்தம் என்பார்கள். உண்மையை சொன்னால், நீ சொல்லாத, சொல்ல தயங்கி பொய்யை சொன்னவனுக்கு நீ பார்த்த பெண் மனைவியாகிப் போவாள். உன் எதிரிலே அவன் தோளில்

கையைப் போட்டுக்கொண்டு வெறுப்பேத்துவாள்.

3. காதலிக்க எண்ணமிருந்தால் குறைந்தபட்ச தகுதியாக ஒரு பைக் சொந்தமாக வைத்திருக்க வேண்டும். ஓட்டல், சினிமா என்று போக செலவுக்கு பணம் வாங்க கந்து வட்டிக்காரன் ஒருவனை நண்பனாக்கி கொள்ளுதல் வேண்டும். ஆடைகள் அணிந்து கொள்வதில் சிறப்பு கவனம் செலுத்த வேண்டும்.

4. பையன் சுமாரான வசதியென்றால், கூட பிறந்தது எத்தனை பேர், சுத்த ஜாதகமா? தோசம் உள்ளதா? வீடு மெத்தையா? வில்லையா? விறகு அடுப்பா? கேஸ் அடுப்பா? தண்ணி பைப் தனியா இருக்கா? இல்ல பொது பைப்ல தான் புடிக்கனுமா? என்று கேட்டு நாசம் பண்ணுவார்கள்.

5. பையன் நல்ல கலரா, வசதியாயிருந்தால் கப்சிப். நாளு தேதி பார்க்கலாம் என்பார்கள்.

6. பெண் உனக்குப் பிடித்திருந்தால் நிச்சயம் உன்னை அந்த பெண்ணுக்குப் பிடிக்காது.

7. சரி திரும்பவும் எப்ப வரட்டும் என்றால், எஸ்.எம்.எஸ் பண்றம், இல்லையின்னா மிஸ்டு கால் விடறம் என்பார்கள்.

8. திருமண வீடுகளிலோ, கோவில் விசேஷங்களிலோ உன் மனசுக்குப் பிடித்த பெண்ணை பார்த்திருப்பாய். நீயும் ஊரு, பேரு கேட்டு பெண் வீட்டிற்கு, சிரமப்பட்டுப் போய் பெண் கேட்டால் பெண்ணுக்கு ‘முறைக்கார பையன் இருக்கறான். நீங்க போய்ட்டு வாங்க என்று ஏமாற்றத்தோடு அனுப்புவார்கள். மனசு வலிக்கும்.

9. பிடித்திருந்தால் அவர்களே மணிக்கணக்காய் உங்களிடம் போன் செய்து பேசுவார்கள்.

10. பெண் கேட்டுப் போன அடுத்த நாளே வசதியான மாப்பிள்ளை வந்தால் குலதெய்வ கோவிலில் வாக்கு கேட்டுட்டு பிறகு சொல்றோம் என்பார்கள் உன்னிடம்.

11. பெண்ணை உனக்கு ரொம்பப் பிடித்திருக்கும். பெண்ணோட பெற்றோரும் சம்மதம் சொல்லியிருப்பார்கள். அந்த பெண் உன்னிடம் வழிய பேசி இப்ப எனக்கு கல்யாணம் வேண்டாம். வீட்ல சொன்னா கேட்மாட்டேங்கிறாங்க. நீங்க கொஞ்சம் சொல்லி கல்யாணத்த நிப்பாட்டுங்க... அதாவது என்னை புடிக்கலைன்னு சொன்னாலும் நான் ரொம்பவும் சந்தோஷப்படுவேன் என்பாள்.

12. உன்னை ரொம்ப எனக்குப் பிடிக்குது. அப்புறம் நான் ஏன்

உன்னை புடிக்கலைன்னு சொல்லனும் என்றால், நீ லூசாடா... நான் இப்படி நாசூக்சாக சொன்னா கேட்கமாட்டியாடா? உனக்கு இன்னம் புரியலையாடா டியூப்டைட்டா நீ. நான் ஒருத்தன உசுருக்கு உசுரா லவ் பண்றேன். போதுமா? என்பாள்.

13. பெண் உட்பட, பெண் வீட்டில் சம்மதம் சொன்னால், பெண்ணோட தாய்மாமன் இந்த சின்ன பிள்ளைக்கு அதுக்குள்ளாற எதுக்கு கல்யாணம். இன்னும் ரெண்டு வருஷம் கழிச்சி கல்யாணம் பண்ணலாம் என்பான். அதுக்குள்ளாற வாத்தியார் மாப்பிள்ளை, பேங்க் ஆபிசர் எல்லாம் வரிசையில் வந்து நிப்பாங்களாம்.

14. உன்னோட கெட்ட நேரம் கோயில் பூவாக்கு சரியாவராது. ஜாதகத்தில் பொருத்தம் இல்லை என்பான் ஜோசியன். அரை மனசா ஒரு நல்ல காரியம் பண்ண வேண்டாம் என்பான். வேற எடம் பாத்துக்குங்க என்பார்கள் பெண் வீட்டார்.

15. பெரிதாய் எதிர்பார்த்து ஒருத்தியை காதலிப்பாய். நல்ல இடத்தில் மாப்பிள்ளை கிடைத்ததும், உன்னை வெறுப்பாள். எரிந்து விழுந்து போவாள். மறந்திடலாம் என்பாள். உனக்கு அவமானம் நாக்கைப் பிடுங்கும். பூச்சி மருந்து குடிப்பாய். அவசரமாய் ஆஸ்பத்திரியில் சேர்த்து உன்னை காப்பாற்றுவார்கள்.

16. அதன் பிறகு தண்ணி அடிப்பாய். தாடி வளர்ப்பாய். சிகரெட் புகைப்பாய். காதல் ஒரு பம்மாத்து என்பாய். சீறும் பாம்பை நம்பு சிரிக்கும் பெண்ணை நம்பாதே என ஆட்டோ வசனத்தைப் பிதற்றுவாய்.

17. பெண்ணிடம் கொஞ்சம் நான் தனியா பேசனும் என்றால், அப்போது அவள் பேச்சு முழுவதும் என்ன வேலை செய்யுற, சம்பளம் எவ்வளவு வருது? நம்ம தேவைக்கு அந்த சம்பளம் போதுமா?' என்பாள். எதுக்குடா இவக்கிட்ட தனியா பேச வந்தம் என்று அவமானப்படுவாய்.

18. தினமும் விதவிதமான ஆடைகளும், முடியலங்காரமும் இப்போது மார்கெட்டில் புதுமாடலில் விற்பனையாகும் பைக் ஒன்றிலும் நீ ஊர் சுற்றியிருந்தால், இந்த கோலத்தில் அந்த பெண் உன்னை ஓரம் ஒதுக்கலில் பார்த்திருந்தால் எந்த கேள்வியும் கிடையாது.

19. நீ மதுவுக்கு அடிமையானவனா? பான்பராக், ஹான்ஸ், சிகரெட் பாக்கெட்டில் வைத்திருப்பவனா? இதெல்லாம் இப்போது மேட்டரே கிடையாது. ஆள் டிப்டாப்பாக இருந்தால் போதும்.

20. நாலைந்து பெண்கள் இருந்த வீட்டில் கடைசிப் பெண்ணைப் பார்க்க நீ போனால், அவளின் அக்கா புருசன்கள் உன்னை எதிரியைப் பார்ப்பதைப்போல் பார்ப்பார்கள். மாப்பிள பையன் எலும்பாட்டம்

இருக்கறான். ஒண்ணும் சுறுசுறுப்பா இல்ல... போயும் போயும் அந்த குடும்பத்துக்கா குடுக்கறீங்க.... இன்னும் ஒரு வருஷத்துக்கு நிறுத்தி வச்சி பாப்பம்... பிள்ள இருக்கிற அழகுக்கு மாப்பிளைங்க வரிசையில நிப்பானுங்க என்பார்கள்.

22. இப்படியே பொண்ணுக்கு கல்யாணத்த தள்ளிப்போட தள்ளிப்போட எரிச்சலாகி, கரண்ட் தறி ஓட்டறவனையோ அல்லது கொத்து வேலைக்குப் போறவனையோ பிள்ள கூட்டிக்கிட்டு ஓடிப் போயிரும்.

23. எல்லாம் ரெடியாகி கல்யாண பத்திரிக்கை அடித்திருப்பாய். பத்திரிக்கையும் பாதி ஊருக்கு வைத்திருப்பாய். மணப்பெண் தனது ஆசைக் காதலனோடு கல்யாணத்துக்கு ஒரு நாளைக்கு முன்னே ஓடிப் போவாள்.

24. நீ அஞ்சு புரோக்கர் வச்சி மூணு வருசமா பெண் தேடி அலைந்ததையும், கடைசியாக இந்த பெண்ணோடு வாழ வண்ணக்கனவு கண்டது எல்லாம் அவளுக்குத் தெரிந்திருக்க வாய்ப்பில்லை.

25. உறவினர்கள் மூலம் வேறு ஊர் போய் பெண் பார்ப்பாய். உன் குடும்பம், அண்ணன், தம்பி, வேலை எல்லாத்தையும் விசாரித்துவிட்டு, மாப்பிள்ளை ஊர் ரொம்பம் தூரமா இருக்கு. ஒரே பிள்ளை, செல்லமா வளத்தறம். பக்கத்தூர் மாப்பிள்ளையா இருந்தா பரவாயில்ல. தூரமா இருந்தா சட்டுன்னு போய் பார்க்க முடியாது. அதான யோசிக்கிறோம் என்பார்கள்.

உனக்கு பெண் பிடித்திருக்கும். வீடு, இடம் எல்லாம் அவர்களுக்குப் பிடித்திருக்கும். கல்யாணம் நிச்சயதார்த்தம் செய்யற அன்னைக்கு பெண் பிள்ளை எனக்கு இப்போது கல்யாணம் வேண்டாம். இன்னும் ஒரு வருசம் போகட்டும் என்பாள். இப்ப கல்யாணத்துல விருப்பம் இல்லை என்பாள். அதுக்கு என்ன கிறுக்குன்னு தெரியாது. காரணம் கேட்டால் கண்ணீர் விட்டு அழுவதைத்தான் பதிலாக்குவாள்.

இவ்வளவு பிரச்சனைகளுக்கும், மன உளைச்சலுக்கும் பின் ஒருத்தன் ஒரு திருமணம் செய்வதென்றால் எவ்வளவு சிரமமான காரியம் தெரியுமா? அதற்காக காதல் திருமணம் செய்து கொள்வது சிறந்தது என்று நான் சொல்லவில்லை. இப்பொழுதெல்லாம் பையனின் ஒழுக்கத்தை யாரும் பார்ப்பதில்லை. பையன் நல்லா சம்பாதிக்கிறானா? சொத்து வசதி இருக்கா? போதும் பிள்ளையைத் தள்ளி விட்டுடலாம் என்று சொல்லி கல்யாணத்தை சட்டென்று முடித்து விடுகின்றனர். திருமணத்திற்கு பெண் தேடிக் கொண்டிருக்கும் நடுத்தர வர்க்கத்தினர் எல்லாருக்கும் இந்த அனுபவம் வாய்த்திருக்கும்.

டைரிக்குறிப்பு: 5
16 ஞாயிறு
மே 2010 வைகாசி 2

மஞ்சள் வெயில் அடித்துக்கொண்டிருக்கும் சாயந்திரம் 5.32 மணி

அண்ணாமலைப்பட்டி கோம்பை ரோட்டில் பள்ளிக்கூட மாணவி ஒருத்தி 8 மணியிலிருந்து 8.30க்குள் அந்த இடத்தில் நின்றுகொண்டிருப்பாள். சனி, ஞாயிறு தவிர்த்து மற்ற நாட்களில் என் கண்ணில் தட்டுப்பட்டு விடுவாள். பள்ளி நாட்களில் புளூ கலர் தாவணி பாவாடை, வெள்ளை கலர் ஜாக்கெட், ரெட்டை ஜடை என குட்டி சைக்கிளில் வருவாள். அருகே டீக்கடையில் சைக்கிளை நிறுத்திவிட்டு பஸ்க்காக வந்து நிற்பாள்.

ஒரு சில நாட்கள் நடந்து வருவாள். தடத்தின் ஓரத்தில் குனிந்த தலை நிமிராமல் குதிரைக்கு சேனம் பூட்டியதைப் போல அப்படியே நடந்து வருவாள். நல்ல அழகு. வழியில் போவோர் யாராயிருந்தாலும் திரும்பிப் பார்க்கத் தூண்டும் வசீகரம். தலையில் ஒற்றை செவந்திப்பூ வைத்திருப்பாள். அதிகம் அலங்கரிப்பதில் கவனம் செலுத்தாவிட்டாலும் கூட அழகாய் தான் இருப்பாள்.

பனிரெண்டாம் வகுப்பு தேர்விற்கு பின் கம்ப்யூட்டர் கிளாஸ்க்கு மல்லூர் சென்று வந்தாள். அப்போது பள்ளி சீருடையை தவிர்த்து சுடிதார், தாவணிப்பாவாடையில் அழகு தேவதையானாள். பள்ளி மாணவி என்ற ஸ்தானத்திலிருந்து அழகி, அழகானவள் என்ற அடைமொழிக்கு சொந்தக்காரியாகிப் போனாள். அவள் பேச்சு, நடை, உடை பாவனையில் ரொம்ப அமைதியானவளாய் இருந்தாள்.

நாம் பத்து வார்த்தைகள் பேசினால் அவள் நாலு வார்த்தைகள் பேசுவாள். அவளது பேச்சு குழந்தைத்தனமாய் இருக்கும். ப்ளஸ் டூ தேர்ச்சிக்குப் பிறகு தனியார் கல்லூரியொன்றில் பி.காம். சேர்ந்திருந்தாள்.

பொன்பரப்பிப்பட்டியோ, கரட்டுப்பாளையமோ தெரியாது. பழைய அகல கேரியர் சைக்கிள் ஒன்றில் ஒரு பையன் வந்து கொண்டிருந்தான். இந்தப் பெண்ணை ஓர சாரையாய் பார்ப்பான். அவள் பக்கத்திலே நின்றுகொண்டிருப்பான். நேரமாக வந்து விட்டால் கல்லுக்கிட்டின் மேல் உட்கார்ந்துகொண்டு கோம்பை ரோட்டையே எட்டிப்பார்த்துக் கொண்டிருப்பான். அவளிடம் ஏதும் பேசியதாய் தெரியவில்லை.

கண்களால் அவளைத் தேடுவான். அவளுக்கு வகுப்புகள் இல்லாத சனி, ஞாயிறுகளில் கூட வந்து காத்திருந்து ஏமாந்து போயிருக்கிறான். கொமாரபாளையத்தில் சுப்ரமணி பட்டறையில் கரண்ட் தறி ஓட்டிக் கொண்டிருப்பதாக சொன்னார்கள். இவன் தாமதமாகப் போகும்

நாட்களில் அவன் முதலாளி திட்டினான். பத்து நாளாய் இவன் கோம்பை ரோட்டில் தென்படவில்லை.

அதன்பிறகு அவன் நடவடிக்கைகளில் நிறைய மாற்றமிருந்தது. புதிதாய் ஒரு பைக் வாங்கியிருந்தான். நிச்சயம் சொந்தப் பணத்தில் வாங்கியிருக்க முடியாது. பைனான்ஸ் போட்டு வாங்கியிருப்பான். இல்லையென்றால் அம்மாவின் நகை நட்டை அடமானம் வைத்து வாங்கியிருப்பான். ஒரே பையனாயிருந்து, பைக் வாங்கித் தராவிட்டால் மருந்து குடிப்பேன் என்று அப்பனை மிரட்டி வாங்கியிருக்கலாம். அவன் வைத்திருந்த பழைய சைக்கிளை என்ன செய்தான் என்றே தெரியவில்லை. பைக்கிலே ஊர் சுற்றினான். செம்பட்டை பாய்ந்து திருத்தப்படாத வெளக்கெண்ணெய் போட்டு மொழுக்கி சீவிய தலையில் இப்போது ஒரு துளி எண்ணெய் கூட வைப்பதில்லை. வாரம் ஒருமுறை முடிவெட்டினான். ஒரு வாரத்திற்கு இருமுறை தாடியை டிரிம் செய்தான். விதவிதமான ரெடிமேட் ஆடைகளை அணிந்தான்.

அரசல் புரசலாக அந்தப் பிள்ளையை இவன் ரூட் விடுவது தெரிந்தது. ஒருநாள் பஸ் ஸ்டாப்பில் கல்லுக்கிட்டை ஒட்டி அவளிடம் ஏதோ பேசிக் கொண்டிருந்தான்.

அந்தப் பெண் மெதுவாய் புன்னகைத்து சட்டென அடங்கி நகர்ந்து நின்றாள். காரணம் வயதான பெரியவர் ஒருவர் மணி எவ்வளவு என்று கேட்டிருந்தார். ஒருவேளை அவர் அவள் ஊராக இருந்திருக்கக்கூடும். அவன் பைக் அருகே போய் நின்று கொண்டான். தினமும் ஒவ்வொரு விதமான பேண்ட் சர்ட் அணிந்து வந்தான்.

அவன் வராத நாட்களில் அவளும், அவள் வராத நாட்களில் அவனும் பார்வையாலே வழித்தடத்தை தேடியபடியிருந்தனர். மெல்லிய புன்னகையிலும், சன்னமான பேச்சினூடாகவும், கண்கள் பேசிய மொழியிலும் இவர்களுக்கான காதல் மலர்ந்திருக்கக்கூடும்.

டீக்கடையில் அந்த செவத்த புள்ளக்கூட சுத்தற பையன் உதவாக்கரை என்றும் எந்த வேலைக்கும் போவாம ஊரு சுத்திக்கிட்டு திரியறான் என்றும் பேசிக் கொண்டனர். ஆம்பள பையனப்பத்தி ஒரு வயசுப்புள்ள எப்படி யாரிடம் விசாரிக்க முடியும். பிள்ளைப் பத்தி பசங்க ஊர சுத்தி விசாரிக்கலாம். அதே பிள்ளைங்க ஒரு பையனப்பத்தி தனிப்பட்ட முறையில் விசாரிச்சா ஊர் உலகம் என்ன சொல்லும். பிள்ளையோட பேர கெடுத்துப்புடுவாங்களே. எல்லாவற்றுக்கும் மேலாக காதல் இவர்களை மயக்கம் கொள்ளச் செய்திருக்கிறது. யாரும் யாரைப்பத்தியும் விசாரிக்க வேண்டிய அவசியமில்லை.

ஒரு பெண்ணுக்கோ, ஆணுக்கோ காதல் வந்துவிட்டால், தலை கால்

புரியாது. இரவு பகல் இரண்டும் ஒன்று. ஒரு பெரியமலை கூட சிறிய கல்லாங்குத்து போல தெரியும். யாருடைய அறிவுரையும் பிடிக்காது. பையன் அவன் வயதுடைய இளைஞர்களோடு அதிகம் சிநேகம் கொண்டிருந்தான். புது சினிமாக்கள் குறித்தும், கிரிக்கெட் பற்றியும் படிச்ச மேதாவி போல விவாதித்துக் கொண்டிருப்பான். எல்லாம் அவள் ரசிக்க வேண்டும் என்பதற்காகத்தான்.

காலேஜ் பஸ் வந்ததும் ஏறிக்கொள்வாள். இவன் ஒன்றும் தெரியாதவனாய் நின்றிருப்பான். கடையில் டீ ஒன்று வாங்கி சாப்பிடுவான். செய்தித்தாளில் சினிமா செய்திகளை வரி விடாமல் படிப்பான். கொஞ்ச நேரம் கழித்து வெண்ணந்தூர் பக்கம் போய்விடுவான்.

டீக்கடைக்கு பால் ஊத்த வரும் செங்கோடன் தாமதமாக கடைக்கு வந்தான். ஏம்பா இம்புட்டு நேரம் இன்னைக்கு என்றார் கடைக்காரர்.

மின்னக்கல் பிரிவு ரோட்டுல ஒரு ஆக்ஸிடெண்ட். யாரோ ஒரு புள்ளையும், பையனும் காளிப்பட்டி கோயிலுக்கு வேகமா போயிருக்காங்க. மின்னக்கல் மொடக்கக் கிட்ட வேகமாக போயி திரும்பவும், எதுத்தாப்ல ஒரு டெம்போ வரவும், பையன் வண்டி புதுப்பழக்கமாட்டம் இருக்குது. பிரேக் புடிச்சிருக்கான் சடார்னு டெம்போவுல மோதிட்டான். கொஞ்ச நேரத்துல வண்டி ஒரு பக்கம் கெடக்குது. பையனும், பிள்ளையும் ஒருபக்கம் கெடக்கறாங்க. பிள்ள நம்ம ஊராட்டம் தான் தெரியுது. ஆனா யாரூட்டு பிள்ளன்னு தெரியல என்று சொல்லிக் கொண்டிருந்தான்.

அப்புறம் கொஞ்ச நேரத்தில் கையில ரத்தம் வடியுது அந்த பையன் சட்டென பைக்க எடுத்து நிறுத்தி பிள்ளைய உட்கார வச்சிகிட்டு போயிட்டான். பிள்ளைய அவுங்க ஊர்க்காரங்க பார்த்துட்டா பிரச்சனையாயிடும்னு போயிருக்கலாம்னார்.

ஒரு வாரம் இரண்டு பேரும் யார் கண்ணிலும் படவில்லை. ஒரு வாரம் கழித்து அந்த பெண் வந்து டீக்கடையில் சைக்கிளை நிறுத்தினாள். அவனும் பைக்கில் வந்திருந்தான். கையிலும், முகத்திலும் சிராய்ப்புகள் காயங்கள், ஊமைக்காயங்கள் நிறைய ஏற்பட்டிருக்கின்றன. ஒரு சில இடத்தில் புண்கள். பிளாஸ்த்திரி போட்டிருந்தான். இங்க எதுக்குடா வந்த என்பதைப் போல் இவனைப் பார்த்து முறைத்தாள். இவன் அவளிடம் கெஞ்சுவதைப் போல் பார்த்தான். வழக்கம் போல் நின்று கொண்டாள்.

இவர்கள் இருவரும் தங்களின் காதல் விஷயத்தை வீட்டில் சொல்லியிருப்பார்களா? தெரியவில்லை. இவர்களின் எதிர்காலத் திட்டம் என்ன? வீட்டிற்கு தெரியாமல் திருமணம் செய்வதா? அல்லது வீட்டாரிடம் சொல்லி அவர்களின் சம்மதத்தோடு திருமணம் செய்வதா?

இப்படியே கொஞ்சம் பழகிவிட்டுப் பிரிந்து கொள்வார்களா? பெண் வீட்டில் ஒத்துக்கொள்வார்களா? வேறு ஆள் தேடி திடீரென்று திருமணம் செய்து வைத்து விடுவார்களா? என்பது தெரியாது. இதற்கெல்லாம் காலம் தான் பதில் சொல்லும்.

இந்த சம்பவங்களையெல்லாம் அசைபோடும் போது கவிஞர் மகுடேஸ்வரனின் கவிதை ஒன்று ஞாபகம் வருகிறது.

பொத்திப் பொத்தி
வளர்த்தாலும்
பூப்போல வளர்த்தாலும்
பருவம் வந்த உடன்
உதயகுமாரனோடு ஓடிப்
போகவே செய்கிறாள்
வாசவதத்தை

டைரியைப் படித்தவனுக்கு, எழுதியவரைப் பார்த்துப் பேச வேண்டும் போலிருந்தது. தான் பார்த்த மனதை பாதித்த சம்பவங்களை மிகவும் அழகியலோடு பதிவு செய்திருக்கிறார். அதுவும் புது டைரி, கொஞ்ச நாளிலே நுட்பமான பல விஷயங்களை நிரப்பியிருக்கிறார். இவனுக்கு டைரி எழுதியவரைப் பார்க்க வேண்டும் என்ற ஆர்வம் நிமிடத்திற்கு நிமிடம் மேலோங்கிக் கொண்டிருந்தது. டைரி முழுவதும் எல்லாப் பக்கங்களையும் புரட்டினான். முகவரி, செல்போன் எதாவது தட்டுப்படுகிறதா? என்று தேடினான். அவனது தேடலுக்கு ஏமாற்றமே மிஞ்சியது. நேற்றுத்தான் தவறி டைரியை விட்டுச் சென்றிருக்கிறார். இன்னைக்கு டைரியைத் தேடி வரக்கூடும். அந்த நிழல் கூடத்திற்கு பக்கத்திலுள்ள கடைகளில் வந்து விசாரிக்கலாம். நேரமாகவே நிழல் கூடத்தில் போய் காத்திருக்கலாம். அவர் வந்து விசாரித்தால் தந்து விடலாம் என புறப்பட்டான். அடுத்த நாளும் வானம் மோடம் போட்டிருந்தது. கருமையான மேகங்கள் அங்குமிங்கும் அலைந்து கொண்டிருந்தன. அவன் பஸ் ஸ்டாப்பில் வந்து நின்றான், தூரத்தில் டவுன் பஸ் ஒன்று வந்து கொண்டிருந்தது.

உள்ளோசை கேட்காத பேரழுகை

ஏ. தேவராஜன்

ஆக பின் நடந்துகொண்டிருக்கிற சம்பவம் 1

இனி அமீராவைப் பள்ளியில் பார்க்கவே முடியாது. அவள் கோலாலம்பூருக்கு மாறிப் போய் விட்டதாக உறுதியாகச் சொல்லிக்கொண்டிருந்தனர். கோலாலம்பூரில் மக்கள் நெருக்கடி மிகுந்த பகுதியில் தூரத்து உறவினர் வீட்டில் தங்கி படிக்கப் போயிருக்கிறாளாம். எல்லாம் அபுவின் ஏற்பாடு. அந்த ஏற்பாட்டுக்குள் இன்னும் சில ஏற்பாடுகள்; அபுவுக்கு மட்டுமே தெரிந்த இரகசியங்கள் அவை.

முன் நடந்த சம்பவம் 1

அமீராவுக்கு நிதானம் தேவைப்பட்டது. இப்போது வகுப்பறையில் அவள் பழையபடி இல்லை. வோங் வழக்கம்போல் இன்றும் வக்கிர சில்மிஷங்களைப் பச்சையாகவே அபிநயம் செய்துகொண்டிருந்தான். கண்ணாடி சாளரத்தினூடே நுழைந்த காற்று திரைச்சீலையை மிதக்கவிட்டபடி தன் மூர்க்கத்தைக் காட்டிக்கொண்டிருந்தபோது அவளின் முக்காட்டை அசையவிட்டு வெண்ணிறச் சீருடையின் உள்ளே இறுக்கமாய்ப் பதுங்கிக்கிடந்த மார்புப் பகுதியைப் பிதுக்கித் திரட்சியான சதையை வெளிச்சம் போட்டுக் காட்டியது. வோங் அவளை நேரடியாகவே எதிர்கொண்டான். அவனுடைய நாற்காலி வகுப்பின் பின்னாலிருந்தாலும் காரணகாரியமின்றி முன்னே வரமாட்டான். வலக்கையின் நடுவிரலை நிமிர்த்தி நெட்டுக்குத்தலாய்க் காட்டி அசைத்ததோடு, சட்டென எழுந்து பாலுறவுச் செய்கையை எல்லோரும் பார்க்கச் செய்து காட்டினான். அவனுக்கு அந்த விசயமெல்லாம் அத்துப்படி. அவனது கைத்தொலைபேசியில் கருமாந்தரமெல்லாம் பதிவிறக்கம் செய்யப்பட்டிருப்பது ஒருபுறமிருக்க, வாரத்திற்கு இரண்டு முறையாவது தனது முதிர் நண்பர்களுடன் படியேறியும் மதுபான

விடுதிகளிலும் இளம்பெண்ணைச் சுவைத்த அனுபவம் நிறையவே உண்டு.

இந்த வகுப்பில், தான் எதிர்பார்க்கும் அழகும் கவர்ச்சியும் எடுப்பான உடல்வாகும் அமீராவிடம் பூரணமாய் இருந்தன. அவளை எப்படியாவது தன் வழிக்கு இழுக்க, அதற்காகவே விடுப்பு எடுக்காமல் பள்ளிக்கு வந்து கொண்டிருந்தான். அமீரா பன்றி தின்கிறவனைப்பொருட்படுத்துவதா யில்லை . 'பாபி! சியால்' எனப் பதிலுக்குச் சொல்லிச் சொல்லிச் சலித்துப் போய்விட்டது. என்னென்னவோ சாடை மாடையாய் அவன் குனிந்கு நெளிந்து வக்கிரம் செய்ய, அதற்குள் ஆங்கிலப் பாட ஆசிரியை உள்ளே வர கப்சிப்பென்று அடங்கிப் போகவேண்டியதா யிற்று அவனுக்கு. இல்லையென்றால், பாட இடைவெளி நேரம் வரை வோங்கின் ஆர்ப்பாட்டந்தான் தூக்கலாயிருக்கும்.

அமீரா வீட்டுப் பாடத்தை அரைகுறையாய் முடித்து வைத்திருந்தாலும் அந்த வகுப்பில் இன்னும் இரண்டொரு பேரைச் சேர்த்துத் தேவலாம் என்ற கட்டுக்குள் அடக்கிவிடலாம். பெரும்பாலான ஆசிரியர்கள் அந்த வகுப்புக்கு வருகிறார்கள் என்றால் அதற்கு அமீராதான் காரணம். போதனையைக் குறைந்தபட்சமாவது கிரகித்துக்கொள்ளும் ஆற்றல் அவளிடமுண்டு. தவிர, மற்ற மாணவர்களுக்கு எடுத்துச் சொல்கிற அளவுக்கு ஆங்கிலமும் கொஞ்சமாய் வரும். சுமாரான மாணவி என எல்லோரும் ஒருமித்துச் சொல்வர்.

இப்பொழுது பாடத்தில் கவனம் பதியவில்லை அவளுக்கு. இன்றைக்கென்று ஆசிரியை வெண்பலகையில் ஐந்து வாக்கியங்களை எழுதிப் போட்டுவிட்டு ஏதோ வேலையாய் அமர்ந்துவிட்டார். அவற்றை எழுதி முடிக்க மூன்று நிமிடங்கள் கூட பிடிக்கவில்லை அவளுக்கு. மற்றவர்கள் ஆடி அசைந்து ஆதிகால மனிதர்களின் கையெழுத்தில் எழுதிக் கொண்டிருந்தனர். இரண்டாம் படிவத்தின் ஏழு வகுப்புகளில் கடைநிலை வகுப்பு என்பதால் அத்தனை அராத்துகளும் இங்குத்தான் தஞ்சம் அடைந்திருந்தன. அமீரா திரும்பிப் பார்த்துவிட்டுப் புத்தகப் பையில் கையைத் துழாவி முகப்பூச்சு டப்பாவைத் திறந்து இலேசாய்த் தனது மாம்பழக் கன்னத்தை அலங்கரித்தாள். அந்த வகுப்பில் அவளோடு சேர்ந்து டியானா, நூர் அய்னி, நூருல் நாஜா, ஜூலியானா என நான்கைந்து பேர்களுக்கு இது வழக்கமான சமாச்சாரம். முகப்பூச்சு டப்பாவின் கண்ணாடியின் வழி அவளது கன்னச்சதுப்புச் சற்றே உப்பியிருப்பதுபோல் தென்பட்டது. மெல்ல தடவிப் பார்த்துவிட்டுக் கழிப்பறைக்குச் செல்ல ஆசிரியையிடம் அனுமதி வாங்கியபின் வெளியேறினாள்.

கழிப்பறை அவளுக்குத் தனிமை சுகத்தைத் தந்தது. அவள் தன் மர்மப் பிரதேசங்களை வருடிப் பார்த்தாள்; இனம்புரியாத

தினவுடன் இப்பொழுது மொசுமொசுவென்றிருந்தது. ஆனால், ஏதோவொன்றைத் தேடி விழைவதுபோல் நமநமத்திருந்தது. இதே கழிப்பறையில்தான் போன மாதம் குமுறிக் குமுறி அழுதாள். கடந்த சில நாட்களாகத் தீவிர சிந்தனைக்குப் பிறகு மனம் ஒருவாறாக ஆரவாரம் தணிந்திருந்தது. அதுவும் இக்பாலின் அறிமுகத்திற்குப் பிறகுதான். இக்பால் தன்னை உயிருக்கு உயிராய் நேசிப்பதாய்ச் சொல்லியிருந்ததுதான் காரணம். அவனும் அதே பள்ளியில் நான்காம் படிவத்தில் படிக்கின்ற தேற முடியாத மாணவன் என முத்திரை குத்தப்பட்ட பேர்வழி. சகட்டுமேனிக்குப் புகையை ஊதித் தள்ளுகின்ற 'மாட் ரெம்பிட்' கூட்டத்தைச் சேர்ந்தவன். நள்ளிரவுக்குப் பிறகு அவன் உறங்குவதேயில்லை. அவளை இரண்டு மூன்று முறை வெளியே தனது மோட்டார் சைக்கிளில் ஏற்றிச் சென்றுள்ளான். அவளுக்கு அது புது அனுபவமாய்ப் பட்டது. மோட்டார் சைக்கிளில் பின்னால் அமர்ந்தபடி அவனைக் கட்டியணைத்தபோது ஏற்பட்ட ஸ்பரிசம் வேறு அவளைக் கடந்த சில நாட்களாகத் தூங்கவிடாமல் செய்திருந்தது.

முன் நடந்த சம்பவம் 2

'சொலாட்' தொழுகையை முடித்துவிட்டு வீட்டில் அமர்ந்திருந்த அபுவுக்கு பறிபோன வேலை பற்றிய சிந்தனை உதித்துக் கொண்டேயிருந்தது. மர ஆலையிலிருந்து பலகைகளை ஏற்றிச் செல்வதுதான் கடந்த பதின்மூன்றாண்டு கால வேலை. நல்ல சம்பளம். தலையில் மண் விழுந்தது போல் இப்பொழுது பலகையே விழுந்துவிட்டது. மன உளைச்சல் ஒருபுறம் வறுத்தெடுக்க வீட்டில் சும்மா கிடப்பது வேறு புரட்டியெடுத்தது. வேலையற்ற பொழுதுகளை நகர்த்துவதற்கு அவ்வப்பொழுது வீட்டைச் சுற்றி இருக்கின்ற காலி நிலத்தை ரெண்டு மூனு நாட்கள் கொத்திப் பார்த்தான். ஆனால், உடனடியாகக் கிடைக்காத விளைச்சலின் மீது வெகு சீக்கிரத்தில் அலுப்புத் தோன்றிவிடுகிறது. விவசாய நிலம் கனத்த மழைக்குப் பிறகு எதற்கும் யாருக்கும் காத்திராமல் புல்லும் புதருமாகி அவனை அலுப்படையச் செய்திருந்தது. சமயங்களில் வெட்டவெளி வானத்தைப் புகை ஊதி வெறித்தபடி பார்த்துக்கொண்டிருப்பான். வீட்டில் யாருமில்லை. இவனது வேலை பறிபோனபிறகு சல்மாவுக்கு வேறு வழி தெரியவில்லை. அக்கம் பக்கம் விசாரித்துப் பார்த்துக் கையுறைத் தொழிற்சாலையொன்றில் அறுநூறு வெள்ளி சம்பளத்துக்கு வேலை பார்த்துக் கொண்டாள். சில காரணங்களை முன்னிட்டு அபுவைப் பெரும்பாலும் இவள் நச்சரிப்பதில்லை. வழக்கத்திற்கு மாறாகக் கூடுதல் நேரப் பணி செய்து ஏழு பிள்ளைகளையும் ஆளாக்க வேண்டிய தர்மசங்கட நிலை உருவாகியிருந்தாலும் பிள்ளைகள் அதனதன் பாட்டுக்கு வளர்ந்துவிடுவார்கள் என்ற அசட்டு நம்பிக்கை வேர்விட்டிருந்தது. இன்று பிள்ளைகளும் பள்ளிக்குச் சென்றுவிட்டார்கள்.

வெக்கை பரவியிருந்த ஒரு மாலையில் அபுவைத் தேடிக்கொண்டு வந்த கமாருடீன் தனக்குப் புதிதாகச் சிறு ரக லாரி ஓட்டுவதற்கு வேலை கிடைத்திருக்கின்ற செய்தியைச் சொல்லிவிட்டு அப்படியே கையில் ஒரு நெகிழிப் பொட்டலத்தைக் கொடுத்து அதை வைத்துக்கொண்டு பணம் பார்த்துக்கொள்ளும்படி சொல்லிவிட்டுச் சென்றான். இந்த குறுக்கு வழியில்தான் ஏற்கெனவே பார்த்த வேலை பறிபோனது என்று சாதுர்யமாய்த் தப்பித்த கமாருடீனுக்கு நன்கு தெரியும். பொட்டலத்தை விநியோகிப்பது இந்தக் கிராமத்தில் சற்றுச் சிரமந்தான். வடக்கிலிருந்து தெற்கு வரையில் சில பட்டணப்புறங்களில் பொட்டலத்தைத் தள்ளிவிடுவது சுலபம். உபரி வருமானத்திற்குக் கிராமம் தோதான இடமல்லவென்பது அவன் அறியாததல்ல. இருந்தாலும் வாங்கி வைத்துக்கொண்டான். யார் கண்டது?

முன் நடந்த சம்பவம் 3

சல்மா வேலைக்குக் கிளம்புவதற்கு முன் மதியத்திற்கு வேண்டிய உணவுகளைத் தயார் செய்துவிட்டுத்தான் செல்வது வழக்கம். இன்று முதல் வாரம் அவளுக்குக் கூடுதல் வேலை செய்ய வேண்டிய வாரம் என்பதால் விடியற்காலை ஆறு ஆறரை மணியளவில்தான் வீடு வந்து சேர்வாள். மாலையில் பள்ளி முடிந்து வந்ததும் அமீராவுக்கு வீட்டில் அப்படியொன்றும் பெரிதாய் வேலையில்லை. சோர்வு என்றால் சற்றே கண்ணயர்வதும் இல்லையென்றால் மோட்டார் சைக்கிளை எடுத்துக்கொண்டு தோழிகளைச் சந்திக்கச் செல்வதும்தான் அவளது வேலை. அப்படி அவள் வெளியே செல்கின்றபோது அவள் முக்காடு போடுவதைத் தவிர்த்தே வந்தாள். இறுக்கமான காற்சட்டை அணிவதே அவளுக்குப் பிடித்தமானதாயிருந்தது. பள்ளியில்கூட உஸ்தாஸ் காலிட்டும் உஸ்தாஸா நூர்டியானாவும் இது பற்றி பலமுறை எடுத்துச் சொல்லியும் கடைசி கடைசியாக மனநல ஆசிரியரிடமும் பார்த்துப் பேசிவிட்டார்கள். எல்லாவற்றுக்கும் தலையாட்டிவிட்டுப் பள்ளியில் மட்டும் கட்டுப்பட்டிருப்பதுபோல் பாசாங்கு செய்வாள். அமீராவோடு அவளது தோழிகளும் இந்தப் பட்டியலில் சேர்ந்திருந்தனர். அவர்களுக்கு அது மாதிரியான சுதந்திரம் பிடித்திருந்தது.

இரவில் பிள்ளைகள் எல்லாம் தூங்கியிருந்தனர். வேலை போனதிலிருந்து ஊர் சுற்றவும் முடியவில்லை . அபுவுக்குத் தூக்கம் வெகு தொலைவிலும் தொல்லையாகவும் இருந்தது. அவனுக்கு ஒரு விடுதலை தேவைப்பட்டது. கமாருடீன் கொடுத்த பொட்டலத்தை நுகர்ந்து எல்லாவற்றையும் மறந்திருக்கவேண்டும் போன்றதான நிர்ப்பந்தம் அவனுக்குள் தலைதூக்கியது. ஐந்து நாட்களின் ஒவ்வோர் இரவிலும் புதுமாதிரியான இறக்கைகள் விலா எலும்புகளினூடாகத் துளைத்து வெளியே தெரியத் தொடங்கின. அந்த இறக்கைகள் அவனை

மேகத்துக்குக்கொண்டு சென்று அங்கு அவனை உட்கார்த்தி உலகைக் காட்டி மகிழ்ச்சிப்படுத்தின. மறைந்துபோயிருந்த சிரிப்பு மீண்டும் துளிர்த்தது.

முன் நடந்த சம்பவம் 4

காலையில் பள்ளியில் நடந்த சம்பவம் அமீராவின் தூக்கத்தை அபகரித்திருந்தது. அவளுக்கு மட்டுமே தெரிந்திருந்தது. சம்பவித்த மோசமான நிகழ்வு அது. வோங் எல்லை மீறிப் போய்விட்டான். விளையாட்டுக்குத்தான் தொட்டேன் என்று கூறுவதில் வோங்குக்கு எந்தச் சங்கடமும் இல்லை . தனது நெஞ்சுப் பகுதியே அவளுக்கு அசூசையைக் கிளப்பியது. இரவெல்லாம் அவனது தொடுதல் திரும்பத் திரும்ப வந்து கனவுபோல கண்முன் தோன்றிக் கொண்டிருந்தது. அந்தக் கனவின் கட்டத்தில் அமீரா தன்னை மறந்தவளாக அவனது தொடுதலுக்குத் தடைவிதிக்காமல் இருந்தாள். ஒருவகை உவகை கலந்த கிளர்ச்சியை உண்டுபண்ணி மறுகணம் சட்டென்று விழிக்கின்ற சூழலை உருவாக்கியிருந்தது. கனவு போன்றதான மாய உலகத்திற்கு மீண்டும் செல்ல அவளுக்குத் தயக்கமாய் இருந்தது. தனது வாழ்க்கையில் நடந்தேறிவிட்ட பிடித்தும் பிடிக்காததுமான தொடுதல் அது. அதனால், அலைக்கழிக்கும் தூக்கம் வேண்டாமென முடிவு செய்திருந்தாள்.

தம்பி தங்கைகள் எல்லோரும் உறக்கத்தில் இலயித்திருந்தனர். கழிப்பறைக்குச் செல்ல கதவைத் திறந்தபோது மனம் திடுக்கென்று விக்கித்தது. சில வினாடிகள் விழிகள் அகல விரிந்து நிலைகுத்தி நின்றாள். அபு அரை நிர்வாணக் கோலத்தில் தனை மறந்த நிலையில் மெத்திருக்கையின் கண் சரிந்தபடி தொலைக்காட்சியில் ஒன்றியிருந்தான். தொலைக்காட்சியிலும் அந்தத் தொடுதல் காட்சி பச்சையாக அரங்கேறிக் கொண்டிருந்தது. சட்டென்ற மின்னல் பார்வையில் அவள் அதை மறுதலிக்காமல் பார்க்க நேரிட்டது. ஏற்கெனவே, இணைய மகிழி மையங்களில் இது போன்ற படங்களைப் பார்த்திருப்பதாக தோழிகள் சிலர் கூறியது இப்போது ஞாபகத்திற்கு வந்தது. வோங்கூட அவற்றைக் கைத்தொலைபேசியின் மூலம் காட்டியிருக்கிறான். அந்தப் புதுவித அனுபவத்தை மறுப்பதற்கு அவள் மனம் இடந்தரவில்லை . அபுவுக்குத் தெரியாதவாறு அறையிலிருந்து சப்தப்படாமல் கழிப்பறைக்குச் சென்று சமையல்கட்டு மின்விளக்கை முடுக்கினாள். அப்பொழுதுதான் அபு சட்டெனத் தன்னிலைக்கு வந்தவனாய்ப் பார்வையைத் திருப்பினான். அமீரா பார்த்திருப்பாளோ? எப்படி வெளியே வந்தாள்? வெளியே அறைக்கதவைத் தாழிட மறந்துவிட்டேனா? மெல்லிசான இரவு உடையினூடே ஊடுருவிய மின் விளக்கு அவளின் மேடு பள்ளமுமான தேகத்தைக் செதுக்கிவைத்தாற்போல் காட்டியது. சட்டென்று தொலைக்காட்சியையும் காணொளியையும் முடக்கினான்.

கழிப்பறையில் வோங்கும் சற்று முன்னர் கண்ட காட்சியும் ஒருசேர அவளுக்கு தரிசனம் தர, மேல்மூச்சு கீழ்மூச்சு வாங்க தன்னையுமறியாமல் விரகத்தில் எரிந்தாள். அவளது கைகள் சுயமாய்ப் பிறாண்டிக் கொண்டன. பத்து நிமிடங்கள் கழித்துப் பெரும் மனப்போராட்டத்திற்குப் பின்புதான் வெளியே மெல்ல நடந்து வந்தாள்.

அபு அவளை உள்ளே நுழைய விடவில்லை. அவளது பாதி முகத்தை முன் வந்து விழுந்த கூந்தல் மறைக்க, அவளின் கைகளை இறுக்கமாய்ப் பற்றி மோக வெறியில் எரித்தான்.

அமீரா அழுது கொண்டிருந்தபோது, ஒன்றை மட்டும் செவிப்பறையில் அழுத்தமும் உறுதியுமாய்ச் சொன்னபடியிருந்தான் அவன். அது அவளுக்குச் சரியெனப் பட்டு அந்தப் பின்னிரவுக்கும் பிற பின்னிரவுகளுக்கும் சேர்த்துத் தன்னைப் பலியிட்டிருந்தாள் அவள். புற அழுகையின் சப்தங்கள் அவளுக்கு மட்டுமே கேட்கக்கூடியதாக இருந்தன.

முன் நடந்த சம்பவம் *5*

அமீரா வெளியே சென்று வருவதற்குத் தடை விதிக்கவில்லை அபு. ரெண்டொரு வார்த்தைகளிலான விசாரிப்போடு முடிந்துவிடுகிறது. தந்தையென்ற இருப்புத்தலம் முற்றாய் நீங்கி மெத்தனமாய்ப் பதிலுரைப்பது அவனைக் குற்ற உணர்வுக்குள்ளாக்கியது. அபு முன்பு போல அதிக நேரம் வீட்டிலும் இருப்பதில்லை. வேலைக்கு ஏற்பாடு செய்யும் பொருட்டுச் சிலரைச் சந்திக்கவிருப்பதாய்க் கூறுவதிலும் உண்மையுண்டு. பொழுதுப்பட்டுத்தான் வருகிறான். வந்ததும் உறங்கிவிடுகிறான். சில வேளைகளில் அமீரா கூந்தலைக் கோதியவாறு தான் எதற்கும் தயார் என்ற அதிகாரத் தூக்கலோடு நடந்துகொள்வதை அபுவால் கணிக்க முடிந்தது. அமீராவின் மனம் இக்பாலை அதிகமாகவே நாடியது. அவனோடு மோட்டாரில் செல்கின்றபோதெல்லாம் வெப்ப உரசல் தகிக்க வேண்டுமென்றே அவனை இறுகத் தழுவிக்கொள்கிறாள். இரவுப் பூங்காக்களில் அமைந்துள்ள கூடாரங்கள் அவர்களுக்குத் திவ்விய வெப்பத்தைத் தந்தன. அதுவும் பின்னிரவு தாண்டிய ஆள் அரவமற்ற சூழலும் இரவும் மோகத்தை உச்சிக்குக்கொண்டு சென்றிருந்தன. இக்பாலின் இரவுகள் அவளோடு நனைந்து களித்ததை நண்பர்களிடமும் சொல்லிச் சொல்லி உசுப்பேற்றியிருந்தான்.

அவன் நண்பர்களுக்கும் வாயில் உமிழ்நீர் கசியத் தொடங்கியபின், இக்பால் அவர்களுக்கும் இரங்க வேண்டியதாயிற்று. ஒரு முன்னிரவில் அமீராவின் தீவிரம் சார்ந்த நடவடிக்கைகள் பற்றி சல்மா அபுவிடம் வேதனையுடன் சொல்லிக் கொண்டிருந்தபோது அமீரா தன் அறையை நோக்கி அவர்களைக் கடந்து சென்றாள். அவளது பார்வையில்

என்றைக்குமில்லாத துணிச்சல் மிகையாகத் தெரிய அதனை எதிர்கொள்ள வழியின்றிக் கோபமாகத் தன் பார்வையை வேறு பக்கம் திருப்பிய அபுவுக்குக் காமக்கோபம் மீண்டும் தறிகெட்டாடியது. இரவளிக்கும் நரகத்தில் வகைதெரியாது அமீராவை அலங்கோலப்படுத்தினான். சிரிப்பும் அழுகையும் கலந்த அந்தர நிலையில் தாங்கவொண்ணா உடல் உபாதைகளோடு சிரித்தாள். உடலில் விழுந்த காயங்கள் மட்டும் அவளுக்குத் தெரிந்திருந்தன.

முன் நடந்த சம்பவமும் முடிவெடுத்த அந்த அர்த்த இராத்திரியும் புலரியின்போது அமீராவின் குழப்பம் உச்சநிலை அடைந்திருந்தது. தன் நெருங்கிய பள்ளித் தோழிகளிடம்கூட வெளியில் சொல்ல முடியாத தர்மசங்கடம் உருவாக, காலை ஒன்பது மணியளவில் அபுவுக்கு அவசர அழைப்பு வரவே புறப்பட வேண்டியதாயிற்று. மாணவர் நல ஆசிரியர் அறையில் அமீரா தலைகவிழ்ந்து நிற்க, அபு ஆசிரியருக்கு நேரெதிர் இருக்கையில் அமர்ந்திருந்தான். ஏற்கெனவே, காலை ஏழரை முதல் அமீராவுடனான விசாரணை நடந்து முடிந்திருந்தது. ஒரு கட்டத்தில் அமீரா இதே பள்ளியிலோ, பக்கத்துப் பள்ளியிலோ பயில அனுமதிக்கப்பட்டால் அடுத்த விபரீதம் என்னவென்று பெருத்த கலவரத்திற்குத் தள்ளப்பட்டிருந்தான் அபு.

'இனி அமீரா இங்குப் படிக்கவும் கூடாது; யாரிடமும் எந்த ஒட்டும் உறவும் வைத்துக் கொள்ளக்கூடாது. நடந்த விபரீதங்கள் ஒருக்கால் சல்மாவுக்குத் தெரியவந்து காவல்துறை அளவுக்குப் போகுமென்றால்.... சே சே! அவ்வளவு தூரம் எல்லாம் போகமாட்டாள். முதல் கணவன் இறந்தபின், குடும்பத்தை நகர்த்த அவள் படும்பாடு அவளுக்குத் தெரியாதா என்ன? அப்படியே போனாலும், 'தலாக்' தவிர வேறு வழியேயில்லை. ஆனாலும் அந்த அளவுக்குப் போகமாட்டாள்! அமீராவைக் கடுமையாக மிரட்டி வைத்திருப்பதால் அவளும் வெளியே சொல்லமாட்டாள்!'

பள்ளியில் அமீராவைப் பற்றி எல்லோரும் வாய்க்கு வந்தபடி வசைபாடிக் கொண்டிருந்தனர். அவள் வகுப்பறைகளைக் கடந்து செல்கின்றபோதெல்லாம், தீராச் சொற்களால் விமர்சிப்பதும் கெட்ட கெட்ட சைகைகளில் வர்ணிப்பதும் தீவிரம் அடைந்திருந்தன. வோங் மட்டும் அவளைப் புதியவளாக எதிர்கொண்டு அவளது துக்கத்தில் கொஞ்சம் பங்குபெற்றிருந்தான். சகலமும் மரத்துப் போயிருந்தன அவளுக்கு. பள்ளியைக் கடைசி கடைசியாய்ப் பார்ப்பதுபோல் கழிப்பறைக்குள் நுழைந்து இதயம் வெடிக்குமட்டும் அழுதாள். ஒருக்கால், உடலின் சப்தங்கள் உள்ளத்தின் பேரொலியாக வெடிக்கும் காலத்தில் மற்றவர்களுக்குக் கேட்கலாம். அப்பொழுது இரண்டும் ஒன்றென வாழ்வு மாயையென ஓய்ந்துபோயிருக்கும்.

சாமத்தில் முனங்கும் கதவு

கே.ஜே. அசோக்குமார்

உறக்கம் தெளிந்ததும் தெளியாத மந்தகாலை நேரத்தில் தோன்றும் அக்கனவு, ஒரு கலவியின் உச்சம்போல, எப்போதும் இருக்கும் ஒரு நினைவின் பகற்கனவுபோல, தோன்றும் ஒவ்வொரு சமயமும் அதே அதிர்ச்சியுடன் விழிப்பு ஏற்பட்டுவிடுகிறது. சில நேரங்களில் விழிப்புக்கு பின்னும் இது கனவு எனப் புரிவதற்கு சில நிமிடங்களேனும் ஆகிவிட்டிருக்கும். பிறகு அந்த தாக்கத்தின் அதிர்ச்சி நீங்க வேறு ஏதாவது வேலையில் தீவிரமாக கவனம் கொள்வதுபோல் செயல்படவும் வேண்டியிருக்கும். அப்படியும் அதிலிருந்து முழுமையாக வெளிவரமுடியவதில்லை என்பதை அன்றைக்கு இரவு தூங்கச் செல்லும் வரை உணரமுடியும்.

அன்று காலையில் எழுந்த கூத்தையனுக்கு எப்போதும்போல நேற்றைய கனவில் தோன்றிய முகம் மிகப் பரிச்சயமானதும், மிக அன்னியமானதும் போல தோன்றியது. அதேவேளையில் குழப்பமாக அது இறந்துபோன வாசுகியின் முகமல்ல என்றும் பட்டது. பல நேரங்களில் இப்படி அனுமானிப்பது சலிப்பாகவும், அவஸ்தையாகவும் இருக்கும். கனவில் வந்தவளின் முக அமைப்பு வேறுமாதிரியாக நீள்சதுரமாகவும், கீழுதட்டில் மச்சமும் இருந்தது. ஆனால் கிட்டத்தட்ட வாசுகிபோலவே குலுங்கும் மார்புகளுடனும், ஆனால் விரிந்து வெளிதள்ளிய யோனியுமாக நிர்வாணமாக இருந்தாள். அவளின் உதடுகளும், யோனியும் ஒரே மாதிரி வெளிர் நிறத்தில் இருந்தது அவனுக்கு அருவருப்பளிக்கவில்லை. அவளை நெருங்கும் சமயத்தில் அது கனவு என்று தோன்றிய ஒரு கணத்தில் முழிப்புக்கொண்டு வெளிவர முடியவில்லை. அவளைப் புணர்ந்து உச்சம் கொள்ளும் சமயத்தில் காற்றில் அசைந்தபடி அடுப்படி கதவு இருட்டில் அகோரமாக முனங்கியது. அக்கதவு பலநாட்களாக அதுவும் பவானி ஊருக்குப் போனபின், தாளில்லாக் கதவிற்கு முட்டுக் கொடுக்க மறந்துவிடுகிறது. அப்படியே உச்சத்தில் வாசுகி கொள்ளும்

குரலாகத் தொடர்ந்து முனங்கியது. அது அப்போது வேண்டுமென்றே முனங்கியதாகத் தோன்றிய ஒரு கணம் அதிர்ச்சியில் கால்களை உதறியபடி எழுந்தமர்ந்தேன்.

அதே நினைவுகளுடன், தொடரும் நெஞ்சுப் படபடப்புடனும் தலைவலியுடனும் வீட்டிற்கு முன்னால் உள்ள வாய்க்காலை பார்த்தபடியே பல்துலக்கினான். தான் சிறுவயதாக இருந்தபோது வாய்க்காலாக இருந்து இப்போது சாக்கடையாக மெல்ல மாறிவருவதை அனுமானித்தபடியே அதன் மீது சிறு கல்லைத் தூக்கி எறிந்தான். வளையங்கள் சுழலும் பம்பரத்தின் மையம்போல சுழன்றமர்ந்தது. கூறையின் ஒட்டடைகள் வெளித்திண்ணைவரை பரவி தொங்கிக் கொண்டிருப்பதை இப்போதுதான் கவனிப்பதுபோல பார்த்தான். சுத்தம் செய்ய வேண்டும் என்று மனதில் தோன்றினாலும் செயல்படுத்த முடிவதில்லை என்பதை எண்ணியபடியே மீண்டும் ஒருவித அலுப்போடு கவனித்துக் கொண்டே பல்துலக்கினான்.

பின்பக்கமாகச் சென்று குளித்து ஈரத்துண்டோடு உள்ளே அடுப்படிவந்து ஓரமாய் இருந்த நீராகாரத்தை எடுத்து தட்டில் போட்டுக் கொண்டு, அடுப்படிக் கதவிற்கு முட்டுக் கொடுக்க வேண்டும் என்று பகலில் மட்டுமே நினைவில் வருவதை யோசித்தபடியே தொட்டுக்கொள்ள அவன் கடை ஊறுகாய் அட்டையிலிருந்து ஒன்றைப் பிய்த்துக்கொண்டு சாப்பிட ஆரம்பித்தான். பவானி இருந்தால் வேண்டாவெறுப்பாகவாவது எடுத்து வைப்பாள். கனத்த மெட்டி வளையல் குலுங்கள் ஓசையுடனும் அங்குமிங்கும் நடமாடுவதுபோல் மனதில் நிழலாடியது.

வளையத்தில் தொங்கிக்கொண்டிருந்த சட்டையும் வேட்டியும் அழுக்கடைந்திருந்தது தெரிந்தது. சட்டை அணிந்ததும் பாக்கெட் மேலும், மடித்துக் கட்டிய வேட்டியின் தொடைப் பகுதியில் அதிக அழுக்காகத் தெரிந்தது. கடை எண்ணெய் தினமும் பார்த்துப் பழகி சாதாரணமாகி விட்டிருப்பதை உணர்ந்தபடி சைக்கிளை எடுத்தான்.

வீட்டிற்கும் தெருவிற்கும் நடுவில் வாய்க்காலின் மேலிருந்த தென்னைமரப் பாலத்தில் சைக்கிளைத் தூக்கிக் கொண்டு நடந்து இந்தப் பக்கம் வந்தபோது அவன் வருவதை ஒரு விநாடி கவனித்து புன்முறுவலிட்டு தலையசைத்தபடி கடந்து சென்றான் செல்லையா. கூத்தையனின் கண்கள் வேறு எங்கோ நிலைகுத்தியிருப்பதை ஒரு பொருட்டாக அவன் நினைக்கவில்லை. அந்த சிரிப்பு தன்னை காயப்படுத்த வேண்டும் என வெளிப்பட்டது என்று அறிந்திருந்தாலும் தன்னை பாதிக்காதது அவனை சங்கடப்படுத்தியது. பலசமயம் வாசுகி செய்திருக்கிறாள். அவளிடம் குளிர்ச்சியோடு கூடிய மண்ணின் மெல்லிய மணம் எப்போதும் இருந்தது. அது அவனை முகம் இளகவைத்து புரியா வெறுப்பில் தொடங்கி எப்போதும் களிவெறியில் முடிவதை எண்ணிக்கொண்டான்.

சைக்கிளில் ஏறி அமர்ந்தபோதே அவன் சுமை தாங்காது திணறியது. இந்த சைக்கிள் அவன் அப்பா அவரின் இளவயதில் வாங்கியது. அவர் இறந்ததும் அவன் கைக்கு வந்துவிட்டது. நினைவிலும் கனவிலும் மிதந்து அவன் தலைகுனிந்து பின்னோக்கி ஓடும் ரோட்டை பார்த்தபடி வண்டியோட்டினான். நிறங்கள் மங்கி எப்போது வேண்டுமானாலும் தனித்தனியே தன்னைப் பிரித்துக் கொண்டு தற்கொலை செய்துகொள்ளத் தயாராக இருப்பதுபோல் இருந்தது. உன்னை சுமந்து செல்ல முடியாது என சொல்லும்படி வளைந்த முன்சக்கரம் ஆடியாடி மறுப்பு தெரிவித்தபடி சென்றது. மடப்புரத்தின் முக்கிய கடைத்தெருவான மேலவீதியில் அவன் கடை இருந்தது. அவன் அப்பா காலத்திலிருந்து இருக்கிறது. தினமும் தவறாமல் வந்து கடையைத் திறந்து அமர்ந்துகொள்ளும் அவனுக்கு மாணிக்கம் மட்டுமே துணை. நாலு கடைத்தள்ளி அமைந்திருக்கும் வாடகை சைக்கிள் கடைக்கு சொந்தக்காரன் மனைவியை இழந்தவன்.

விஜயபுரத்திலிருந்து கொஞ்சம்போல் சரக்குகள் எப்போதாவது கொள்முதல் செய்துவருவான், இருண்ட அவன் கடையில் முன்பக்கத்து பாட்டில்களில் சிலவகை மிட்டாய்களும், பின்பக்கத்து அலமாரி டப்பாக்களில் சீரகம், கடுகு, மிளகு என்று ஏதாவது இருக்கலாம் என சிலசமயம் நினைத்துக் கொள்வான். பெரிய கூட்டம் ஏதும் வந்துவிடப்போவதில்லை. ஒருநாள் என்றும் கடைக்குவராத முட்டுத் தெரு மணி ஏதோ ஒரு அவசரத்திற்கு அவன் கடைக்கு வந்து விரலி மஞ்சள் கேட்டான். உள்ளே போனவன் ஏதோ மயக்கத்தில் மேலே பார்த்தபடி அங்கேயே நின்றுவிட்டான். காத்திருந்து அலுத்துப்போன மணி திட்டிக்கொண்டே போனான். இப்படி ஏதோ வியாபாரம் ஓடிக்கொண்டிருந்தது.

வாசுகியை நினைக்கும் தோறும் அவன் உடல் இறுக்கம் கொள்வதை அறிந்திருந்தான். அவள் ஸ்பரிசத்தின் மென்மை ஒரு பெண்மையைக் கையாள்வது இத்தனை எளிதானதா என்ற எண்ணம் ஓடுவதைத் தவிர்க்க முடியவில்லை. போகத்தில் ஒவ்வொரு சமயமும் அவள் இளகுவது எந்த உண்மையை அறியும் பொருட்டு என்று கடையின் இருண்ட அறையில் அமர்ந்து யோசித்திருக்கிறான். உச்சத்தில் அவள் கண்களில் தெரிவது வெறிகொண்ட மிருகத்தின் கண்கள் என்பதைப் பிறகு உணர்ந்து பயந்திருக்கிறான். அச்சமயங்களில் அவள் உடல் கொள்ளும் நெளிவுகூட ஒரு திமிரும் மிருகத்தினுடையதுதான், ஆனால் போகத்தில் முடிவில் உருகி சமனமாகிவிடுவாள்.

இப்போதும் நினைவில் இருக்கும் ஒரு மழைநாளில்தான் அவளைத் திருமணம் செய்துகொண்டான். அதற்காக ஊரின் ஐதீகப்படி ஊறவைத்த அரிசியைத் தின்றிருப்பாள் என்ற கிண்டல்களை அவள்

எதிர் கொள்ளவேண்டியிருந்தது. அம்மாவின் உற்சாகம் அன்று அவனுக்குப் புதிராக இருந்தது. தன்னைப் பிரசவித்த கொஞ்ச நாளிலேயே காதுமந்தமாகி அதனால் அவளிடம் ஒரு நிரந்தர மௌனம் குடிகொண்டு விட்டது. அது உடைந்து உற்சாகமாய் பெருகுவதை வேடிக்கையாக பார்த்துக் கொண்டிருந்தான். அவன் திருமணத்திற்குப்பின் அந்த உற்சாகம் கொஞ்சம் கொஞ்சமாக குறைந்து முடிவில் அவள்மீது வெறுப்புடன் மீண்டும் மௌனம் கொண்டு விட்டதையும் கவனித்திருந்தான். அதற்கு வேறு காரணங்களும் இருந்தன. நாள் முழுவதும் வாசுகி அதிருப்தியில் வீடுமுழுவதும் அலைவதை அவள் கண்டிருக்க வேண்டும். அவளின் ஒவ்வொரு செயலிலும் அவனை இழிவுபடுத்தும் முயற்சியிருந்தது. அது போகத்தில் கிடைத்த திருப்தியின்மையைக் குறிக்கிறது என்ற உண்மையை நாளெல்லாம் அவன் மனம் ஏற்க மறுத்தபடியிருந்தது. அவளை வெறுக்கும் ஒவ்வொரு சமயமும் அது அவனை அவளிடம் நெருக்கத்தை அதிகரிக்கச் செய்தது. மேலும் மேலும் போகத்தை அதிகரிக்கச் செய்தது. அதனால் மீண்டும் வெறுப்பையே அவளுக்கு உண்டுபண்ணியது.

பள்ளிச் சிறுவன் ஒருவன் அவன் முன் நிற்பதை அப்போதுதான் அறிந்தான். ‘அண்ணே, இங்க் கொடுங்கண்ணே’ என்று அழுத்திக் கூறிய தோணி, இரண்டாவது, மூன்றாவது முறையாகக் கேட்டதால் இருக்கலாம். சிறுவன் சென்றபின் மெல்ல அவனிடமிருந்து மீண்டும் அவன் மனம் விலகுவதை எண்ணி செய்வதறியாது நின்றபடியிருந்தான். மீண்டும் அதே முக்காலியில் அமர்ந்து எதிரே உள்ள சுவரைப் பார்க்க ஆரம்பித்தான்.

நாலு வீடுகள் தள்ளியிருக்கும் சிவகுருவை நினைக்கும் தோறும் அவன் உதடுகள் வலிந்து கோணலாகி முகம் விகாரமடைவதை அவன் நினைத்தாலும் தவிர்க்க முடியவில்லை. அவனின் அதீத உடல்மொழியும், பெரிதான சிரிப்பும், தடையற்ற பேச்சும் பெண்களை ஈர்க்கும் காரணிகள் என்று ராஜு சொன்னதை இப்போது ஏற்க ஆரம்பித்திருந்தான். சிவகுருவை நேரில் சந்திக்கும்போது அவன் கண்கள் இப்போதும் தாழ்ந்து வேறொன்றில் கவனம் செலுத்துவதுபோன்ற பாவனையை அவனையறியாமல் செய்தான். சிவகுருவிடம் வாசுகிக்குத் தொடுப்பிருப்பதை அறிந்து அம்மா அடைந்த அதிர்ச்சியை பாவனைக் காட்டி அவள் சொன்னபோது சொல்லமுடியாமல் மெல்ல முடியாமல் அவனை நோக்கும் அந்த அடிப்பட்ட பார்வையே அவனை அதிகம் பாதித்தது.

அதை நேரில் கண்ட முதல்நாளில், அவன் கடைசென்றிருந்த சயமய், வீட்டைவிட்டு வெளியேறி தூரத்து உறவினர் வீட்டிற்கு சென்றுவிட்டாள். மற்றவர்களுக்கு பேசுவது கேட்க முடியாவிட்டாலும் தன் பேச்சு

மற்றவர்களிடம் எடுபடும் என்று அவள் நினைத்தது தவறு என உணர்ந்தது அப்போதுதான். கண்களில் கண்ணீர் அவள் கேட்காமலேயே வந்தது. இந்தப் பொண்ணு வேண்டாம்டா உனக்கு' என்று கூறிய போது அவள் இயலாமை வாசுகியின் மீதான அன்பையும் மீறி, அவனுக்குப் பெரும் சங்கடத்தை ஏற்படுத்தியது. சிறுவயதிலேயே கணவனை இழந்துவிட்டு தன் மகனுக்காகவும் அவன் வாரிசுக்காகவும் அவள் உயிர் காத்திருப்பதை புரிந்துகொள்ள முடிந்தது. விசயம் கசிந்த அடுத்தநாள் யாரும் எதிர்பாராத ஒன்றை செய்தாள் வாசுகி. விசமருந்தி வயிற்றைப்பிடித்தபடி கூடம் முழுவதும் உருண்டு இறந்து போனாள். அவனோ அவன் அம்மாவோ கொஞ்சமும் எதிர்பார்க்கவில்லை. மரணம் எல்லா அழுக்குகளையும் போக்கிவிடும் போல. உண்மை அல்லது பொய்யைத் தெரியாமலிருக்க அவள் செய்த தந்திரம்போல் அவர்களை ஊர்காரர்களின் பழிக்கு ஆளாக்கியது. இனிப்பை நெருங்கும் எறும்புகளைப்போல் வீடுமுழுவதும் ஜனங்களாக எங்கெங்கும் மனிதத்தலைகளாக நிறைந்திருந்தார்கள். உறவுக்காரர்களின் கேள்விகளுக்கு பதில் சொல்லி மாளவில்லை.

இறந்தபோது பாதிகண்கள் மூடிய நிலையில் தூங்குவது போலிருந்தாள் வாசுகி. கூடத்தில் கிடத்தப்பட்டிருந்த அவளையே பார்த்தபடியிருந்தான். எந்நேரமும் எழுந்து வந்துவிடுவாள் என்றே அவனுக்குத் தோன்றியது. வாசுகியின் இழப்பின் பாரம் நெடுநாள் மனதை அழுத்தியது. அவள் எப்படிப்பட்டவள் என்பதையும் தாண்டி அந்த உறுத்தலுக்கு தான் காரணமோ எனத் தோன்றியது. வெறுமையும் தனிமையும் கண்களில் திரையிட்டு மனதை மௌனமாக்கியது. அவன் அம்மாவைப் போல, அவனின் தொடர் மௌனம் அங்கிருந்து ஆரம்பித்ததாக நினைத்தான்.

மற்ற கடைகளில் விளக்கு ஏற்றப்பட்டிருப்பதை எப்போதும் போல் தாமதமாக கவனித்து விளக்கைப் போட்டான். வீட்டின் ஞாபகம் வந்தது. யாருமற்ற தனிமையின் இருப்பு அவன் வீட்டை மனதின் அந்தரத்தில் நிறுத்தியது. அதில் அந்த அடுப்படிக் கதவை நினைத்துக் கொண்டான். சரியாக இன்றாவது முட்டுக்கொடுக்க வேண்டுமென்று ஒவ்வொரு நாளும் நினைத்துக் கொள்வது வாடிக்கையாகி மறந்துபோவது ஏனென்று அவனுக்கே புரியவில்லை.

அம்மாவின் தொடர் வற்புறுத்தலின் காரணமாக இரண்டாண்டுகளுக்குப் பின் பவானியை இரண்டாம் தாரமாக்கி வந்தபோது சிறு கோழிக்குஞ் சை அழைத்துவருவது போலிருந்தது. அவளின் கைகள், இடை, கால்கள் சின்ன குழந்தையினுடையது போலிருந்தாள். வறுமையில் எந்தவித எதிர்பார்ப்புமின்றி வந்திருந்தாள். நோயுற்றவளை நெருங்குவது போலிருந்தது அவனுக்கு. முலைகள் இல்லா அல்லது சின்ன குமிழ்கள் மட்டும் இருந்த அவள் நெஞ்சு அம்மியை எப்போதும் நினைவுறுத்தியது.

அவளுடனான போகம் சுயவதையாக இருந்தது. பல சமயங்களில் அவனை அது சுயபோகத்திற்கு வெறுப்புடன் இட்டுச் சென்றது.

பவானியை வெளியே அழைத்துச் செல்ல அடிக்கடி சொல்லுவாள் அம்மா. அதிலிருக்கும் சங்கடம் அம்மாவிற்கு புரியாமலில்லை. எப்படியும் ஓர் அன்னியோன்யம் வந்து ஊர்வாயை மூடிவிட முடியும் என்று தோன்றியது. ஆனால் எந்த அன்யோன்யமும், எதிர்பார்ப்பும் நிறைவேறும் முன்பே பலவித உடல், மன வலிகளுடன் காலமானாள்.

அம்மா சொல்லும் ஏதாவது வார்த்தைக்கு கோபம் கொண்டு அடிக்கடி பிறந்தவீடான புலிவலத்திற்கு சென்றுவிடுவாள் பவானி. கடைக்குச் சென்றுவிட்டு மதிய இடைவேளையில் சைக்கிளிலேயே சென்று சமாதானம் கூறி அழைத்துவருவான். ஆனால் அம்மா இருக்கிறவரை அவனிடம் சண்டையிட்டதில்லை. அம்மா போனபின் கொஞ் சநாளிலேயே அவனிடம் சண்டையிட்டு பிறந்த வீடு போய்விட்டாள்.

இரவு வீட்டிற்கு வந்ததுமே சாதம் வடித்து ஒரு ரசமோ, குழம்போ அலுப்புடன் செய்ய வேண்டியிருந்தது. அவள் இருந்திருந்தால்கூட அவ்வளவுதான் செய்வாள். அலுப்பாவது இல்லாதிருக்கும். இன்றைய பனியும், குளிர் காற்றும், மழையும் அதை மேலும் அதிகரிக்கச் செய்தது. பழகிய இருட்டில் சரியாக கைவைத்து விளக்கை எடுத்து ஏற்றி வைத்தான். பாம்பு ஊர்வதுபோல இருட்டில் மின்னி ஓடிக்கொண்டிருந்த வாய்க்கால்நீர் விளக்கொளியில் தெரிந்தது. உலைவைத்துவிட்டு வந்து வெளியே நின்று பார்த்துக் கொண்டிருந்தான். அதற்குள் பத்துமணிக்கு மேல் ஆகிவிட்டிருந்தது. ஜனநடமாட்டம் துளிகூட இல்லை. சிறு வருத்தத்துடன், மெல்லிய அதே அகோர கடைசி முனங்கலுடன் கழன்று வந்தது கதவு. ஆணிகளைக் கீழிலிருந்து நீக்கும்போதே அவள் இல்லாமல் கதவு எதற்கு என்று ஏனோ தோன்றியது. நெடுநேரம் உறுத்தலுக்குப் பின்னால் வெளிவரும் ஏப்பத்தைப்போல மனதின் பெரும் பாரம் ஒன்று குறைந்ததை உடனே உணர்ந்தான்.

என்றுமில்லாத தொடர்ச்சியான ஆழ்ந்த உறக்கம் கொண்டான் அன்று. காலையில் மிக மெதுவாக எழுந்து சிறு புன்முறுவலுடன் இருப்பதைக் கண்ணாடியில் பார்த்தபடி அங்குமிங்கும் சிறிது நேரம் உலாத்தினான். மெல்ல நடந்து சென்று பக்கத்தில் உள்ள சிறுவயதில் குளித்த ஐயன் குளத்தில் குளித்தான். உற்சாகம் ஏற்பட்டு குளத்தின் பாதிவரை நீந்திச் சென்று வந்தான். பவானி உடலில் வீசும் பவுடரும் வேர்வையும் கலந்த கவுச்சி வாடையை நினைத்தபடி படியேறினான். வீடுவந்ததும் எண்ணெய் தடவி, பவுடர் பூசி, புதுத் துணி அணிந்து கொண்டு ஓரமாய் சாய்த்து வைத்திருந்த அடுப்படி கதவை அதே இடத்தில் வைத்து ஆணியால் முறுக்கிவிட்டு சைக்கிளை எடுத்துக்கொண்டு உற்சாகமாக கடைக்குப் புறப்பட்டான்.

எழுத்தாளர் குறிப்புகள்

கால பைரவன்

இயற்பெயர் விஜயகுமார். விழுப்புரம் மாவட்டம் கண்டாச்சிபுரத்தில் வசிக்கிறார். அரசுப் பள்ளியில் ஆசிரியராகப் பணி. புலிப்பானி ஜோதிடர், விலகிச்செல்லும் நதி, கடக்க முடியாத இரவு என மூன்று சிறுகதை தொகுப்புகளும், ஆதிராவின் அம்மா ஏன்தான் நான் கதலித்தேனோ என்னும் கவிதைத் தொகுப்பும் வெளியாகியுள்ளது.

கணேசகுமாரன்

பிறப்பு நாகப்பட்டினம். சென்னையில் பணி. 'நீர்முனி' என்கிற கவிதைத் தொகுப்பு வெளியாகியுள்ளது. 'வாளோர் ஆடும் அமலை' என்கிற மருதுவின் ஓவியத் தொகுப்புக்கான குறிப்புகள் எழுதியுள்ளார். பல்வேறு சிறு பத்திரிகைகளில் கவிதை, சிறுகதைகள் எழுதிவருகிறார்.

ஆங்கரை பைரவி

லால்குடிக்கருகில் உள்ள ஆங்கரையில் பிறந்தவர். 1996லிருந்து எழுதி வருகிறார். 'பின் இருக்கையில் போதிமரம்' என்றொரு சிறுகதைத் தொகுப்பு வெளிவந்துள்ளது. கவிதைகளும் எழுதிவரும் பைரவி ஒரு குறுவிவசாயி.

கே.ஜி. அசோக்குமார்

2008 முதல் சிறுகதைகள் எழுதி வருகிறார். கும்பகோணத்தில் பிறந்தவர். தற்சமயம் மகாராஷ்டிர மாநிலம் புனேயில் ஐ.டி. துறையில் பணி. தொகுப்பு எதுவும் வெளிவரவில்லை.

மு. ஹரிகிருஷ்ணன்

சேலம் மாவட்டம் ஏர்வாடியைச் சேர்ந்தவர். கூத்துக்கலைஞர்களின் வாழ்க்கைப் பின்னணியில் படைப்புகளை முன் வைக்கும் இவரின் இரண்டு சிறுகதைத் தொகுப்புகள் வெளிவந்துள்ளன. மணல் வீடு சிறுபத்திரிகையின் ஆசிரியர்.

சசி

கேரள மாநிலம் பாலக்காட்டில் பிறந்தவர். சேலத்தில் வசிக்கிறார். 2010ல் எழுதத் தொடங்கியவர். நிதி நிறுவனமொன்றில் பணி செய்கிறார்.

தூரன் குணா

திருப்பூர் மாவட்டம் காங்கயம் அருகிலுள்ள வஞ்சிபாளையம் பிறந்த ஊர். தற்சமயம் பெங்களூரில் மென்பொருள் துறையில் பணி. 'சுவரெங்கும் அசையும் கண்கள்' என்னும் கவிதைத் தொகுப்பு வெளிவந்துள்ளது.

இராம. முத்து கணேசன்

காரைக்குடி பிறந்த ஊர். 2005க்குப் பிறகு எழுதத் தொடங்கியவர். சென்னையில் திரைப்பட உதவி இயக்குநராகப் பணி செய்கிறார். இதுவரை தொகுப்பு எதுவும் வெளிவரவில்லை.

எஸ். செந்தில்குமார்

போடி நாயக்கனூரைப் பிறப்பிடமாகக் கொண்டவர். தற்சமயம் தனியார் நிறுவனத்தில் பணி. 'வெயில் உலர்த்திய வீடு' இவரது முதல் சிறுகதைத் தொகுப்பு. சமீபத்தில் "முறிமருந்து' என்னும் நாவல் வெளிவந்தது. ஏற்கனவே 'ஜீ. சௌந்தர்ராஜனின் கதை' என்றொரு நாவல் எழுதியிருக்கிறார்.

லஷ்மி சரவணகுமார்

மதுரை மாவட்டம் திருப்பரங்குன்றத்தில் பிறந்தவர். தற்சமயம் சென்னையில் திரைப்பட உதவி இயக்குநராகப் பணி செய்கிறார். கவிதைத் தொகுப்பும் கதைத் தொகுப்பும் வெளிவந்துள்ளது. 'உப்பு நாய்கள்' இவருடைய முதல் நாவல்.

குமார் அம்பாயிரம்

திருவண்ணாமலையில் பிறந்தவர். ஈட்டி என்னும் சிறுகதைத் தொகுப்பு வெளியாகியுள்ளது. 35 வயதான இவர் விவசாயத்தைத் தொழிலாகக் கொண்டவர்.

ஏ. தேவராஜன்

மலேஷியாவில் ஒரு நிறுவனத்தில் பணி செய்கிறார்.

ராகவன்

ஈழத்தச் சேர்ந்த படைப்பாளி.

சந்திரா

தேனி மாவட்டம் கூடலூரைச் சேர்ந்தவர். ‘பூனைகள் இல்லாத வீடு’ ‘காட்டின் பெருங்கனவு’ என இரண்டு கதைத் தொகுப்புகளும் ‘நீங்கிச் செல்லும் பேரன்பு’ என்றொரு கவிதைத் தொகுப்பும் வெளிவந்துள்ளன. சென்னையில் திரைப்பட உதவி இயக்குநராகப் பணி.

அசதா

விழுப்புரம் மாவட்டம் முகையூரைப் பிறப்பிடமாகக் கொண்டவர். ‘வார்த்தைப் பாடு’ என்கிற சிறுகதைத் தொகுப்பும் ‘பிஷப்புகளின் ராணி’ என்றொரு கவிதைத் தொகுப்பும் வெளியாகியுள்ளது. மொழிபெயர்ப்பாளரும் கூட. அரசுப்பள்ளியில் ஆசிரியராகப் பணியாற்றுகிறார்.

ஆலமர் செல்வன்

வட ஆற்காடு மாவட்டம் வன்னிவேடு சொந்த ஊர். தற்சமயம் சென்னையில் வசிக்கிறார். சட்டம் படித்தவர், தொகுப்பு எதுவும் வெளிவரவில்லை.

சந்தியூர் கோவிந்தன்

சேலம் மாவட்டம் மல்லூரைச் சேர்ந்தவர். அஞ்சல் துறையில் ஊழியராகப் பணியாற்றியபடி எழுதி வருகிறார். தூறல் என்கிற சிறுபத்திரிகையின் ஆசிரியர்.

www.ingramcontent.com/pod-product-compliance
Ingram Content Group UK Ltd.
Pitfield, Milton Keynes, MK11 3LW, UK
UKHW042132021026
15589UKWH00003B/771

9 789388 860550